வ.அய். சுப்ரமணியம் கட்டுரைகள்

தொகுதி ஒன்று

# வ.அய். சுப்ரமணியம் கட்டுரைகள்

தொகுதி ஒன்று

## மொழியும் பண்பாடும்

தொகுப்பு

ஜெயா அரிகரன்

அடையாளம்

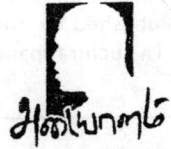

முதல் பதிப்பு 2007
இரண்டாவது மீளச்சு 2017
© வ. அய். சுப்ரமணியம்
வெளியீடு: அடையாளம், 1205/1 கருப்பூர் சாலை, புத்தாநத்தம் 621310
திருச்சி மாவட்டம், இந்தியா, தொலைபேசி: (+91) 04332 273444
நூல்வடிவம்: த பாபிரஸ், அச்சாக்கம்: அடையாளம் பிரஸ், இந்தியா
ISBN: 978 81 7720 079 9
விலை: ₹ 160

Va. Ai. Subramaniam katturaikal: Ilakkanamum aalumaikalum is a collection of essays on language and culture in Tamil by V.I. Subramaniam, Compiled by Jeya Hariharan, Published by Adaiyaalam, 1205/1 Karupur Road, Puthanatham 621310, Thiruchirappalli Dist., Tamilnadu, India, email: info@adaiyaalam.net

## நன்றி

திருவனந்தபுரத்தில் இயங்கும் பன்னாட்டுத் திராவிட மொழியியல் நிறுவனத்திற்கு வருகைதந்த ஆய்வாளர்களிற் சிலர் நான் எழுதிய கட்டுரைகளின் நிழல் அச்சுப் படிகளைத் தொகுத்திருப்பதை அறிந்து அவற்றை வெளியிட வற்புறுத்தினர்.

திராவிட மொழி நிறுவனத்தின் பணிகளில் கவனம் செலுத்த வேண்டிய கடப்பாடு இருந்ததால் என் கட்டுரைகளை வெளியிடும் எண்ணம் பின்தள்ளப்பட்டது. தமிழ்நாட்டு அரசின் தமிழ்வளர்ச்சித் துறையின் இயக்குநர் முனைவர் ம. இராசேந்திரன் ஒருமுறை எங்கள் அழைப்பை ஏற்று திருவனந்தபுரம் வந்திருந்தார். கட்டுரைகள் இருக்கும் செய்தி அறிந்து அவற்றை அச்சிடுதற்குரிய ஏற்பாடுகளைச் செய்து உதவினார். அவருக்கு என் நன்றி.

பலகால வரம்பில், பல தலைப்புகளில் கட்டுரைகள் எழுதப்பட்டன. தஞ்சாவூர் தமிழ்ப் பல்கலைக்கழகத்தில் பணியாற்றிய போதும் பின்னரும் எழுதிய பல கட்டுரைகள் இடம்பெற்றுள்ளன. பதவிப் பொறுப்பால் கருத்தரங்குகள், மகாநாடுகள் முதலியவற்றில் துவக்க உரை ஆற்றும் கடப்பாடு இருந்தது. எனவே சிறு அளவில் அல்லது நீண்ட கட்டுரைகள் உருவாகும் தேவை எழுந்தது.

என்னைப் பயிற்றுவித்த ஆசிரிய அறிஞர்கள், பிற ஆதரவாளர்கள் முதலியவர்களைப் பற்றிய கட்டுரைகள் இந்நூலில் இடம்பெற்றுள்ளன. இன்று படிக்கும்போதுகூட பழைய நினைவுகள் அலைமோதுகின்றன. இன்னும் சில தமிழ்க் கட்டுரைகள் எஞ்சியுள்ளன. ஆங்கிலக் கட்டுரைகள் யாவும் அச்சாக உள்ளன.

இக்கட்டுரைகளைத் தொகுத்த அருண் சுப்பிரமணியத்துக்கும் சிறப்பாக அச்சிட்டு வெளிக்கொணர்ந்த 'அடையாளம்' பதிப்புக் குழுவினருக்கும் இந்நூலின் மெய்ப்பைப் படித்து முக்கிய ஆலோசனை வழங்கிய ராஜமார்த்தாண்டன், கோ. சுந்தர், ஆய்வு மாணவர் தி. இராசரெத்தினம் ஆகியோருக்கும் என் நன்றி.

வ.அய். சுப்ரமணியம்

# பொருளடக்கம்

தொகுப்புரை 9
தமிழும் சமஸ்கிருதமும் 13
வியாசர் மகாபாரத ஏடுகளில் தமிழ் இலக்கியத் தாக்கத்தைக் காண இயலுமா? 19
சேரர்கள் பண்பாடு – மீட்டுரு அளித்தல் 27
மணவகை 32
ஊர்ப்புறங்களில் சமுதாயப் பண்பாட்டு மாற்றம் 37
வடநாட்டில் தென்னாட்டு வைணவம் 43
சிறிலங்கா-தமிழகப் புத்தமதத் தொடர்பு 51
மதநெறி ஆய்வில் புதிய திருப்பம் 58
சங்ககாலச் செடி கொடிகள் 68
குறிஞ்சிப்பாட்டில் ஒரு குறிப்பு 74
குறளாய்வு நெறிமுறைகள் 81
முஸ்லிம் இலக்கியங்கள் 96
இலக்கிய வரலாற்றுக்கு ஒரு துவக்கவுரை 110
இலக்கிய வரலாற்றை வகை செய்வது 114
ஜப்பான் நாடும் திராவிட ஆய்வும் 119
அமெரிக்க நாட்டில் தமிழ்ப் படிப்பு 134
அமெரிக்காவில் தமிழ் ஏடு 142
பாண்டிச்சேரி மகாநாடு 145
தயங்கித் தயங்கி நடக்கும் தமிழ் உலக மகாநாடுகள் 149
தாய்மொழியும் தொழில்நுட்ப அறிவும் 153
தமிழ்க் கல்வி பயிற்றல் 156

| | |
|---|---|
| காவிரியாறு – தமிழிலக்கியத்திலும் கல்வெட்டுகளிலும் | 159 |
| பதிப்புக் கலை | 171 |
| தமிழ் அகராதிக் கலை | 180 |
| பல மொழியும் நாடகக் கலையும் | 184 |
| ஓவியக் கலை | 186 |
| சிற்பத்தைத் தேர்ந்தெடுத்தல் | 187 |
| சித்த மருத்துவம்: ஒரு விளக்கம் | 192 |
| மோடி ஆவணங்கள் | 196 |
| அழிப்பாங்கதைகள் | 199 |
| ஊர்ப் பெயர் ஆய்வு | 203 |

## தொகுப்புரை

மொழியியல் நிபுணர், திராவிட மொழிகளின் ஒப்பீட்டாய்வாளர், தஞ்சைத் தமிழ்ப் பல்கலைக்கழகத்தின் முதல் துணை வேந்தர், மொழியியல் ஆய்வு நிறுவனங்களைத் தோற்றுவித்தவர், முதுபெரும் தமிழறிஞர் முனைவர் வ.அய். சுப்ரமணியம் அவர்கள் எழுதியுள்ள கட்டுரைகளின் முதல் தொகுதி இது.

இத்தொகுதியில், தமிழ்ப் பல்கலைக்கழகத்தில் பணியாற்றியபோதும் பின்னரும் எழுதிய ஆய்வுக்கட்டுரைகள் மற்றும் கருத்தரங்குகள், மகாநாடுகளில் ஆற்றிய துவக்கவுரைகள், நூல்கள் சிலவற்றுக்கான முன்னுரைகள் என, சிறியனவும் நீண்டனவுமாக 31 கட்டுரைகள் அடங்கியுள்ளன.

தமிழும் சமஸ்கிருதமும், மண வகைகள், திராவிடப் பண்பாடு, குறளாய்வு நெறிமுறைகள், பதிப்புக் கலை, முஸ்லிம் இலக்கியங்கள், சங்க இலக்கியங்கள், அகராதிக் கலை, ஓவிய-சிற்ப-நாடகக் கலைகள், சித்த மருத்துவம், தமிழ்க் கல்வி, காவிரியாறு, மதநெறி ஆய்வு, தொழில் நுட்ப அறிவு, ஒப்பீட்டாய்வு, வெளிநாடுகளில் தமிழ்க் கல்வியின் நிலை, மோடி ஆவணங்கள், அழிப்பாங் கதைகள், ஊர்ப் பெயர் ஆய்வு என்ற வகையில் பரந்து விரிந்த துறைகளிலான, நுட்பமும் ஆழமும் கூடிய ஆய்வுக் கட்டுரைகள் இவை.

இத்தொகுதியிலுள்ள பெரும்பாலான கட்டுரைகள் 'ஆய்வுச் சில்லுகள்', 'ஏற்பதா மறுப்பதா?', 'சில கட்டுரைகள்', 'சிதறியச் செய்திகள்' ஆகிய தலைப்புகளில் தனித் தொகுப்புகளாக வெளிவந்தவை. பல்வேறு பணிச்சுமையினால் இக்கட்டுரைகள் எழுதிய, வாசித்த ஆண்டுகள் வ.அய். சுப்ரமணியம் அவர்களால் துல்லியமாகக் குறிப்பிட இயலவில்லை. ஆயினும் எல்லாக் கட்டுரைகளும் அவரால் சரிபார்க்கப் பட்டு ஒப்புதல் வழங்கப்பட்டிருக்கின்றன.

இத்தொகுதியிலுள்ள ஆய்வுக் கட்டுரைகள் மட்டுமல்லாமல், தொடக்கவுரைகள் மற்றும் நூல் முன்னுரைகளும்கூட வழக்கமான போக்கில் அல்லாமல், ஒரு தேர்ந்த ஆய்வாளரின் தெளிவான ஆய்வு நெறிக் கண்ணோட்டத்துடனேயே அமைந்துள்ளன. அவ்வகையில் அனைத்துக் கட்டுரைகளும் சிறப்பானவையே. எனினும், சில எடுத்துக் காட்டுகளை மட்டும் இத்தொகுப்புரையில் குறிப்பிட்டுச் சொல்வது பொருத்தமாக இருக்கும் எனத் தோன்றுகிறது.

'ஊர்த் தெய்வ வழிபாட்டு நெறி இந்து மதத் தத்துவ அமைப்பில் தனித்தே இயங்குகின்றது' என்பதைத் தகுந்த சான்றுகளுடன் 'மத நெறி ஆய்வில் புதிய திருப்பம்' என்னும் கட்டுரையில் நிறுவுகிறார் வ.அய். சுப்ரமணியம்.

சங்க இலக்கியங்களுள் ஒன்றான குறிஞ்சிப் பாட்டைப் புதிய கோணத்தில் நுட்பமாக ஆராய்கிறார். 'காதல் அடிப்படையில் மேற்கொள்ளும் இல்லறம் தமிழர்க்குச் சிறந்தது என்பது வெளிப்படை. தமிழினத்தின் தனி நாகரிகம் என இதனையே குறிஞ்சிப் பாட்டு கூறுகின்றது' என அக-புறச் சான்றுகள் மூலம் எடுத்துக் கூறுகிறார்.

'முஸ்லிம் இலக்கியங்கள்' என்னும் கட்டுரையில், முஸ்லிம் புலவர்கள் எழுதியுள்ள இலக்கியங்களின் போக்குகளையும் தன்மை களையும் விரிவாக அலசுகிறார். முஸ்லிம் புலவர்கள் தமிழிலக்கியத் துக்கு ஆற்றியுள்ள தொண்டுகளைத் தக்க சான்றுகளுடன் விதந்து கூறுகிறார். தமது படைப்புகளில் வழக்கிலிருந்த தமிழ்ப் பாவகை களைக் கையாண்டதுடன், ஐந்து வகையான புதிய துறைகளை முஸ்லிம் புலவர்கள் தோற்றுவித்துள்ளதையும் விரிவாகக் கூறுகிறார்.

'குறளாய்வு நெறிமுறைகள்' பற்றிய கட்டுரையில், 'திருக்குறளின் உள்நின்று அதன் அகநிலைச் செய்திகள் அனைத்தையும் திரட்டி ஆராய்தல் ஒன்று; பிற இலக்கியங்களோடு திருக்குறளை ஒப்புநோக்கி அதன் பெருமையைத் தெளிதல் மற்றொன்று' என்ற வகையில் அகநிலை, புறநிலை மற்றும் பல்வேறு நிலைகளில் குறள் பற்றிய ஆய்வினை விரிவுபடுத்த வேண்டும் என்று ஆய்வாளர்களுக்கு வழிகாட்டுகிறார்.

பிற நாடுகளில் திராவிட மொழிகள் பற்றிய ஆய்வும் தமிழ்க் கல்வியின் நிலையும் எவ்வாறிருக்கின்றன என்பதை அமெரிக்கா, ஜப்பான் போன்ற நாடுகளில் நேரில் கண்டறிந்து நிறை-குறைகளை விவரிப்பதுடன், அந்நாடுகளில் அத்துறைகள் இன்னும் சிறப்பாகச் செயல்படத் தமிழக அரசு மேற்கொள்ள வேண்டிய பணிகளையும் அறிவுறுத்துகிறார்.

இதுவரை நடைபெற்றுள்ள உலகத் தமிழ் மகாநாடுகள் குறித்து ஓர் ஆய்வாளருக்கேயுரிய நோக்குடன் விமர்சனம் செய்கிறார் வ.அய்.சு. உலகத் தமிழ் மகாநாடுகள் தமிழ் அபிமானம் சார்ந்த ஆடம்பர விழாக்களாக அமையாமல், ஆய்வு நெறிமுறைகளை ஒழுங்குடன் கடைப்பிடிக்கக் கூடிய ஆய்வரங்குகளாக அமைய வேண்டும் என வலியுறுத்துகிறார். 'தேர்க்காலில் தன் மகனையிட்ட மனுநீதிச் சோழனின் நெறிமுறை, ஆய்வின் நெறிமுறை. அதில் பந்தபாசத்துக்கு இடமில்லை' என்பதை அழுத்தம் திருத்தமாகக் கூறுகிறார். மேலும், 'மொழிப்பற்று வேறு. மொழி பற்றிய ஆராய்ச்சி வேறு' என்பதையும் தெளிவுபடுத்துகிறார்.

பல்துறை நிபுணரான மூதறிஞர் முனைவர் வ.அய்.சுப்ரமணியம் அவர்களின் இந்தக் கட்டுரைத் தொகுதி, பொதுவாகத் தமிழ் ஆர்வலர்களும், குறிப்பாக இளம் ஆய்வாளர்களும் படித்துப் பயன்பெறத்தக்க நூலாகும்.

ஜெயா அரிகரன்

# தமிழும் சமஸ்கிருதமும்

தமிழ்நாட்டு ஆளுநர் திரு. கே.கே.ஷா அவர்கள் தம்மை ஒரு திராவிடன் அல்லன் என்றும் இந்தோ ஆரிய மொழியான குஜராத்தி பேசுபவர் என்றும் குறிப்பிட்டார். எனவே, தான் ஒரு ஆரியன் என்றார். ஆனால் ஆளுநர் அவர்கள் திராவிட இனத்தைச் சேர்ந்தவர்தான் என்று அழுத்தமாகக் கூற விரும்புகிறேன். திராவிட இனத்தினுள்ளும் மிகப் பழமையான மொழி ஒன்றின் பிரதிநிதி என்று நான் கூறுவது உண்மைக்குப் புறம்பாகாது.

1921ஆம் ஆண்டு நடந்த மக்கள்தொகைக் கணக்கெடுப்பின்படி, பிராகூயி என்ற பழைய திராவிட மொழி பம்பாய் மாநிலத்தில் பேசப் பட்ட செய்தி காணப்படுகிறது. இன்றுள்ள பாகிஸ்தானின் பகுதியாகிய பலுசிஸ்தானில் அந்த மொழி பேசுபவர் ஏறத்தாழ நாலு இலட்சம் பேர் என்று காணப்படுகின்றது. பலுசிஸ்தான் அன்று பம்பாய் மாநிலத்தி லிருந்தது. அது மட்டுமன்று; புற ஆரியக் குழு மொழிகள் என்று கூறப்படும் பஞ்சாபி, குஜராத்தி, மராத்தி, ஒரியா, வங்காளி முதலியவை ஆரிய மொழிகளுள்ளே பழமையானவை. அந்த மொழிகளை நோக்க, இந்தி பின்னர் எழுந்த இந்தோ ஆரிய மொழியாகும். அதனை அக ஆரியக் குழு மொழி என்பர். குஜராத்தி முதலிய புற ஆரிய மொழி களில் ஒலிக்கணத்திலும் இலக்கணத்திலும் திராவிடக் கலப்பு காணப் படுவது இப்போது ஆய்வால் தெளிவாக்கப்பட்டுள்ளது. அம்மொழி பேசுவோரில் கீழ்மட்டத்தில் வாழும் அரிஜனங்கள், மலையின மக்கள், பிற்படுத்தப்பட்ட வகுப்பினர் முதலியவர்கள் திராவிடப் பண்பாட்டுக் கூறுகள் பலவற்றைக் காத்து வருவது இப்போது உறுதி பெற்றுள்ளது. அவர்களில் பலர் திராவிட மொழி பேசுபவராக இருந்து, பின்னர் இந்தோ ஆரிய மொழிகளைப் பேசத் துவங்கினர். எனவே மேன்மை தங்கிய ஆளுநர் அவர்கள் ஒரு திராவிட இனத்தினர் மட்டுமன்று திராவிடக் குடும்பத்தில் மிகப் பழமையான பிரதிநிதிகளில் ஒருவர்.

மேன்மை தங்கிய ஆளுநர் அவர்கள் தமது தலைமையுரையில் பத்தொன்பதாம் நூற்றாண்டில் வாழ்ந்த எழுத்துரு ஆய்வாளர்களான கால்டுவெல் முதலிய பிரிட்டிஷ்காரர்கள்தாம் தமிழும் சமஸ்கிருதமும் வேறானவை என்ற விஷ வித்தை விதைத்து அவற்றைப் பிரித்து இருவேறு குடும்பங்களில் உட்பட்டவை என்று கூறினர். எழுத்துரு ஆவண ஆய்வின் வரலாறு, இதன் உண்மையை விரிவாக விளக்கும். பத்தொன்பதாம் நூற்றாண்டின் முன்பகுதியில், குறிப்பாகக் கூறினால் 1819ஆம் ஆண்டு கிரிம் (Grimm) என்பார் மிகவும் புகழ்பெற்ற கிரிம்

விதியை வகுத்தார். அதனால் இலத்தீன் ஜெர்மானிய மொழிகள் முதலிய வற்றில் காணப்படும் மாற்றங்கள் விதியொன்றில் அடங்கும் என்று நிரூபித்தார். சமஸ்கிருத மொழியை மேல் நாடு கண்டுபிடித்ததும் அதற்கும் இந்தோ ஐரோப்பிய-நாட்டு மொழிகளுக்குமுள்ள உறவை ஆய்ந்து கிராஸ்மன், சேய்மை நிலை ஓரின மாற்றம் (டிஸ்டன்ட் அஸ்ஸிமிலேசன்) என்ற விதியை வகுத்தார். அதன்வழி கிரிம் விதியில் காணப்பட்ட பல விதிவிலக்குகள் நீக்கப்பட்டன.

1876இல் வெர்னர் என்பார் மேலும் பல விதிவிலக்குகளுக்கு மற்றொரு விளக்கம் அளித்தார். அவர்கள் மூவரும் வகுத்த விதிகளால் மொழியில் காணப்படும் மாற்றங்கள் அனைத்தும் விதிகளுக்குட் பட்டவை என்றும் அவை ஒழுங்கானவை என்றும் நிரூபிக்கப்பட்டன. அந்த மாற்றங்கள் குளறுபடியானவை அல்ல; ஒன்றையொன்று மறுப்பன அல்ல என்று தெளிவு செய்தனர். புது இலக்கண ஆசிரியர் களின் (நியோ-கிராம்மரியன்ஸ்) புரட்சி என்று மொழி மாற்றத்தில் விதியைக் காண முற்படுபவர்களை மேல்நாடுகளில் ஏளனத்துடன் ஒரு பட்டப்பெயரால் குறித்தனர். 'ஒலி விதிகள் விதி விலக்குகளை ஏற்கா' என்ற வாய்பாட்டைத் தோற்றுவித்து அதற்காக வன்மையாக வாதித்தனர். அதன் பின்னர் நடந்த எல்லா ஆய்வு முயற்சிகளும் மொழிகளிடையே காணும் வேறுபாடுகளுக்கு விதிகளால் ஒழுங்கான மாற்றத்தை விளக்க முற்பட்டன.

கால்டுவெல் தனது *தென்னிந்திய மொழிகளின் ஒப்பிலக்கணம்* என்ற புகழ் வாய்ந்த நூலை 1856இல் வெளியிட்டார். அவருக்கு கிரிம் செய்த விதி தெரிந்திருந்தது. அவர் நூலில் 'வல்லொற்று உரசொலியாகவும் மிருதுவாகவும் மாறும்' என்ற ஒரு விதியை திராவிட மொழிகளுக்கு உருவாக்கினார். அது இந்தோ ஐரோப்பிய மொழிகளுக்கு கிரிம் வகுத்தளித்த விதியை ஒத்திருந்தது. எனினும் கால்டுவெல்லுக்குப் புது இலக்கண ஆசிரியர்கள் புரட்சி தெரிந்திருந்தது என்று கூறத் தெளிவு எதுவுமில்லை. தெரிந்திருந்தால் அங்கிங்காகச் சிதறிக் கிடக்கும் மொழி மாற்றங்களை ஒருமுகப்படுத்தி, விதி வகுத்துக் கூறியிருப்பார். ஒப்பு நோக்கு இலக்கணத்திற்கு மிகவும் உயிர்நாடியான மீட்டுரு அளிக்கும் முறையைக் கால்டுவெல் மேற்கொள்ளவில்லை. எனினும் அவர் பல மொழி மாற்றங்களை விடாமல் தொகுத்துப் பல ஒழுங்குகளை ஊகமாகக் கூறினார். பின்னர் எழுந்த ஆய்வால் அவற்றுள் பெரும்பாலானவை ஏற்கப்பட்டன. சமஸ்கிருதமும் தமிழும் இருவேறு மொழிக் குடும்பங் களைச் சார்ந்தவை என்று முதன் முதல் கால்டுவெல் கூறவில்லை.

ராஸ்மஸ் ராஸ்க் என்ற டேனிஷ்காரர்தான் முதன் முதலில் சமஸ்கிருதமும் தமிழும் இருவேறு குடுமபங்களைச் சார்ந்தவை என்று

கூறினார். அவர்தான் கிரிம் பின்னர் தோற்றுவித்த விதிக்கு வித்திட்டவர். கால்டுவெல்லைவிடக் காலத்தால் முன் வாழ்ந்த எல்லிஸ் என்பவர்தான் தமிழ் திராவிடக் குடும்பத்திலும் சமஸ்கிருதம் ஆரிய மொழிக் குடும்பத்திலும் உட்பட்டு வேறான மொழிகள் என்றார். டேனிஷ்காரரான ஆய்வாளர் ராஸ்க் சொன்ன கருத்தைக் கால்டுவெல் உறுதிப்படுத்தினாரே ஒழிய புதிதாக எதுவும் கூறவில்லை.

பண்பாட்டு ஒருமைப்பாடு, ஒற்றுமை என்று நாம் கூறும்போது அந்தச் சிக்கலைப் பற்றி இரண்டு முக்கியமான முகங்களை விளக்கிட வேண்டும். வானளாவிய மதுரை மீனாட்சி அம்மன் கோவில் கோபுரம், தென்னாட்டில் நிலவும் சமுதாய அமைப்பு முறை முதலியவற்றை இனப் பண்பாடு என்ற கவர்ச்சியற்ற கலைச் சொல்லால் குறிப்பிடுவர். அவை இருமொழிக் குடும்பங்களுக்கும் ஒருப்போலவே அமைவதில்லை. மொழியால் காணும் பண்பாட்டை மொழிப் பண்பாடு என்று பெயரிட்டு அழைப்பர். அந்தப் பிரிவிலும் சமஸ்கிருதமும் தமிழும் வேறுபட்டு நிற்கின்றன. அந்த இரு மொழிகளும் ஒன்றானவைதான் என்று ஆராய்ந்து உறுதிப்படுத்தினாலும் மொழிப் பண்பாடு இரண்டிற்கும் ஒன்றாகத்தான் இருக்கும் என்று கூறிட முடியாது. அதைப் போன்றே இனப் பண்பாட்டிலும் மொழிப் பண்பாட்டிலும் மிகத் தெளிவான வேறுபாட்டையுடையன. இருவேறு இனத்தினர் ஒரு மொழியைப் பேசினும் அவர்கள் பின்பற்றும் பண்பாடு ஒன்றாக இருக்காது. வேறுபட்டு நிற்கும். நாக இன மக்கள் ஒரு குடும்பத்தில் பட்ட மொழியைப் பேசினும் கொலேரியன் அல்லது மங்கலாய்டு இனத்தைச் சேர்ந்தவர்களாவர். அவர்கள் காத்து வரும் பண்பாடு வேறுபாடு உடையது. அதைப்போன்றே தென் அமெரிக்காவில் வாழும் சிவப்பிந்தியர்கள் ஒரு மொழியைப் பேசினும் பல பண்பாட்டைக் காத்துவரும் நிலையையும் பல மொழி பேசி ஒரு பண்பாட்டைப் போற்றிவரும் நிலையையும் காண இயலும், அண்மையில் நடந்த ஆய்வுகளால் குஜராத்து, மகாராஷ்டிரம், ஒரிசா, வங்காளம் முதலிய புற ஆரிய வட்டத்தில் வாழும் மக்களில் அரிஜனங்களும் பிற்பட்ட வகுப்பினரும் முன்னர் திராவிட மொழி பேசினர் என்றும் அதனையடுத்து இந்தோ ஆரிய மொழியைப் பேசத் துவங்கினர் என்றும் தெளிவாகியுள்ளது. சமஸ்கிருதமும் தமிழும் ஒரே மொழிகள்தாம் என்று நிறுவிப் பண்பாட்டிலும் இனத்திலும் ஒற்றுமை காண முற்படும் முயற்சி, ஆய்வால் உறுதி பெறாது ஒதுக்கப்படும்.

மொழியியல் பூர்வ வரலாற்றை வரையறை செய்ய மிகவும் நம்பகமான ஆய்வுமுறை இப்போது செயற்படுத்தப்படுகிறது. அந்த முறை, டார்வின் உருவாக்கிய முறையிலிருந்து கடன் வாங்கப்பட்டது.

அதன் அடிப்படை, மொழி மாற்றத்தில் ஒழுங்கைக் காண்பது. தனியான சொல் உருவங்களை இரு மொழிகளில் ஒப்புநோக்குவது தவறானது என்ற நிலை இப்போது ஒப்புக்கொள்ளப்பட்டுள்ளது. தனி உருவங்களை ஒப்புநோக்கினால் எந்த மொழியும் மற்றொன்றிலிருந்து பிறந்தது என்று கூற முடியும். மற்றொரு முக்கிய அடிப்படை பாரம்பரியச் சொற்களை இனங்கண்டு ஒப்புநோக்குவது. அதனை ஒப்பு நோக்குச் சொற்கள் என்பர். கடன் சொற்கள், ஒலிக்கணச் சொற்கள், வட்டார ஒற்றுமைச் சொற்கள், உருவ அமைப்பில் ஒற்றுமையுடைய சொற்கள் முதலியவற்றை இணைத்து நோக்கினால் உறவில்லாத மொழிகளைக்கூட உறவுடையதாகக் கூற இயலும். எந்த அளவு இரு மொழிகளில் ஒற்றுமை இருப்பின் அந்த மொழிகள் உறவுடையன என்று தீர்த்துக் கூறுவது ஆய்வு முறையின் அடிப்படையாகும். அந்த அடிப்படை பற்றி பலவாண்டு ஆய்வுக்குப் பின்னரும் மொழியியலாளர்கள் ஒரு தீர்மானத்திற்கு இன்னும் வர இயலவில்லை என்று கூறத்தான் வேண்டும். அத்தகைய முடிவுக்கு அந்த மொழிகள் பேசுவோரின் கருத்து எது என்றறியும் முறைக்கு முக்கியத்துவம் கொடுக்கின்றனர். அந்த முறை மனித விருப்பு வெறுப்பை அடிப்படையாகக் கொண்டது. எனவே தற்சார்புடையது. ஆனால் அதனை விளக்க இயலாது.

சென்ற ஐம்பது ஆண்டுகளாகச் சமஸ்கிருதம், தமிழ் ஆகிய இரு மொழிகளின் பிறப்பு, உறவு பற்றிய சிக்கல் ஆய்வாளர்களை ஈர்த்துள்ளது. சி. நாராயணராவ் என்பார் பிராகிருதத்திலிருந்து திராவிட மொழிகளைத் தோற்றுவிக்க முயன்றார். அகன்ற அறிவுடைய. சுவாமிநாத அய்யர் சமஸ்கிருதத்திலிருந்து தமிழைத் தோற்றுவிக்க முயன்றார். கால்டுவெல் கூறிய ஒவ்வொரு அம்சத்தையும் அவர் மறுக்க முயன்றார். மேற்குறித்த ஆய்வாளர்கள் மேற்கொண்ட முறைகளையும், அவர்கள் தொகுத்த பல மொழித் தெளிவுகளையும் நாம் பாராட்டாம லிருக்க முடியாது. அவர்கள் அங்கிங்காகக் கூறிய சில கருத்துக் களையும் கொள்கைச் சிதறல்களையும் நாம் மேலும் நுணுக்கமாக ஆராய வேண்டும். மொழி மாற்றத்தில் ஒழுங்கு முறையைக் காண முயலாமையும், மரபுச் சொற்களை இனந்தெரிந்து கூறாமையும், எந்த அளவுக்கு ஒப்புமை காணப்படின் இரு மொழிகள் ஒரே பிறப்புடையன என்று அளவிட்டுக் கூறாமையும் அவர்கள் கருத்தைப் புறக்கணிக்கச் செய்தன.

தென்னாட்டு ஆய்வு வரலாற்றில் ஒரு கொள்கை உருவாக்கி அதற்காக வாதிப்பதும் அதற்கெதிரான கொள்கையை மற்றவர்கள் உருவாக்குவதும் வழக்கமாக இருக்கிறது. இப்போது சமஸ்கிருதம்

தமிழிலிருந்து பிறந்தது என்று வாதிக்கப்படுகிறது. ஆய்வுப் புயல் இப்போது எதிர்த்திசையில் வீசுகின்றது. சமஸ்கிருதம் தமிழில் இருந்து பிறந்துள்ளது என்று கூறும்போது நாம் லத்தீன், கிரீக்கு, ஜெர்மன், பிரெஞ்சு, ஆங்கிலம் முதலிய மொழிகள் தமிழிலிருந்து பிறந்துள்ளன என்று வாதிடும் நிலையில் இன்றிருக்கிறோம். அது மிகப் பெரும் பாரமாக மாறும்.

சமஸ்கிருதத்திலிருந்து எல்லா இந்தோ ஆரிய உருவங்களைத் தோற்றுவித்திடலாம் என்று முன்னர் நம்பப்பட்டது. அதைப்போன்று தமிழிலிருந்து எல்லா திராவிட மொழிகளையும் தோற்றுவித்திட முடியும் என்று நம்பப்பட்டது. ஆனால் மீட்டுரு அளித்தபோது எல்லா இந்தோ ஆரிய மொழிகளும் பிறப்பதற்கு இலக்கிய சமஸ்கிருதம் அன்று மூலம்; வழக்கு மொழி நிலையில் நிற்கும் சமஸ்கிருதம்தான் அதன் தாய் என்று இப்போது உறுதிப்படுத்தப்படுகிறது. வேதமொழி யன்று, காவிய மொழியன்று அவற்றின் மூலம். அதைப்போன்றே திராவிட மொழிகளை மீட்டுரு அளித்தபோது அது சங்கத் தமிழோடு இணைந்து வரவில்லை. பல வேறுபாடுகள் காணப்படுகின்றன. சமஸ்கிருதத்தையும் தமிழையும் பிறப்புறவால் இணைக்கும்போது அவற்றின் பூர்வநிலையை மீட்டுரு அறிந்திடுவது மிகவும் தேவையான ஆய்வு முறையாகும். அதன் பின்னர் ஒன்றிலிருந்து மற்றொன்றைத் தோற்றுவிக்க முயல வேண்டும். அப்போதுதான் நெடுங்காலம் நிலை பெறும் ஒரு முடிவு தென்படும். அதற்கு நெடுநாள் ஆகலாம். எனினும் எல்லோரும் ஏற்கத்தக்க ஒரு நெறியைத் தெரிந்துகொண்டால் சார்புடைய முடிவுகளை நீக்கவும் தன் விருப்பம் போல முடிவுகளைக் காணும் முயற்சியை அகற்றவும் இயலும்.

தமிழ், சமஸ்கிருதம், ஏனைய இந்திய மொழிகளின் ஆய்வுக்கான சென்னையிலுள்ள ஆய்வு மையம் தமிழில் ஆழ்ந்த அறிவுடைய மு. அருணாசலத்தையும், சமஸ்கிருதம், தமிழ் ஆகிய இரு மொழிகளிலும் நுண்ணறிவுடைய டாக்டர் திருஞானசம்பந்தத்தையும் தலைமைப் பொறுப்பில் அமர்த்தியிருப்பதால் சமஸ்கிருதம், தமிழ் ஆகிய இரு மொழிகளின் பொதுமை இயல்புகளை இனங்காட்ட முடியும். அவற்றின் மூலம் பண்பாட்டு இயல்புகளைச் சுட்டிக்காட்ட இயலும். எனவே அந்த ஆய்வு மையத்தின் பணி முக்கியமானது; வரவேற்கத்தக்கது.

சென்னைக்கு வர விமானத்தில் ஏறும்போது நெருங்கிய நண்பர் ஒருவர், 'இன்றையத் தலைவரும் தமிழ்நாட்டு ஆளுநருமான திரு. கே.கே.ஷா திறமையான குற்றவியல் வழக்கறிஞர்: ஆகையால், சமஸ்கிருதமும் தமிழும் உறவுடையனவா? என்று கேட்டு அதற்கு 'ஆம்' அல்லது 'இல்லை' என்று நேரடியாக விடை கூறுமாறு

வற்புறுத்துவார்' என்று எச்சரித்தார். 'மேன்மை தங்கிய ஆளுநர் நல்ல ஆய்வாளர்; ஆகையால், 'ஆம்' என்ற மறுமொழியையும் 'அல்ல' என்ற மறுமொழியையும் ஏற்கும் பக்குவம் உடையவராக இருப்பார்' என்று பதில் கூறினேன். எனவே, மேன்மை தங்கிய ஆளுநர் அவர்களே! நான் கூறும் மறுமொழி 'ஆம்' என்பதும் 'அல்ல' என்பதும் ஆகும். அதனை ஆய்ந்து பார்க்குமாறு வேண்டிக்கொள்கிறேன்.

## வியாசர் மகாபாரத ஏடுகளில் தமிழ் இலக்கியத் தாக்கத்தைக் காண இயலுமா?

வியாசர் மகாபாரதத்தைத் திட்டம் செய்து வெளியிடும் ஆசிரியர் வி.எஸ். சுக்தங்கர் தமது முன்விளக்கக் குறிப்பில் இரு பிரதிக் குடும்பங் களைக் குறிப்பிட்டுள்ளார்.[1]

தமது திட்டப் பதிப்பிற்குப் பயன்படுத்திய ஐம்பத்து ஒன்பது ஓலைப் பிரதிகளில் முப்பத்து மூன்று பிரதிகள் தமிழ்நாடு, கேரளம், கர்னாடகம், ஆந்திரம் ஆகிய தென்னக மாநிலங்களைச் சேர்ந்தவை. அவர் பயன் படுத்திய மொத்தப் பிரதிகளில் அவை 56 சதமானமாகும். தென்னகத்தில் இருந்து கிடைத்த ஓலைப்பிரதிகளில் இருபது - அதாவது 61 சதமானம் தஞ்சாவூர் சரஸ்வதி மகால் நூல் நிலையத்தைச் சார்ந்தவை. அந்த நூல் நிலையம் ஒன்றுதான் தமிழ்நாட்டின் பிரதிகளைக் காப்பாற்றிய இடமாக சுக்தங்கர் குறிப்பிடுகிறார். தஞ்சாவூர் ஏடுகளிற் பெரும்பாலானவை கிரந்தத்தில் எழுதப்பட்டவை. சில தேவநாகரி அல்லது தெலுங்கு எழுத்தில் எழுதப்பட்டுள்ளன. மகாபாரதப் பிரதிகளில் மிகவும் நீளமானது தஞ்சாவூரில் இருந்து கிடைத்த, கிரந்த லிபியில் எழுதிய ஏடாகும்.

இந்தியாவில் கிடைத்த மகாபாரத ஏடுகளில் மிகப் பழமையான இரண்டு ஏடுகளில் ஒன்று தஞ்சாவூரைச் சார்ந்தது. அதனை எழுதிய காலம் கி. பி. 1591ஆம் ஆண்டு. இரண்டாவது ஏடு பரோடாவைச் சார்ந்தது. கி. பி. 1519ஆம் ஆண்டைச் சார்ந்தது. நேப்பாளத்தில் இருந்து இரு பிரதிகள் (என் 3, வி 1) பெறப்பட்டன. அவை கி.பி. 1511, 1528ஆம் ஆண்டுகளைச் சார்ந்தவை. பிற நாடுகளிலும், இந்தியாவிலிருந்தும் கிடைத்த மற்றுள்ள பிரதிகள் அனைத்தும் ஆண்டு குறிப்பிடாமல் அல்லது முன் பிரதிகளின் நகல்களாகக் காணப்படுகின்றன.

சங்கப் புலவர்களுக்கு மகாபாரதக் கதை நன்கு தெரியும். புறநானூறு (இரண்டாவது பாடல்) மகாபாரதப் போரைக் குறிக்கிறது. அகநானூறும் (பாட்டு 233), சிலப்பதிகாரமும் (வரி 29) குறிக்கின்றன. சங்கப் புலவர் களில் ஒருவர் பாரதம் பாடிய பெருந்தேவனார் என்று அழைக்கப் படுகிறார். தென்னக அரசர்களிற் பலர் மகாபாரதப் போரில் கலந்து கொண்ட செய்தியை மதச்சடங்காகப் பல கல்வெட்டுக்களும், செப்புப் பட்டயங்களும் குறிப்பிடுகின்றன: (பராந்தக வீர நாராயணனின் கி. பி. ஒன்பதாம் நூற்றாண்டைச் சார்ந்த செப்புப் பட்டயம் (வரி 36), இராஜ சிம்மனின் சின்னமனூர் சாசனம் - கி. பி. பத்தாம் நூற்றாண்டு. வீர பாண்டியன் கல்வெட்டுகள் (ஏ. எஸ். தொகுதி, பாகம் 1, ப.18

தொடங்கியவை). மகாபாரதம் தமிழ்ப்படுத்தியதைச் சின்னமனூர் செப்பேடுகள் பொறித்துள்ளன (வரி 102). மகாபாரதம் ஓதுவதற்கு மானியம் விட்டுள்ளதைப் பற்றி கூரம் செப்பேடுகள் குறிக்கின்றன (வரி 74, 75 - கி.பி. 7ஆம் நூற்றாண்டு). இரண்டாம் நந்திவர்மனின் தண்டன் தோட்டம் செப்பேடுகளும் (கி.பி. எட்டாம் நூற்றாண்டு, வரி 198) இதைப் பற்றிக் குறிப்பிடுகின்றன.[2]

மகாபாரதத்தின் செல்வாக்குத் தமிழகத்தில் மிகப் பழங்காலத் திலேயே பரவியிருந்ததால் ஓலைப் பிரதிகள் கூடுதல் எண்ணிக்கையில் கிடைத்ததற்கும், காலப் பழமையுடைய ஏடு ஒன்றைத் தஞ்சாவூர் நூல் நிலையம் காப்பாற்றி வருவதற்கும் காரணமாக அமைந்தன என்று கூற இயலும்.

வடநாட்டுக் குடும்ப ஏடுகளையும், தென்னாட்டுக் குடும்ப ஏடுகளை யும் ஒப்புநோக்கிய சுக்தங்கர் ஏழு வகையான வேறுபாடுகளைக் குறித்துள்ளார். அந்த வேறுபாடுகளை நுணுக்கமாக ஆராய்வதற்கு முன்னர் வேறொரு மொழி பேசும் தமிழகத்தில், வேறொரு பண்பாடு நிலவியுள்ள தமிழகத்தில், அவ்வேறுபாட்டிற்குரிய காரணங்கள் எவை யாக இருக்கும் என்று பார்ப்பது தேவையான ஒன்று. பிரதிக் குடும்பம் 'அ' ஒரு பண்பாட்டுச் சூழ்நிலையில் பரவியிருக்க மற்றொரு குடும்பம் 'ஆ' பின்னொரு பண்பாட்டுப் பின்னணியில் செல்வாக்குப் பெற்றிருக்கு மாயின் பாடங்களை,

1. புதிய பண்பாட்டு இடத்திற்கேற்ப மாற்றி இயல்பாக்குவது,
2. புதிய பண்பாட்டு நிலத்தில் காணும் கதைகள், நிகழ்ச்சிகள் முதலியவற்றை ஏட்டில் சேர்ப்பது,
3. புதுப் பண்பாட்டுத் தேவைக்கு ஏற்பக் கதையமைப்பில் மாற்றங் களைத் தோற்றுவிப்பது

ஆகிய முயற்சிகளை மேற்கொள்வார். முதல் மாற்றம் பண்பாட்டுச் சூழ்நிலைக்கேற்ப இயல்புபடுத்தும் முயற்சியாகும். இரண்டாவது பாடம் போற்றும் முயற்சி. மூன்றாவது இலக்கியச் சுவையைத் தொடர்ந்து காக்கும் முயற்சி.

இந்திய நாட்டிற்கும், பெரும் காவியம் ஒன்றிற்கும் தனது பெயரை நல்கிய பரதன் மகாபாரதத்தில் ஏற்புடைய மணவினையின் பின் பிறவாத குழந்தையாக வடநாட்டுக் குடும்ப ஏடுகளில் படைக்கப்படுகின்றான். ஆனால் தென்னாட்டுக் குடும்ப ஏடுகள் இரகஸ்யமாக அரசவைப் புரோகிதர் ஒருவர் துஷியந்தனுக்கும், சகுந்தலைக்கும் மணம் செய்வித்த தாகக் குறித்துள்ளன. தமிழகத்தில் நிலவும் பண்பாட்டில் முறையாகப் பெற்றெடுக்காத ஒரு குழந்தை பெருந்தலைவனாக மாற இயலாது என்ற

கருத்தோடு ஒத்து இயங்குகின்றது. சூழ்நிலைக்கேற்ப இயல்புபடுத்தும் முயற்சிக்கு இது தக்க ஒரு எடுத்துக்காட்டு. கடலைக் கடைந்தபோது வாசுகி கக்கிய விடத்தை சிவன் உண்ட செய்தி தமிழகத்தில் பரவியுள்ள செய்தி. அதனை ஆதி பர்வம் கூறுவது பழங்கதை மரபைப் போற்றும் முயற்சிக்குத் தகுந்த எடுத்துக்காட்டு.

இலக்கிய முயற்சியைக் கதைப் பொருள், உத்தி, படிப்போரின் உணர்ச்சிப் பிரதிபலிப்பு என்று மூன்று சிறு பிரிவாகப் பகுத்துக் கொள்ளலாம்.

கதைப் பொருளில் போர் நிகழ்ச்சி மிகப் பழங்காலத்திலேயே தமிழ் நாட்டில் முக்கிய இடம் பெற்ற செய்தி. இராட்சஸ பாகனுடன் பீமன் மேற்கொண்ட யுத்த நிகழ்ச்சி தென்னக ஏட்டுக் குடும்பத்தில் மட்டும் காணப்படுகிறது. கதைப் பொருளுக்குத் தக்க எடுத்துக்காட்டு அது. திருதராஷ்டிரனின் மக்களின் நீண்ட பெயர் அட்டவணை திட்பத்தையும், உண்மையுணர்வையும் தோற்றுவிக்கின்றது. அது இலக்கிய உத்திக்குத் தகுந்த எடுத்துக்காட்டு. சொற்போர் அல்லது உரையாடல் முறை தென்னகத்தில் மிகவும் ஏற்றுக்கொண்ட உத்தி. அதுவும் தென்னகக் குடும்ப ஏடுகளில் பல இடங்களில் காணப்படுகிறது. துவாரகையை விட்டு விடைபெறும் கிருஷ்ணனின் உரையாடல் இதற்குத் தகுந்த எடுத்துக்காட்டு. மூன்றாவது உட்பிரிவான படிப்போரின் 'உணர்ச்சிப் பிரதிபலிப்பு' கோபம் அல்லது இரக்கம், காதல் அல்லது வெறுப்பு முதலிய உணர்ச்சிப் பெருக்குகளுக்கு ஏற்ப உருவாவது. கணவனை இழந்த மனைவி புலம்புவது இத்தகைய உணர்ச்சிப் பெருவெள்ளத்திற்கு வழியமைக்கிறது. இந்தத் தென்னக வழக்கம் மகாபாரத ஏடுகளில் இடம் பெறுகின்றது. பாண்டு இறந்ததும் அவரை இடுகாட்டில் இடும் போது கூடியிருந்த பலரது புலம்பல் இதற்குத் தக்க எடுத்துக்காட்டு. மரபு அட்டவணை ஒன்றின் வழி இந்த முயற்சியை விளக்க இயலும்.

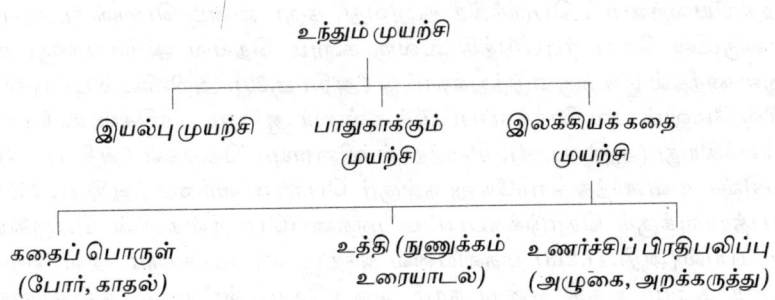

மேற்குறித்த அமைப்பு முறைப்படி இரு ஏட்டுக் குடும்பங்களிடையே காணப்படும் ஏழு வேறுபாடுகளையும் ஆராய்ந்தால் எளிதாக, தெளிவாக அமையும். தென் குடும்ப ஏட்டில் காணும் தனிப்பட்ட சொற்கள், தொடர்கள் ஆகியவற்றில் காணும் ஒலிமாற்றத்திற்கு எடுத்துக்காட்டு:

அ. வட குடும்பத்தில் 'ர்' தென் குடும்பத்தில் 'ல்'

வட குடும்பத்தில் 'ஆ' தென் குடும்பத்தில் 'அ'

முதலியவை ஒலிக்கண மாற்றங்கள். இது முதல் மாற்றம். வட குடும்பத்தில் ஒரு கதை காணப்படவில்லை. ஆனால் தென் குடும்பத்தில் அந்தக் கதை காணப்படுகிறது. அது ஏழாவது மாற்றம். அரசன் ஸ்வேதகி செய்த யாகங்களைப் பற்றிய கதைச் செய்தி வட குடும்பத்தில் பின்னர் சேர்க்கப்பட்டதாகக் கருதுவர். எனவே இறுதியில் உள்ள ஏழாவது மாற்றம் நமக்கு முக்கியமானதன்று. ஏனைய ஐந்தையும் நன்கு ஆராய்ந்தால் மேற்குறித்த மூன்று முயற்சிகளுக்குரிய தெளிவுகளை நாம் காண இயலும்.

சுக்தங்கரின் இரண்டாவது மாற்றம் விவரணம் பற்றியது. வரிகளின் மொத்த அளவு ஒன்றுபோல இருப்பினும் நுணுக்கத்தில் அவை வேறு பட்டு நிற்கின்றன. அந்தப் பகுதியில் திருதராஷ்டிரனின் நூறு மக்களின் பெயர்கள் (ஆதி பர்வம் 108), பழைய அரசர்களின் பெயர்கள் (ஆதி ப.1), சர்ப்பங்களின் பெயர்கள் (ஆதி ப.1), திரௌபதியின் சுயம்வரத்தில் கலந்துகொண்ட அரசர்களுடைய தாய், தந்தையரின் பெயர் விவரம் (ஆதி ப.173) முதலியவை அடங்கும். அவற்றை உத்திகள் என்ற உட்பிரிவில்தாம் வகைசெய்துள்ளோம்.

சுக்தங்கரின் இரண்டாவது வகை காவியத்தை விரிவாக்குவது. பொருளுக்கும், கதை நடத்திச் செல்லும் முறைக்கும் பாதிப்பு ஏற்படாமல் அது மேற்கொள்ளப்படுகிறது. அதில் ஆறு சிறு பிரிவுகள் உண்டு. முதல் சிறு பிரிவு (அ) ஒரு பட்டிகையில் காணும் பெயர்கள், செய்திகள் முதலியவற்றைப் பெருக்கிக் கூறுவது. கருடனைப் பெருங்கடவுளர் பலருடன் தொடர்புபடுத்தி உலகு கூறும் தெய்வ அம்சங்களுடன் இணைத்தல் இதற்கு எடுத்துக்காட்டு (ஆதி. ப.20). அறிவியல் பட்டிகை யில் மேலும் பல சேர்க்கப்பட்டுக் கண்வர் ஆசிரம வாசிகள் விரிவாக விளக்கியது (ஆதி. ப.64). சினத்தால் விளையும் கேடுகள் (ஆதி ப. 74), வசிஷ்டர் வளர்த்த காமதேனு நல்கும் பொருள் வரிசை (ஆதி ப. 165), சுபத்ராவுக்குக் கொடுக்கப்பட்ட ஸ்ரீதனப்பொருள்களின் பெருகிய பட்டியல் (ஆதி. ப.213) முதலியவை அந்த இனத்தைச் சாரும். அவற்றைக் கதை கூறும் உத்தி என்று நாம் வகைசெய்துள்ளோம். கதைகளை மீண்டும் கூறுதல், ஆக்க முயற்சிகள், விளக்க உரைகள் முதலியவற்றைச் சேர்த்தால் இரண்டாவது உட்பிரிவில் அடக்கிவிட முடியும். ஒரு பெண்

தனக்கு ஒரே ஒரு கணவன் வேண்டும் என்று மகாதேவரிடம் வரம் கேட்க ஐந்து முறை ஒரே நேரத்தில் அருளியதால் ஐந்து கணவர் கிடைத்த கதை தென்னகத்தில் பரவியிருப்பதால் மூன்று முறை ஆதி பர்வத்தில் (157) கூறப்பட்டுள்ளது. இதனைக் கதையைக் காத்துப் போற்றும் முயற்சியாக நாம் சிறு பிரிவு செய்துள்ளோம். கிருஷ்ணன், திருஷ்டத்தும்னன் ஆகியவர்களின் அதிசயப் பிறப்பு நமது இயல்பாக்கும் முயற்சியாகிய உட்பிரிவில் அடங்கும், அம்பையின் துயரம், பீமனுக்கும் சிற்றன்னை சத்யவதிக்கும் நடக்கும் உரையாடல், சூரியன் கர்ணனுக்குக் கூறும் எச்சரிக்கை முதலியவை பின்னர் வரும் பர்வங்களில் காணப்படுவன. முதற் பர்வத்தில் அவை அனைத்தும் முன்னிடம் பெற வேண்டும் என்ற எண்ணத்தால் கூறப்பட்டுள்ளன.

மூன்றாவது சிறு பிரிவு (இ) பிராமண சம்பிரதாயங்களைப் பிழையின்றி முழுமையாகத் தக்க தருணத்தில் மேற்கொள்வது பற்றியது. மணமுடித்த தம்பதிகளுக்குப் பரதன் பிறப்பது (ஆதி ப.92), திருதராஷ்டிரன், பாண்டு ஆகியவர்களின் பிறப்பு (ஆதி. ப. 100), அதன் பின்னர் பாண்டவர்களின் பிறப்பு (ஆதி. ப. 115) ஆகியவை இயல் பாக்கும் முயற்சியின் பாற்படும்.

நான்காவது சிறு பிரிவு (ஈ) நிகழ்ச்சிகளை விரிவுபடுத்துவதற்கு உரையாடலைப் பெருக்குவது, விரிவான வர்ணனை, கிளைக்கதை மரபு முதலியவற்றை நாம் கதை கூறும் உத்தியாகச் சிறு பிரிவு செய்துள்ளோம். காசியரசன் அரண்மனையில் பீமன் பட்ட அவ மரியாதை, தன்னுடன் உடல் புணர்ச்சிக்கு உடன்படுமாறு குந்தியைச் சூரியன் வேண்டுவது, பாண்டு இறந்த உடன் நிகழும் இடுகாட்டு உரை, சூரியன் முன்னே வசிஷ்டன் வருவதற்கு முன்னர் அவனை வழி படும் ஒரு ஸ்லோகம், திரௌபதியின் சுயம்வரத்தில் அவள் கையால் அவமதிக்கப்படும் அரசர்கள் அனுபவிக்கும் அவமரியாதை, துருபதன், பாண்டு சகோதரர்களுக்கு நல்கும் பரிசுகளின் விரிந்த பட்டியல், கிருஷ்ணன் நிகழ்த்தும் நீண்ட உரை, யுதிஷ்டிரர், குந்தி ஆகியவர்கள் கிருஷ்ணன் துவாரகை செல்லும்போது ஆற்றிய உரை, சித்ராங்கதா விடம் அர்ஜுனன் ஆற்றும் உரை முதலியவை இதில் அடங்கும். சிவபிரான், வாசுகி உமிழ்ந்த விடத்தை உண்ட கதை இந்த உட்பிரிவில் அடங்கும். பழங்கதையைப் பொதிந்து பாராட்டும் முயற்சியாக நாம் அதனைக் கூறியுள்ளோம். கவுரவர்களுக்கும், பாண்டவர்களுக்கும் இடையே நிகழும் போர் விளக்கச் செய்தி, பீமனுக்கும், பாகன் என்ற இராட்சஷனுக்கும் நடக்கும் கடும் போர் ஆகியவை கதைப் பொருள் முயற்சி என்ற சிறு பிரிவில் நாம் அடக்கியுள்ளோம். ஒரு பெண் பல சகோதரர்களை மணந்த முறையை ஏற்புடையதாக ஆக்க நளாயினி,

பௌமி ஆகியவர்களின் கதைகள் இயல்பாக்கும் முயற்சியில் அடங்கும். அந்த உட்பிரிவில் அவையனைத்தும் அடங்கி நிற்கின்றன.

நான்காவது சிறுபிரிவான (உ) அறக்கருத்துக்களைப் பெருக்கிப் பழமொழிகளைப் பலமுறை எடுத்துக்காட்டுவது, தென்னகத்தில் பெருவழக்குடையது. பல இடங்களில் பழமொழிகள் மீண்டும் மீண்டும் இடம்பெற்றுள்ளன. அது படிப்போரின் உணர்ச்சி நிலை என்ற உட்பிரிவில் அடங்கும்.

இறுதியிலுள்ள உட்பிரிவு (ஊ) (உடல் உறவு, பெண்ணுறுப்பு வருணனை முதலியவை பற்றியது) படிப்போரின் உணர்ச்சிப் பிரதி பலிப்பு என்ற இலக்கிய உந்தல் பிரிவில் அடங்கி நிற்கும். இடும்பி, சகுந்தலா, அம்பா முதலியவர்களைப் பற்றிய கூடுதல் விவரணங்கள் இந்த உட்பிரிவில் சேரும்.

சுக்தங்கரின் நான்காவது பிரிவு முழுவதும் வடநாட்டுப் பிரதி களில் காணும் கதைப்போக்கை மாற்றி அமைக்கும் செய்திகளை உட்கொண்டது. இதன் சிறுபிரிவில் காணும் மாற்றங்களிற் சில மற்றுள்ள பிரிவுகளில் முன்னரே குறிப்பிடப்பட்டுள்ளன. பரதனின் பிறழ்ந்த பிறப்பு முறையாக்கப்படுவது, முன்னரே சுக்தங்கர் இரண்டாவது பிரிவில் அடக்கியுள்ளார். புரோகிதர்கள் நடத்திய சர்மிஷ்டையுடன் யயாதியின் மணவினை, அபிமன்யுவின் பிறப்புப் பிறழ்ச்சியை நேராக்கு வதற்கு, அர்ஜுனன், சுபத்ரா ஆகியவர்களின் மணவினை, பராசரர் மத்ஸய கந்தியுடன் கொண்ட ஒழுங்கான மணத் தொடர்பு ஆகியவை இயல்புபடுத்தும் முயற்சியின் விளைவாகும்.

சுக்தங்கரின் ஐந்தாவது பிரிவு விடுபாடுகளை நிரப்பும் முயற்சியின் விளைவு; அழகிய அப்சரப் பெண்களைப் பார்த்து மயங்கியதால் திரவ்பதன் பிறந்த செய்தி, தென்திசைக் குடும்ப ஏடுகளில் காணப் படுகிறது. கதை கூறும் உத்தியில் இது அடங்கும்.

சுக்தங்கர் கூறும் ஆறாவது பிரிவு, போராட்டங்களை மிகுவிப்பது பற்றியது. அவ்விடங்களில் புறத்திணையின் தாக்கத்தைத் தெளிவாகக் காண இயலும். துருபதனை அடக்குவதற்குக் குருவினரும், பாண்டு புத்திரர்களும் நடத்திய போரும், பீமன், பகா அசுரன் ஆகியவர் களிடையே நடந்த பெரும் போரும் சுக்தங்கரால் முன்னரே இரண்டாம் பிரிவில் சேர்க்கப்பட்டுள்ளது. அவற்றை இலக்கிய உந்தலில் நாம் சேர்த்துள்ளோம்.

தென்னாட்டுக் குடும்ப ஏடுகளில் கூடுதலாகக் காணப்படும் வரிகளின் எண்ணிக்கை 2250 ஆகும். அவற்றுள் 30 சதமானம் கதை கூறும் உத்தியைச் சார்ந்தது. தமிழகத்தில் செல்வாக்குப் பெற்றுள்ள போர்

நிகழ்ச்சிகளைப் பற்றியவை 16 சதமானம் வரிகள். 14 சதமானம் உணர்ச்சிப் பிரதிபலிப்பைச் சார்ந்தன. கதைகளைப் பாதுகாக்கும் முயற்சியில் ஏறத்தாழ 25 சதமானம் வரிகள் அடங்கும். இயல்பாக்கும் முயற்சியில் சுமார் 20 சதமானம் வரிகள் அடங்கும். தென்னாட்டு ஏடுகள் திட்பத்தையும் கதைப் பொருத்தத்தையும், நடைமுறைக்கு ஒத்த போக்கையும் தழுவியவை என்று சுக்தங்கர் கருத்துக் கூறியுள்ளார். அதற்கு நேர்மாறாக வடநாட்டுக் குடும்ப ஏடுகள் திட்பமின்றி நெகிழ்ந்த கதையமைப்புடன் வரையறையின்றிக் கூறப்படும் கதைகள் போல் திருந்தாமல் நடப்பதாக, சுக்தங்கர் கருதுகிறார்.[3]

மற்றொரு பண்பாட்டிடத்தில் அல்லது மொழி வழங்கும் இடத்தில் காணப்படும் குடும்ப ஏடுகள் ஒரு மொழியில் காணப்படும் கடன் சொற்களைப் போன்றன. தத்பவம் என்ற வகையைச் சார்ந்த சொற்கள் இரு மொழிகளின் பொது எழுத்தேற்று உருப்பெறுவன; இயல்பு ஆக்கப்படுவன. கடன்பெறும் மொழியின் ஒலியமைப்பு, இலக்கண முறை முதலியவற்றை நுணுக்கமாக ஆராய்ந்தால் கடன் பெற்ற சொற்களில் காணும் மாற்றங்களை அளவிட்டறிய இயலும். கடன் சொற்களின் மூல உருவத்தையும், தத்பவ உருவத்தையும் ஒப்புநோக்கி ஆராய்ந்தால் எவ்வாறு ஒலி நிலையில் ஒன்றை ஒன்று இயல்பாக்கியுள்ளன என்று தெளியலாம். மொழி வரலாற்று ஆராய்ச்சியாயின் தத்பவச் சொற்களின் ஒலியமைப்பும், அவற்றின் சேர்க்கை பற்றிய நுண்ணிய தெளிவுகள் பலவும் தென்படும். மொழி வரலாற்றுக்கு அவற்றைப் பயன்படுத்தலாம் என்று வரலாற்று மொழியியல் அறிஞர்களிற் சிலர் கருதுகின்றனர். தத்பவங்களுக்கும், பிரதிக் குடும்ப வேறுபாட்டுக்கும் பொருத்தமுண்டு என்ற கருதுகோளை ஒப்புக்கொண்டால் இலக்கியத் திறனாய்வாளனுக்கு அவற்றின் அடிப்படையில் தோன்றும் மாறுபாடுகள் பலவகைச் செய்தித் தெளிவுகளை நல்கி கொள்கையாக்கத்திற்குத் துணை நிற்கும்.

பண்டை நாளில் தமிழ் இலக்கிய மரபில் காதலும், போரும் முன்னிடம் பெற்றதை இலக்கிய விவரண முயற்சி உறுதி செய்யும். நடுக்காலத்தில் பக்தியும், அறநிலை வாழ்வும் தமிழ் இலக்கியத்தில் பேரிடம் பெற்றன. எனினும் பழைய மரபுகளான காதலும், போரும் நடுக்காலத்திலும் மறைந்திடவில்லை. பரணிப் பாடல்கள் பல நூறும், கோவை நூற்களும் பழைய மரபு மேலும் தொடர்வதை வலியுறுத்தும். தமிழர்களின் 'உணர்ச்சிப் பிரதிபலிப்பிற்கு' அந்த இலக்கிய மரபுகளின் பங்கு கணிசமானது.

தஞ்சை சரஸ்வதி மகால் நூல் நிலைய ஏடுகளின் அடிப்படையில் தொகுக்கப்பட்ட தென்னாட்டுக் குல ஏடுகளின் மாறுபாடுகள் தமிழ்

இலக்கியக் கதைப் பொருளின் செல்வாக்கைச் சுட்டி நிற்கும். மகாபாரத ஏட்டு மாற்றங்களில் தமிழ் இலக்கியத் தாக்கத்தையும் உணர்ச்சிப் பிரதிபலிப்பையும் அளவிடுவதே இந்தக் கட்டுரையின் நோக்கம். விரிவாக, நுணுக்கமாக ஆராய வேண்டுமாயின் தென்னாட்டுக் குல ஏடுகளின் உள்ளமைப்பு, கதை நுணுக்கம் முதலியவற்றை ஆழமாக ஆராய வேண்டும்.

## குறிப்புகள்

1. மகாபாரதம்-ஆதிபர்வம், பதிப்பாசிரியர் வி.எஸ்.சுக்தங்கர், பந்தார்க்கர் ஓரியண்டல் ஆய்வு நிறுவனம், பூனா, 1933, ப.8.

திரு வி.ஆர். பிரபோதச் சந்திரன் நாயர் *(மொழியியல் துறை, கேரளப் பல்கலைக்கழகம்)* சமஸ்கிருத ஸ்லோகங்களை மொழிபெயர்த்து உதவியதற்கு நன்றி.

2. செய்திகள் தந்துதவியவர்: ஆர். பன்னீர் செல்வம் - ஆய்வு மாணவர், தமிழ்த்துறை, கேரளப் பல்கலைக்கழகம்.

3. முன்னுரை ப. 36, வி.எஸ். சுக்தங்கர்.

# சேரர்கள் பண்பாடு – மீட்டுரு அளித்தல்

பழைய சேரர்களின் பண்பாட்டை மீட்டுரு அளித்தல் என்ற தலைப்பில் எம்.இ.மாணிக்கவாசகம் கேரளப் பல்கலைக்கழகத்தின் தமிழ்த் துறையில் எம்.லிட். பட்டத்திற்குப் படைத்த ஆய்வறிக்கையில் கொள்கையாக்கத்தைப் பற்றி விரிவாக ஆராய்ந்துள்ளார். அத்தகைய ஆய்வறிக்கைகள் மிக அருமையாகவே காணப்படுகின்றன. தற்காலத் தெளிவுகளைப் பயன்படுத்திப் பண்பாட்டை மீட்டுரு அளிக்க முடியும் என்ற எனது அடிப்படைக் கொள்கையைப் பண்பாட்டு இயலில் கவனமாகச் செயல்படுத்தியுள்ளார்.

ஏறத்தாழ நான்கு ஆண்டுகளாக மாணிக்கவாசகம் சங்க இலக்கியங் களை நுணுக்கமாகப் படித்தறிந்து தேவையான தகவல்களைச் சேகரித்தார். முதுகலைப் படிப்பில் அவர் வரலாற்றைப் பாடமாகப் படித்து, கேரள மாநிலத்தில் முதல் மாணவராகத் தேறினார். வரலாற்றுப் பயிற்சி அவரது ஆராய்ச்சிக்குத் துணை நிற்கிறது. அவர் கற்ற இரண்டாவது மொழி மலையாளம் ஆகும். தமிழ் மொழியைத் தன்னுடைய முயற்சி யால் படித்துத் தேறினார். மொழியியலின் அடிப்படைக் கொள்கை களையும் தெரிந்துகொண்டார். பண்பாட்டுத் துறையில் என்னுடன் படித்து, குற்றமற்ற அறிவுத் திறனைப் பெற்றார். அனுபவமிக்கவர்கள் கூட அஞ்சும் பண்பாட்டு மீட்டுரு அளிக்கும் தலைப்பை ஏற்று, ஆய்வு செய்ய அவர் மனம் பதறவில்லை. சங்க இலக்கியத்திலிருந்து தொகுத்த செய்திகளையும் அவற்றின் தரவுகளையும் இணைத்துப் புது நெறி வகுத்து ஈடுபாட்டுடன் உருவாக்கியுள்ள அந்த ஆய்வறிக்கையைப் படிப்பவர்கள் எவராயினும் மிகவும் மகிழ்வர்.

பழமை மீட்டுருவளிக்க விரும்புபவர்களுக்குக் கிடைக்கும் மூலாதாரச் சான்றுகள் மிகக் குறைவாகும். இலக்கியமும் ஏனைய எழுத்துருக்களும், அகழாய்வுத் தெளிவுகளும் பிற மொழிகளில் காணப்படும் சமகாலக் குறிப்புகளும் மூலச் சான்றாக அவர்களுக்கு அமைகின்றன. இலக்கியங் களின் முக்கியக் குறிக்கோள் பண்பாட்டுத் தெளிவுகளைப் பாதுகாப்ப தன்று. தமது முதற்பொருளுக்கேற்பப் பண்பாட்டுக் கூறுகளைப் பாடுபொருளாகப் பாட்டில் அமைப்பதுதான். அவ்வாறு காணப்படும் பண்பாட்டுத் தெளிவுகள் செய்திகளாகப் பாட்டின் தேவைக்கேற்பக்

கூட்டியும் குறைத்தும் இடையீட்டுடன் தொகுக்கப்பட்டிருக்கும். சில மிகைச் சொற்களால், சில அலங்காரச் சொற்களால் பின்னப் பட்டிருக்கும். எனவே இலக்கியத்தில் காணப்படும் பண்பாட்டுச் செய்தி களின் உண்மை நிலையை உறுதிப்படுத்தவேண்டும். எங்கெல்லாம் பண்பாட்டுக் கூறுகள் விடுபட்டுள்ளனவோ அங்கெல்லாம் அவற்றை நிரப்ப வேண்டும். அப்போதுதான் பண்பாடு பற்றிய செய்தி முழுமை பெறும்.

உண்மை நிலையை உறுதிசெய்வதற்கும் இடையீட்டை நிரப்பு வதற்கும் கேரள மாநிலத்தில் காணப்படும் சமுதாயங்களின் சமகாலப் பண்பாட்டுக் கூறுகளை மாணிக்கவாசகம் பயன்படுத்தி உள்ளார். அவருடைய ஆய்வுப்போக்கும் கொள்கையளவில் பாராட்டத்தக்க தாயினும் சிறிய தோதில் அங்கொன்று இங்கொன்று என்று சொல்லுமாறு பண்பாட்டுக் கூறுகளைக் கையாண்டுள்ளார். கேரளச் சமுதாயங் களைப் பற்றிய பண்பாட்டு விவரணங்கள் மிகச் சிறிய அளவில் மட்டும் கிடைப்பதால் அவ்வாறுதான் ஆய்வாளன் செய்ய இயலும். எனவே வருங்கால ஆய்வுகளால் மாணிக்கவாசகத்தின் முடிவுகள் சில மாற்றப் படலாம். கொள்கையாக்க முயற்சியின் விளைவாகக் காணப்படும் பல அம்சங்கள் உறுதிப்படுத்தப்படலாம்.

உலகத்திலுள்ள இலக்கியங்களில் மிகப் பழமையானவை கிரேக்க லத்தீன் இலக்கியங்களாகும். அவற்றின் இலக்கிய மேன்மை ஒப்புயர் வற்றது. சமஸ்கிருத வேதங்கள் சமுதாயச் செய்திகளின் குவியல் தொகுப்பு. ஆனால், அவற்றில் இலக்கியத் தன்மை குறைவாகவே காணப்படுகிறது. ஆனால் சங்க இலக்கியங்கள் பண்பாட்டுக் கூறுகளை இலக்கிய நயத்தோடு பாதுகாத்துள்ளன. பி.எல்.சாமி வெளியிட்ட 'சங்க இலக்கியத்தில் செடி, கொடி' என்ற நூலில், 'மலர்கள், செடி, கொடி, மரங்கள் ஆகியவற்றைப் பற்றிய நுட்பச் செய்திகளைச் சங்க இலக்கியங்கள் காப்பாற்றி வைத்துள்ளன. இலக்கிய நயம் கெடாமல் அவற்றைச் சங்க இலக்கியங்கள் இணைத்துப் பின்னியுள்ளன' என்று தமது கருத்தை வெளியிட்டுள்ளார்.

சங்க இலக்கியத்தில் காணப்படும் மக்களின் பண்பாடு பற்றிய செய்திகளை விளக்குவதற்கு உ.வே. சாமிநாத ஐயர் இக்காலச் சமுதாய வழக்கங்களைப் பற்றிய தெளிவுகளைப் பயன்படுத்தியுள்ளார். எடுத்துக் காட்டாக இடையர்கள் கன்றுகாலிகளுக்குத் தீவனமாக இடும் இலை, தழைகளுள்ள கிளைகளை வெட்டும் முறையை விளக்கமாகக் கூறி யுள்ளார். காதல் முறை, மணவினை, பிறப்பு, இறப்பு முதலிய சடங்கு களைப் பழங்குடி மக்கள் வாழ்க்கை விவரணத்திலிருந்து தொகுத்துத் தொல்காப்பியப் பொருளதிகாரத்தின் முன்னுரையாக

மு. இராகவையங்கார் விளக்கியுள்ளார். அவருடைய ஆய்வின் போக்கு அன்று புதுமையாக இருந்தது. எனினும் மேல்வாரியாக அமைந்த ஒன்று என்றே கூற வேண்டும். அதைப்போன்று மேலோட்டமாக அமைந்தது 'கேரளப் பழங்குடி மக்கள்' என்ற எனது கட்டுரை. அதில் தென்னிந்தியாவில் வாழும் பழங்குடிச் சமுதாயத்தினரின் பண்பாட்டுக் கூறுகளைத் தொகுத்து, தமிழ் இலக்கியத்தை விளக்க முயன்றுள்ளேன்.

மேலும் பல ஒப்புமைக் கூறுகளை இன்று நான் கூற முடியும். குறிஞ்சி, முல்லை, பாலை என்று நிலங்களைப் பகுக்கும் முறையைத் தென்னிந்தியாவில் வாழ்ந்துவரும் இருளர்களும் செஞ்சுக்களும் பின்பற்றுகின்றனர். மணமுறையில் தலைவனும் தலைவியும் உடன் போவது, வருங்கால மருமகன் தனது மாமனார் வீட்டில் தனது வருங்கால மனைவி பூப்பெய்வதுவரை பணிசெய்வது ஆகியவை மலைவாழ் மக்களிடையே காணப்படுகின்றன. மணச் சடங்கின் ஒரு பகுதியாகத் தாலி கட்டுவது, விதவை நிலை, அதனால் ஏற்படும் துன்பங்கள், சங்கால் செய்த வளையல்களை மணந்த நிலையைத் தெரிவிக்கப் பெண்கள் அணிவது, சமைத்த உணவை இறந்தவருடைய வாயில் படைப்பது இன்றும் மலைவாழ் மக்கள் பண்பாட்டில் காணப்படுகின்றன. அத்தகைய மலைவாழ் மக்கள் பற்றிய விவரணங்கள் முழுமையாகக் கிடைக்காவிட்டாலும் மேற்குறித்த செய்திகளை உறுதிப்படுத்தப் போதிய சான்றுகள் கிடைத்திருக்கின்றன. ஸ்ரீ வைகுண்டத்தில் வாழும் 'கோட்டைப் பிள்ளைமார்' என்ற சமுதாயத்தினர் சங்க இலக்கியத்தில் காணும் இருங்கோவேள் என்ற குறுநில மன்னர்களின் மரபினர் என்று இனம் காணும் ஆய்வு, அண்மையில் நடந்தேறியுள்ளது. மேற்குறித்த ஆய்வுகள் அனைத்தும் இன்று வாழும் சமுதாயப் பண்பாட்டு விவரணங்கள், பழைய இலக்கியங்களில் காணப்படுகின்ற வரலாற்றை உறுதிப்படுத்த உதவும் என்பதைத் தெளிவிக்கின்றன. பழைய தமிழ்ச் சமுதாயத்தின் வரலாறு, பண்பாடு, உறவுமுறை முதலியவற்றை முன்னாளில் இருந்து தொடர்ச்சியாகக் கூறுவதற்கும் அத்தகைய ஆய்வு தேவை.

அவ்வாறு சமவெளிகளிலும் மலைவாழிடங்களில் வாழும் பழங்குடிகளின் பண்பாட்டுக் கூறுகளை ஊகிப்பதற்குப் பல தடைகளும் குறைபாடுகளும் ஏற்படும். நேராகக் கடன் பெறுதலும் மறைமுகமாகக் கடன் பெறுதலும் அவற்றால் ஏற்படும் கூறுகளையும் மிகக் கவனமாக இனங்கண்டு ஒதுக்க வேண்டும். பண்பாட்டியலில் மேலும் ஒரு சிக்கல் தொடர்ந்து காணப்படுகிறது. பண்பாட்டுக் கூறுகளை (*கல்ச்சுரல் காம்ப்ளக்ஸ்*) எவ்வாறு அடையாளம் காண்பது என்பதற்குரிய அடிப்படைக் கொள்கை எதுவும் இதுவரை உறுதிசெய்யப்படவில்லை.

மொழியியல், வருகை முறை (டிஸ்டிரிபூசன்) என்ற ஒன்றை மிகவும் வெற்றிகரமாகப் பயன்படுத்தி மொழியின் கூறுகளை நிறுவுகின்றது. அதனை மாணிக்கவாசகம் பண்பாட்டுக் கூறுகளுக்குப் பயன்படுத்தி அவற்றை நிரூபிக்கின்றார். ஆனால் இந்தியாவில் முதிர்ந்த பண்பாட்டியல் அறிஞர்களிற் சிலர், அவருடைய முறையை ஏற்றுக் கொண்டார்கள் என்று சொல்ல முடியாது. அவர்களுக்குப் பண்பாட்டுக் கூறுகளை இனம்காண்பது ஒரு சிக்கலாகத் தோன்றவில்லை.

முன்னுரையை விரிவாக எழுதுவது என்னுடைய எண்ணமன்று. கேரளப் பல்கலைக்கழகத் தமிழ்த் துறை அறையின் ஜன்னல் ஒன்றில் பொருத்தப்பட்டுள்ள உடைந்த கண்ணாடி வழியாகக் காலைச் சூரியக் கதிர்கள் ஒளி வீசி இருளை அகற்றும்போது, மாணிக்கவாசகத்திடம் ஒரு நாள், 'முன்கால மக்கள்தொகையை நாம் ஊகிக்க முடியும்' என்ற கருத்தைக் கூறியதை உங்கள் அனுமதியுடன் நான் இங்கே குறிப்பிட விரும்புகிறேன். மாரிஸ் சுவதேஷ் என்ற அறிஞர் கிளாட்டோ குரோனாலஜி என்ற கருதுகோள் வழி சொல் மாறுபாடு ஒவ்வொன்றிற்கும் ஒரு குறிப்பிட்ட வயது வரம்பை நிர்ணயித்தது போன்று, ஜனத்தொகைப் பெருக்கத்திற்கும் நாம் மேற்கொள்ள முடியும் என்று நான் கூறிய ஆலோசனையை ஏற்று அன்றே ஏகதேசமாகக் கணக்கு வாய்பாடு ஒன்றைத் தோற்றுவித்து உறுதி செய்தார். என்னுடைய கணக்குத் திறமை அன்று மிகவும் துருப்பிடித்துப் போயிருந்தது. அன்று முழுவதும் மாணிக்கவாசகம் ஈடுபாட்டுடன் அந்தப் பிரச்சினையில் மூழ்கி ஆய்ந்து, கணித வாய்பாடு ஒன்றைச் செப்பஞ்செய்தார். ஏகதேசமான அந்த வாய்பாட்டின்படி கிடைத்த செய்திகள் அன்று மிகவும் உற்சாகமளித்தன. கிறிஸ்து பிறந்த 100ஆவது ஆண்டில், கேரள மாநிலத்தில் ஒரு லட்சம் மக்கள்தாம் வாழ்ந்தனர் என்று கூற முடிந்தது. அவ்வாறாயின் பெருகிய, நிலையான ஒரு படைபலம் அன்று உருவாகி இருக்க இயலாது. போர் என்றால் எல்லோரும் – இளைஞர்களும், முதியவர்கள் அனைவரும் – படையில் சேர்வார்கள். உணவுப் பொருள்கள் ஏராளமாக அன்று கிடைத்திருக்கும்; ஏனென்றால் மக்கள் தொகை மிகக் குறைவு.

மாணிக்கவாசகம் வெளியிட்ட கட்டுரை ஒன்றைச் சீர்தூக்கிய அரசியல் அறிஞர் கே. சந்தானம் சங்க காலத்தில் ஒவ்வொருவருக்கும் கிடைக்கக் கூடிய பயிர் நிலத்தின் அளவைக் கணக்கிட்டுக் காட்டினார். அன்று ஒவ்வொருவருக்கும் ஏறத்தாழ 10 ஏக்கர் நிலம் இருந்திருக்கும் என்பது அவருடைய ஊகம். அக்பர் சக்கரவர்த்தியின் காலத்தில் படையாளிகளின் எண்ணிக்கை, நில அளவீட்டின் மூலம் தெளிவான நிலங்களின் பரப்பு ஆகியவற்றை அடிப்படையாகக் கொண்டு ஜனத்தொகையை

மீட்டுரு அளித்த முயற்சியை என் கவனத்திற்குச் சிலர் பின்னர் கொண்டு வந்தனர். தென்னிந்தியாவின் பண்டைய மக்கள் தொகையை ஊகிப்பதற்கு மாணிக்கவாசகத்தின் பெயரில் இப்போது வழங்கும் வாய்பாடு மிகவும் துணை செய்யும். உலகின் எந்தப் பகுதியிலும் அதனைப் பயன்படுத்தி மக்கள்தொகையைக் கணக்கிட இயலும். பல ஆண்டுகள் அந்த வாய்பாட்டால் மாணிக்கவாசகத்தின் பெயர் நிலை நிற்கும். ●

## மணவகை

மணவகை பண்பாட்டின் ஒரு பகுதி. மதச்சடங்குகள், உறவுமுறை, குடும்ப அமைப்பு, ஆட்சி முறை, நுகர்பொருள்கள் முதலிய பல பிரிவுகளாக விரிந்து நிற்கும் பண்பாட்டுத் துறையில் மணமுறை ஒரு கூறு – ஒரு சிறிய கூறு – எனலாம்.

கிறிஸ்து பிறப்பதற்குச் சற்று முன்பு இருந்தே தமிழ் இலக்கியச் செல்வம் நமக்குக் கிடைத்திருப்பதால், அவற்றைப் பயன்படுத்தி, பண்பாட்டுக் கூறுகள் முன்பு எப்படி இருந்தன, இப்போது எப்படி இருக்கின்றன என்று காண முடியும். இக்கூறுகள் எந்த அளவுக்குத் தமிழகத்தில் நிலவி இருந்தன; எந்தச் சடங்கு முறைகளைத் தழுவி இருந்தன என்று தெளியவும் இயலும். புதைபொருள் சான்றோ, சம காலத்தவர் குறிப்போ சிறிய அளவில்தான் தமிழகத்தைப் பற்றிக் கிடைத்திருப்பதால், பண்டைய இலக்கியங்களுக்கு - குறிப்பாகச் சங்க இலக்கியங்களான பாட்டும் தொகைகளுக்கும் - தனிமதிப்புண்டு.

பண்பாட்டுக் கூறுகளை அறிய இலக்கியச் சான்றுகளை எந்த அளவுக்குப் பயன்படுத்த முடியும் என்று சந்தேகிப்பது இயல்பே.

இலக்கியம் பண்பாட்டைக் கூறும் நூலன்று. இலக்கியத்தில் இலக்கியச் சுவையை மிகுவிக்கும் இயல்புகளையே எதிர்பார்க்க முடியும். பண்பாட்டைக் கூறுவதே இலக்கியமெனக் கொண்டால், சமூக இயலைப் பற்றிய எல்லா நூற்களும் இலக்கியங்கள் என்று கருத நேரிடும். எனவே இலக்கியத்தில் காணும் பண்பாட்டுக் கூறுகள் இலக்கிய இன்பத்தைப் பெருக்குவதற்குக் கையாளப்பட்டவை. வாழ்க்கையில் காணும் கூறுகளிற் சிலவற்றைக் கூட்டியும் குறைத்தும், மாற்றியும் மறைத்தும் இலக்கியம் எடுத்தாண்டிருக்கும். இதனால் வாழ்க்கையில் காணும் எல்லாப் பண்பாட்டுக் கூறுகளையும் இலக்கியத்திற் காண முடியும் என்று எதிர்பார்ப்பது இயலாது. இலக்கியத்தில் காணும் செய்திகள் முழுமைத் தன்மை உடையவையா என்று அறிய வேண்டுமாயின் வேறு ஆதாரங்கள் நமக்குத் தேவை.

மற்றொரு ஐயத்தை நான் இங்கே கூற வேண்டும். இலக்கியத்தில் காணும் பண்பாட்டுச் செய்திகள் அனைத்தும் உண்மையில் தமிழர்கள் இடையே நிலவிய செய்திகள்தாமா? அல்லது பொதுச் செய்திகளும் கலந்து இருக்கின்றனவா?

இருந்ததை இருந்தவாறு கூறுவது இலக்கியத்தின் போக்கு அன்று; அது விஞ்ஞானத்தின் போக்கு. இருந்ததையும் இல்லாத செய்திகளையும் இலக்கியம் கூறும். இதனால் இலக்கியத்தில் ஆங்காங்கே காணப்படும் பண்பாட்டுச் செய்திகள் அனைத்தும், அன்றையத் தமிழர் வாழ்வில் இடம் பெற்றிருந்தவை என்று நம்ப இயலாது. அவ்வாறு நம்ப வேண்டுமாயின், அதற்கு வேறு ஆதாரங்கள் தேவை.

இலக்கியத்தில் காணும் பண்பாட்டுக் கூறுகள் முழுமைத்தன்மை உடையனவா? உண்மையானவையா? என்று தெளிய ஒரு முறையைக் கையாண்டு ஆதாரங்களைத் தேட முடியும். இம்முறையை உயிரியல் கையாண்டு பழைய உயிரினங்களின் நிலையைத் தெளிந்திருக் கிறது. இதைப் பின்பற்றி மொழி இயலும், மொழிகளின் பழைய நிலை எதுவாக இருக்கும் என்று ஊகித்துள்ளது. இதனை இத்துறையினர் அனைவரும் பழமைத்தோற்றம் (ரீகன்ஸ்ட்ரக்சன்ஸ்) என்பர். அதற்கு அடிப்படையாக அமைந்துள்ள கருத்துக்களை எளிதாக விளக்கித் தெரிவிக்க இயலும். பெற்றோருக்கு நான்கு மக்கள் இருக்கின்றனர் என்று வைத்துக்கொள்வோம். பெற்றோர் இறந்துவிட்டனர்; மக்கள் மட்டுமே உயிருடன் இருக்கின்றனர். பெற்றோரின் இயல்பை அறிய வேண்டுமாயின் உயிரியல் நூலார் மக்களின் இயல்பை அறிந்து பெற்றோரை ஊகிக்கின்றனர். எல்லா மக்களிடமும் சில பொது இயல்பு இருக்கின்றன என்று வைத்துக்கொள்வோம். அவை பெற்றோரிடம் இருக்கும் என்பது உயிரியலாளரின் கருத்து. குழந்தைகள் அனைத்தும் முன்கோபம் உடையவர்களாயின் பெற்றோர்களும் முன்கோபம் உடையவர்கள் என்று ஊகித்துக்கொள்வார்கள். குழந்தைகளிடம் வேறுபாடு இருக்குமாயின் அவ்வியல்புகள், ஒன்று பிற குழந்தை களிடம் இருந்து கடன் பெற்றவையாக இருக்கும் அல்லது, குழந்தைகள் பிறந்த பின்னர் அவர்கள் ஒவ்வொரு சூழ்நிலைக்கு ஏற்பத் தாமே தோற்றுவித்துக்கொண்டவையாக இருக்கும் என்று உயிரியல் நூலார் நம்புகின்றனர். இந்த முறையைப் பண்பாட்டுச் செய்திகளின் ஆராய்ச்சிக்கும் பயன்படுத்த இயலுமா? என்று பார்ப்போம்.

இன்று, பல பிரிவுகளாகத் தோன்றும் தமிழர் பண்பாடு முன்னர் ஒரே மூலத்தில் இருந்து பிறந்தவை என்று ஊகிக்க முடியும். ஒரு தாயின் குழந்தைகளான இவற்றில், பல ஒற்றுமை இயல்புகளும் வேறுபட்ட இயல்புகளும் இருப்பது இயற்கை. வேறுபட்ட இயல்புகளில் பெரும் பகுதியும், பிறரிடம் இருந்து கடன் பெற்றவையாக இருக்கலாம் அல்லது சூழ்நிலை காரணமாகத் தாமே தோன்றியவையாக இருக்கலாம். ஆனால் ஒற்றுமை இயல்புகள் அனைத்தும் இவற்றின் தாயிடம் இருந்துதான் தோன்றின என்று துணிவாகக் கூற முடியும். இன்றுள்ள பண்பாட்டு

வகைகளை ஆராய்ந்து அவற்றில் காணும் ஒற்றுமைக் கூறுகளை வரையறை செய்துகொண்டோம் எனின், இலக்கியத்தில் காணும் பண்பாட்டுச் செய்திகளுடன் அவற்றை ஒப்பிட்டு, இலக்கியம் கூறுவதில் எவைஎவை முழுமையானவை, எவை உண்மையானவை என்று தெளிய முடியும்.

இந்த முறையின் நுணுக்கங்களையும் கையாளும் வழிகளையும், ஆய்வு மாணவர் எம்.ஈ. மாணிக்கவாசகம், விரிவாக எழுதி இருக்கிறார். எனவே இங்கு நான் அவற்றை விளக்கவில்லை. இலக்கியத்தில் காணும் பண்பாட்டுச் செய்திகளை அவ்வாறே நம்புவதில் இடர்ப்பாடுண்டு என்பதை மட்டும், இங்குத் தெரிவித்துவிட்டுச் சங்க இலக்கியங்களில் என்னென்ன வகையான மணங்கள் காணப்படுகின்றன என்று கீழே தொகுத்துத் தந்திருக்கிறேன். எல்லா இலக்கியச் சான்றுகளையும் குறிப்பதே முறையாயினும் அலுப்பு ஏற்படாமல் இருக்கச் சிலவற்றை மட்டுமே அந்தந்த இடங்களில் குறித்திருக்கிறேன்.

மணவகை பற்றிய செய்திகள்,

1.களவு மணம்
2. ஏறுதழுவு மணம்
3.போர் வெற்றியால் நடக்கும் மணம்
4.பெண் விலை கொடுத்துப் பெறும் மணம்
5. இரண்டாந்தார மணம்

என ஐந்து வகையாகப் பிரித்துக்கொள்ளலாம்.

### 1. களவு மணம்

இளம்பெண் ஒருத்தியைத் தலைவன், விளையாட்டு இடமான மலைச் சாரலில் கண்டு, ஆயமும் தோழியும் தெளிவாக அறியாமல், மாயமாகப் புணர்வதே களவு மணம். களவு ஒழுக்கத்தில் ஏற்படும் இன்பதுன்பங்களை விரிவாக அக இலக்கியங்கள் பேசுகின்றன. தொல்காப்பியத்தில் அகத்திணையியலும், களவியலும் இதன் பிரிவுகளை வகை செய்கின்றன. களவின் முதிர்வில், தலைவியின் பெற்றோர் உடன்படின் தலைவன் முறைப்படி அவளை ஊரில் மணப்பான் (குறுந்தொகை 51) . உடன்பாட்டைப் பெறுவதற்கு அரும்பொருள் கொடுத்தலும் உண்டு (ஐங்குறுநூறு 147). தலைவியின் பெற்றோர் உடன்படவில்லையாயின் உடன் போக்கு நிகழும் (ஐங்குறுநூறு 312). உடன்போக்கின்பின், தலைவன், தலைவியின் பெற்றோர் மனைக்குத் திரும்புவதும், அன்னையர்களால் உபசரிக்கப்படுவதும் உண்டு (அகம் 194). திரும்பாமல் இல்லற வாழ்க்கையைத் தொடர்வதும் உண்டு. களவு மணத்திற்கு மணவினை நிகழ்வது கட்டாயம் அன்று (தொல். கற்பு 143). அகநானூறு, கலித்

தொகை, நற்றிணை, ஐங்குறுநூறு, குறுந்தொகை, குறிஞ்சிப்பாட்டு ஆகிய நூற்களில் களவின் பிரிவுகளைக் காண இயலும்.

## 2. ஏறுதழுவு மணம்

கலித்தொகையில் மட்டும் ஆயர்குல வழக்கமாக ஏறுதழுவு மணம் குறிக்கப்படுகிறது. ஆனேற்றை அடக்கியவன் தன் மகளை மணப்பான் எனத் தந்தை அறிவிக்க ஆயர்குல இளைஞர்களில் ஏற்றை அடக்கியவன் மணம் செய்வான். இம்முறையில் நடக்கும் மணம் இன்றும் இராமநாத புர மாவட்டத்தில் அருகிக் காணப்படுவதாகச் செய்தி உண்டு. காதல் காரணமாக இது நடைபெறுவது அன்று. ஏறுதழுவி மணந்தபின் காதல் அரும்பலாம். கலித்தொகை 104, 105 முதலிய பாக்கள் இதனை விரிவாகக் கூறுகின்றன.

## 3. போரில் வென்றதால் நடக்கும் மணம்

அரசர் பெண் கேட்பத் தந்தை மறுப்பின், இருவருக்கும் போர் நடை பெறும். அரசன் வென்றால், பெண்ணை மணப்பான். தொல்காப்பியப் புறத்திணை இயல் (79) இதனை, மகட்பாற் காஞ்சியென வகை செய்கிறது. புறநானூற்றில், இது பற்றிப் பதினெட்டுப் பாடல்கள் காணப்படுகின்றன. அரசர் பெண்ணினது தந்தை தமையன்மாருடன் போருக்கு ஒருப்படும் செய்தியை 336, 337, 338 முதலிய பாடல்கள் கூறுகின்றன. அரசர் இருவர் தமக்குள் பொருது, வென்றவர் அந்தப் பெண்ணை மணப்பர் என்ற செய்தி, புறம் 339 பாடல் குறிப்பாகத் தெரிவிக்கிறது. தந்தை தனது மகளை வேந்தருக்கு மணம் முடிக்கக் கருதியிருந்ததும் உண்டு (340). மணம் காரணமாக வீரர்க்கு இடையே போர் நடக்கும் என்ற குறிப்பு, துணங்கைக் கூத்துள் ஒரு பகுதியாகக் கூறும் குறுந்தொகைச் செய்யுளால் (364) ஊகிக்க இயலும். இங்கும் மணத்திற்குக் காதல் காரணம் அன்று.

## 4. பொருள் கொடுத்துப் பெறும் மணம்

பெண் விலையாக அருங்கலனும் ஊரும் நல்கி மணம் செய்வதும் உண்டு அகம் (90). பொருள் கொடுத்து மணம் செய்தலை ஆயர்கள் வேண்டார் எனக் கலி (68) கூறுகிறது. பொருள் கொடுப்பினும் தந்தை இசையான் என்று புறம் (343) தெரிவிக்கிறது. களவின் முதிர்வில் நடக்கும் மணத்திற்கும் பொருள் கொடுத்தல் உண்டு. பொருள் போதாத நிலை ஏற்படின், தலைவன் தன் ஊரைவிட்டு, பெண்ணின் தந்தை செய்யும் தொழிலுக்குத் துணையாக இருந்து, அவருக்குப் பிற பணிவிடைகள்

செய்து அவளைப் பெற நினைக்கும் செய்தியும் அகம் (280) கூறுகிறது. எனவே களவின் முதிர்வில் பொருள் கொடுத்து மணவினை செய்வதும், இல்லாமல் பொருள் கொடுத்து மணப்பதும் உண்டு. பின்வகையாயின், தந்தையின் இசைவு இல்லாமல் மணம் நடைபெறாது.

### 5. இரண்டாந்தார மணம்

முன் மணந்த மனைவி, தலைவனால் இரண்டாவதாக மணக்கப்பட்ட இளையாளை வரவேற்கும் செய்தியை ஐங்குறுநூறு (292) கூறுகிறது. மகப்பேறு இல்லாததால் இவ்வாறு, இரண்டாம் முறையாக மணம் நடக்கும் என்று தொல்காப்பியக் கற்பியல் சூத்திரத்தில் (172) நச்சினார்க்கு இனியர் கூறுகிறார். அதற்குக் கற்பியல் 174ஆம் சூத்திரமும் இடம் தருகிறது.

தலைவன் பரத்தையருடன் தினந்தோறும் நடத்தும் வதுவை பற்றி இங்கே, எதுவும் கூறவில்லை. நிரந்தரமான மணமாக அது தோன்ற வில்லை.

மேற்கூறிய மணமுறை ஐந்திலும் களவு மணம் எல்லா நிலத்திலும் நடக்க வல்லது. அதன் பல நிலைகளைப் பற்றித் தொல்காப்பியமும், சங்க இலக்கியங்களும் சிறப்பிப்பதால், தமிழ் இலக்கிய மரபிற்கு அது சிறந்தது என்று கூற முடியுமே அன்றிப் பண்டைத் தமிழகத்தில் நடைபெற்ற மணமுறைகள் அனைத்தும் களவின் நிமித்தம் நடந்தவை என்று கூற இயலாது. பொருள் கொடுத்து நடக்கும் மணமும், பல நிலத்தும் நிகழ்ந்துள்ளது. ஏறுதழுவு மணம் ஆயர் இடையே மட்டும் இருந்தது என்று ஊகிக்க இயலும். மன்னர் போரால் நடக்கும் மணமும் எந்த சாதிக்கு உரியது என்று கூறுவதற்குத் திட்டமான சான்று இல்லா விடினும் அரசரல்லாத மற்றவர்கள் இடையே இருந்தது என்று ஊகிக்கலாம்.

களவின் வழி வந்த கற்பு, களவின் வழி வாராக் கற்பு எனக் கற்பை இருவகையாகப் பின்னுள்ளோர் பகுத்ததின் அடிப்படையும் இதனால் விளங்கும்.

இலக்கியச் சான்றால் நிறுவ இயலும் ஐவகை மணமுறைகளும் தற்காலத் தமிழ்ப் பண்பாட்டில் இடம்பெற்றுள்ளனவா? என்று ஆராய்ந்து அறிந்த பின்னர்தான் அவற்றை உண்மையென நம்ப முடியும். இதை இங்கே கூற முயலவில்லை.

## ஊர்ப்புறங்களில் சமுதாயப் பண்பாட்டு மாற்றம்

நொபரு கரஷிமா, ஒய். சுப்பராயலு, பி. சண்முகம் ஆகிய மூவரும் நன்றாக அச்சடித்து வெளியிட்டுள்ள திருச்சி மாவட்ட ஊர்ப்புறங்களில் சமுதாயப் பண்பாட்டு மாற்றம் என்ற அரிய நூலில் நொபரு கரஷிமா எழுதிய இரு ஆய்வுகளும், ஒய். சுப்பராயலு எழுதிய ஒன்றும், மூன்று ஆசிரியர்களும் சேர்ந்து எழுதியுள்ள இறுதிக் கட்டுரையும் இடம் பெற்றுள்ளன. எல்லா ஆய்வுகளும் திருச்சி, புதுக்கோட்டை மாவட்டங் களில் நில வரி, நில வருமானம் பற்றி நுணுக்கமாக விளக்குகின்றன. மொழியியல் பற்றிய ஒரு சஞ்சிகையில் அந்த நூலைச் சீர்தூக்குவது பொருத்தமற்றது. அதிலும் மொழியியல் பயிற்சியுடைய ஒருவன் சீர்தூக்குவது மிகவும் பொருத்தமற்றது. எனினும் அந்த நூலில் காணும் சில கருத்துக்கள் அந்தச் சீர்தூக்கலை மேற்கொண்டது சரியானது என்று நிரூபிக்கும்.

ஜப்பானிய, இந்திய ஆய்வாளர்கள் சேர்ந்து நடத்தும் ஒரு ஆய்வுத் திட்டத்தின் கீழ் அந்த நூலும் இனிமேல் அச்சேறி வெளியாக இருக்கும் ஏனைய நூற்களும் விரைவில் வெளிவரும். அந்த ஆய்வுக்குழுவில் அகழாய்வு விற்பன்னர், பண்பாட்டு ஆய்வாளர்கள், பொருளாதார நிபுணர்கள், பூ நிலை ஆய்வாளர்கள், வரலாற்று ஆய்வாளர்கள் ஆகியவர்கள் அடங்கி இருப்பினும் மொழியியலாளர் ஒருவரும் இல்லாதிருப்பது பெருங்குறையாகும். மொழியியலாளர்கள் ஒத்துழைப் பாராயின் பண்பாடு, சமுதாயம் முதலியவற்றின் சில கூறுகளை விளக்க முறச் செய்திருப்பர். தமிழ் வளர்ச்சிக்கும் சமுதாய உருவாக்கலுக்கும் வழக்கு மொழி அமைப்பிற்கும் இடப்பெயர், ஊர்ப்பெயர் ஆய்விற்கும் துணை நின்றிருப்பர்.

லால்குடி, பெரும்பாளூர் தாலுகாக்களில் பெரும்பாலும் வாழும் சுருடிமான் வகுப்பினரும் மலையிலிருந்து வந்த பள்ளி வகுப்பினரும் முதலாம் இராஜ இராஜன், முதலாம் இராஜேந்திரன் ஆகியவர்கள் பிற நாடுகளை அடக்கத் திட்டமிட்ட போது தமது படைபலத்தைப் பெருக்க சேர்த்துக்கொள்ளப்பட்டனர். அதன்பின் அவ்விரு வகுப்பினரும்,

உழுகின்ற நிலம் பெற்று மருத நிலத்தில் வாழத் துவங்கினர். வன்னியர்களும் அகமுடையார்களும் போர்ப்படை வீரர்களாகப் பணி செய்தவர்கள். இன்றும் அவர்கள் தம்மைச் சத்ரியர் என்றே கூறிக் கொள்கின்றனர். சோழர் காலத்தில் படைவீரர்களை அகமுடையார் என்று அழைத்தனர். இன்று அவர்கள் ஒரு ஜாதியாகத் தென்னார்க்காடு, திருச்சிராப்பள்ளி, தஞ்சாவூர் மாவட்டங்களில் பெருவாரியாக வாழ் கின்றனர். முதலாம் இராஜேந்திரன் காலத்தில் மலைவாழ் மக்களும் - குறும்பர்களும், வன்னியர்களும் - பச்சை மலையடிவாரத்தில் வாழும் ஊர் மக்களுக்குத் தீங்கிழைத்ததாக அந்த அறிக்கை தெரிவிக்கின்றது.

மலையின மக்களை முதலில் படையாளிகளாக நியமித்து அதன் பின்னர் உழவுநில உடைமைகளாக மாற்றியது, நடுக்காலத்தில் எவ்வாறு, சமவெளிகளில் சாதிகள் உருவாயின என்பதைச் சுட்டிக்காட்டும். இந்த மாவட்டங்களில் காணும் தமிழ் வழக்குகளில் பிரதிபலித்துள்ள வேறுபாடுகளும் சாதிகளின் வேறுபாடுகளும் இப்போது நம்மால் விளக்க இயலும். பிற நாட்டுப் படையெடுப்பிற்கு வலுவான பரந்த படையணிகள் தேவை. அவற்றிற்குப் பல சாதிகளிலிருந்து படையாளி களைத் திரட்டும் நிர்ப்பந்தம் ஏற்பட்டிருந்தது. போர் முடிந்ததும் மலையிலிருந்து வந்தவர்கள் சமவெளிகளில் தங்கி நிலங்களை மானியமாக அல்லது பாட்டத்திற்குப் பெற்று உழுது வாழத் துவங்கினர்.

அரசியல் புரட்சி, மதப்பரப்பு போன்று, போரும் வழக்குகளின் ஒருமைப்பாட்டிற்கு வழிகோலின. பலமொழி அல்லது பலவழக்கு பேசும் போராளிகள் இருமொழி அல்லது இருவழக்கு பேசுபவர்களாக மாறி, அதன்பின்னர் ஒரு மொழி மட்டும் பேசுபவர்களாக நிலைத்தனர். குறுநில மன்னர்கள் தத்தமக்குள் போரிட்டாலும், இருவேறு அரசர்கள் தத்தமக்குள் பொருதாலும் மக்கள் குடிபெயர்ச்சியும் அதன் மூலம் வழக்கு அல்லது மொழி மாற்றமும் ஏற்படுவது உறுதி. இராஜ இராஜன் காலத்தில் இது நிகழ்ந்துள்ளது. ஒரு மொழி பேசுவோர் மற்றொரு மொழி பேசுகின்றவர்களைப் போரால் வென்று ஆதிக்கம் செலுத்தும் போது ஏற்படும் மொழி மாற்றங்களை மொழியியலாளர்கள் கணக் கிட்டிருக்கின்றனர். வென்றவர்கள் மொழி, தோற்றவர்களிடையே திணிக்கப்பட்டு அரசாங்க அலுவல் மொழியாகவும் பின்னர் வீட்டு மொழியாகவும் மாறும்.

தென் அமெரிக்காவை ஸ்பானிஷ்காரர்கள் படை பலத்தால் வென்ற போது அங்குள்ள சிவப்பிந்திய திருந்தா மக்கள், ஸ்பானிஷ் மொழியை அரசாங்க அலுவல் மொழியாகவும் வீட்டு மொழியாகவும் ஏற்றுக் கொண்டனர். ஏனைய சில தேசங்களில் ஆதிக்கம் செலுத்தும் அரசின் மொழியைப் பகை மொழியாகக் கருதி எதிர்த்தனர். அடிமை நிலையின்

சின்னமாகக் கருதி அதனை ஏற்காதிருந்தனர். தமது தாய்மொழியை விடுதலையின் வெற்றிக் கொடியாகக் கருதிப் போற்றினர். அத்தகைய மனநிலை பிற நாடுகளை அடக்கும்போது அடிமைப்படுத்தப்பட்ட மக்களிடையே ஏற்படுவதாகும். ஒரே நாட்டின் வலிமை வாய்ந்த அரசன் பல மொழி பேசும் படையாளிகளை ஒன்றுசேர்த்து, சக்திமிக்க ஒரு படையை உருவாக்கினால் என்ன என்ன மாற்றங்கள் ஒரு மொழியில் ஏற்படும் என்று ஆராய வேண்டும். இந்த கேள்விக்கு மேற்குறித்த நூலில் மறைமுகமான விடையே கிடைக்கின்றது. மலைவாழ் மக்கள் இராஜ இராஜனின் படையணியில் இடம்பெற்றதால் மலைவாழ் மக்களின் மொழியின் தாக்கம் தமிழ் மொழிமீது ஏற்பட்டிருக்கும். அவற்றைக் கணிக்க வேண்டும். இலக்கணம், அகராதி முதலிய துறைகளில் மலையின மக்கள் மொழிகள் எவ்வாறு மலையாளத்தை மாற்றி இருக்கின்றன என்பதை 1977இல் என்னால் விளக்கப்பட்டது.

ஒரே நாட்டைச் சேர்ந்த இருவேறு குறுநில மன்னர்கள், எடுத்துக் காட்டாக கொச்சி அரசரும் கள்ளிக்கோட்டை அரசரும் அடிக்கடிப் போர் செய்தால் அல்லது பாண்டிய அரசரும் சோழர்களும் போரிட்டால் மொழி மாற்றம் என்ன என்ன நிகழ்கின்றன என்று இதுவரை ஆராய்ந்திடவில்லை. வழக்குகள் மறைந்து, மொழி செந்தரப்படுவது இத்தகைய போர்களால் ஏற்படக்கூடும். போரால் பல கெடுதிகள் ஏற்படுவது உண்மை. ஆனால் மொழிகள் செந்தரப்படுவதற்கு அந்தக் கொடும் போர் உதவுகின்றது. போரால் விளையும் ஒரு நன்மை அது. மலை, ஆறு, பாலைவனம் முதலிய பூநிலை அமைப்புக்கள் வழக்கு மொழி வளர்ச்சிக்குக் காரணமாக அமையுமாயினும் ஹரியானா பிரதேசத்திலும், உத்தரப்பிரதேசம், இராஜஸ்தான், பீஹார், மத்தியப் பிரதேசம், பஞ்சாப் ஆகிய மாநிலங்களில் இந்தி மொழி, பள்ளிகளில் இடம் பெற்றிருப்பதும், அரசு அலுவல் மொழியாகப் பயனாவதும் அண்மைக் காலத்தில் நடந்த பெரும் விந்தையாகும். அந்த மாநிலங்களில் காணும் வழக்குகளையும், பிற மொழிகளையும், மக்கள்தொகை கணக்கீட்டுத் துறை கணக்கிலெடுக்காது மறைத்துவிட்டது என்று குறை காணினும், அந்த மாநிலங்களில் எல்லாம் இந்தியைப் பேசினால் மக்கள் புரிந்து கொள்கின்றனர் என்பதை மறுக்க இயலாது. ஒவ்வொரு கிலோ மீட்டர் தூரத்திலும் ஒரு பேச்சு வழக்கு நிலை பெற்றுள்ளது என்று பழிக்கப்படும் இந்தியாவில், இத்தகைய இந்தியின் பரப்பு ஒரு வியக்கத்தகும் நிகழ்ச்சி யாகும். மதப்பரப்பு அதற்கு ஒரு காரணமாக இருக்கலாம். மகமதிய அரசர்களுக்கு எதிராக இந்து அரசர்கள் தொடர்ந்து நடத்திய போர்களால் இந்தி மொழியும் வழக்குகளும் செந்தரப்பட்டு பரந்த இடத்தில் பேசப்பட்டிருக்கலாம். மேற்குறித்த நூலில் காணும் ஆய்வுக்கட்டுரைகள் இத்தகைய ஊகத்திற்கு மறைமுகமாகத் துணை நிற்கின்றன.

சாதியுருவாக்கலுக்கு உரிய காரணங்களும் மேற்குறித்த நூலால் தெளிவாகின்றன. மலைவாழ் மக்களும் சமவெளி மக்களும் இடம் பெயர்ந்து ஒரு நாட்டில் குடியேறியபோது அவர்கள் தனித்தனிச் சாதியாக வாழ்ந்தனர். அத்தகைய சாதியினர் உழவுத் தொழில் மேற்கொண்டனர். வேளாளர்களும் பள்ளர், பறையர்களும் தனித்தனிச் சாதியாவதற்கு உழவுத்தொழில்தான் என்று காரணமாகக் கூறுவது வலுவிழந்துவிடுகிறது. இந்து மதந்தான் சாதிப் பிரிவுக்குக் காரணம் என்று கூறுவதும் சரியன்று. ஏனெனில் கிறித்துவ, முஸ்லிம் மத மக்களிடையேயும் சாதிப்பிரிவு இன்னும் தொடருகிறது. ஒரு மாநிலத்தில் பல சாதிகள் காணப்படின் அது அங்குக் குடிபெயர்ந்த மக்களின் எண்ணிக்கையைப் பொறுத்திருக்கிறது. சாதி உருவாக்கலைப் பற்றி மேலும் பல கருத்துக்களை நாம் கூற இயலும். ஆனால் அது இங்கு இடம்பெறுவது தக்கதாக இராது.

மற்றொரு செய்தி இங்கே கூறுவது பொருத்தமாக இருக்கும். எல்லா மலைவாழ் மக்களும் பண்பாட்டில் பழமையான காட்டுமிராண்டிகள் அல்லர். தமிழ்நாட்டில் வாழும் மலையாளிகள் என்ற மலையின மக்கள் போரில் தோற்று மலையிடத்தில் சென்று வாழ்பவர்கள். சிலர் சமூகத்தி லிருந்து ஒதுக்கப்பட்டதால் மலையிடங்களில் தஞ்சம் புகுந்தவர்கள், சிலர் அரசியல் வீழ்ச்சி காரணமாக நாடு விட்டு காடுகளில் சென்று வாழ்பவர்கள், பணிக்காகக் காடுகளில் புகலிடம் பெற்றவர்கள் சிலர். கேரள மலைகளில் இத்தகையவர்கள் பலர் வாழ்கின்றனர். மிகப் பழங்காலத்தில் இடம்பெயர்ந்தவர்கள், தமது பண்பாடு, சமுதாய அமைப்புகள் முதலியவற்றைக் காத்து மலையிடங்களில் வாழ்ந்து வருகின்றனர். எனவே எல்லா மலைவாழ் மக்களும் பண்பாட்டில் காட்டுமிராண்டிகளல்லர். சமவெளிகளில் வாழ்பவர்கள் அனைவரும் பண்பாட்டில் சிறந்தவர்கள் அல்லவே!

பறையர்கள் பள்ளர்களைப் போன்று வெள்ளாளர்களும் பிராமணர் அல்லாத நில உடைமைகளுக்கு அடிமைகளாக விற்கப்பட்டனர். முன்னவர்கள் தீண்டாத அடிமைகள்; பின்னவர்கள் தீண்டிப் பழகும் அடிமைகள். தொல்காப்பிய உரையொன்றில் வெள்ளாளர்களை 'வெண்களமர்' என்றும் பறையர்களைக் 'கருங்களமர்' என்றும் குறிப் பிடுவதை நினைவுகூர்வது இங்கே பொருந்தும்.

மிகவும் விவாதிக்கப்பட்ட இடக்கை, வலக்கை சாதிகளில் பிராமணர், வெள்ளாளர், வன்னியர், அலுவல் நிமித்தம் பெற்ற நிலங் களின் உடைமைகளான ஜீவிதகாரர், அரசு அலுவலர்களான இராஜ கரத்தார் முதலியவர்கள் அடங்க மாட்டார்கள். நுண்வினைஞர்கள், நில உடைமையல்லாத தொழிலாளர்கள், அலுவலர் அல்லாதவர்கள்தான்

இடக்கை, வலக்கைப் பிரிவிலடங்குவர். ஆந்திராவிலிருந்து வந்த விவசாயிகள் புஞ்சை நிலப்பாங்கான இடங்களில் குடியேறினர். நுண் தொழில் வினைஞரும் ஆந்திராவிலிருந்து தமிழகத்தில் குடியேறினர் என்று முன்குறித்த நூல் கூறுகிறது.

பறையரும் புலையரும்தாம் தீண்டத்தகாத சாதியினர்; ஏனைய பிராமணர் அல்லாத வகுப்பினர் ஒருவருக்கொருவர் தீண்டி, நிலத் தொடர்பான சிக்கல்களைத் தீர்க்கவும் கொடுங்கோலரசனின் செயல் பாடுகளை எதிர்க்கவும் ஒத்துழைத்தனர். பிராமணர், தீண்டும் பிராமணர் – அல்லாதார் ஆகியவர்களிடையே மட்டும் சமுதாய அகற்சியிருந்தது. புலையர், பறையர் ஆகிய இரு சாதிகளும் தீண்டத்தகாதவர்கள்.

நில வரி, நில வருமானம் பற்றிய கலைச் சொற்களை எழுத்துப் பெயர்த்துப் பின்னிணைப்பாக நூலில் கொடுத்திருப்பது அகராதி தொகுப்பவர்களுக்கு மிகவும் துணை செய்யும். நூலினுள்ளே எழுத்துப் பெயர்ப்பு மேற்கொள்ளப்படாததால் பல கலைச் சொற்கள் இனம் தெரிவது கடினமாக இருக்கின்றது. கல்வெட்டுக்களில் தனிவழக்கொன்று கையாளப்படுவது இங்கும் காணப்படுகின்ற கல்வெட்டு மொழியால் உறுதியாகின்றது. அதனைப் பிரமாண வழக்கு என்று பெயரிடலாம். கல்வெட்டுக்களில் காணப்படும் ஒலிமாற்றங்களை இலக்கிய வழக்கில் கூடக் காணஇயலாது. எனவே இலக்கிய வழக்கு, பிரமாண வழக்கு, பேச்சு வழக்கு என மூன்று வகையாக வேறுபடுத்த இயலும். தென்னிந்தியா முழுவதும் இந்த நிலையே நிலவுவதாகக் கருதலாம். கன்னடம், தெலுங்கு, மலையாளம் ஆகிய மூன்று மொழிகளிலும் பிரமாண வழக்குகள் தமிழ் பிரமாண வழக்கை ஒத்திருப்பது கல்வெட்டுக்களைப் படிப்பவர்களுக்கு மிகவும் விளங்கும். தென்னகக் கல்வெட்டுக்களுக்கு முன்மாதிரியாக அமைந்த அசோகன் கல்வெட்டுக்கள் அதற்குக் காரணமாக இருக்கலாம்.

இலக்கிய வழக்கிற்கும் பேச்சு வழக்கிற்கும், பிரமாணப் பேச்சு வழக்குகளுக்கும் உள்ள வேறுபாடுகளை இனிமேல்தான் நுணுகி அறிந்து வேறுபடுத்த வேண்டும்.

அரசியல் பண்பாட்டு ஆய்வாளர்களுக்கு உதவுவது போன்று மொழியியலாளர்களுக்கும் மேற்குறித்த நூலிற் காணும் தெளிவுகள் உதவுகின்றன. ஆசிரியர்கள் மூவரின் ஆய்வு, சில ஊர்களை மட்டும் மையமாகக் கொண்டிருந்தாலும் பொதுவான கொள்கையமைப்பிற்கு உதவுவது உறுதி. இந்தத் திட்டத்தின் கீழ் பல நூற்கள் வெளிவரும்போது தென்னிந்தியா பற்றிய பல சிக்கல்கள் தெளிவாகும். தென்னிந்திய ஆய்வாளர் அவர்களுக்குத் தம் கடப்பாட்டைத் தெரிவித்திடுவர். அவர்கள் அறிக்கைகள் வெளியானதும் மொழியியலாளர்கள் தமது

ஆய்வுப் பணியைத் துவக்குவர். அறிக்கைகள் உருவாகும்போது மொழியியலாளர்கள் சேர்த்துக்கொள்ளப்படாவிட்டாலும் அவர்கள் தமது பணியைத் தொடருவது உறுதி.

### நூலோதி

Studies in Social Cultural Change in Rural Villages in Trichirappally District, Tamilnadu. India No.1 by Noboru Karashima, Y.Subbarayalu, and P.Shanmugam Published by the Institute for the Study of Language and Culture of Asia and Africa, Japan, 1980.

# வடநாட்டில் தென்னாட்டு வைணவம்

தென்னாட்டு வைணவம், குறிப்பாக இராமானுஜர் சம்பிரதாயம் வடமாநிலங்களில் விரிவாகப் பரவியுள்ள செய்தி பலருக்கும் புதிதாக இருக்கும். எவ்வாறு தென்னகத்தாருக்குக் காசியும், துவாரகையும், மதுராவும் புனிதத் தலங்களோ அவற்றைப் போன்று திருவரங்கமும், திருப்பதியும், ஆழ்வார் திருநகரியும், மன்னார்குடியும் வடநாட்டு வைணவர்களுக்குப் புண்ணியத் தலங்களாகும்.

இந்திய நாட்டு மத வரலாறு இன்னும் நுணுக்கமாக ஆராயப்பட வில்லை. அதனால்தான் மதநெறியில் தெற்குதான் வடக்கை எதிர் நோக்கி நிற்கின்றது என்ற பொய்த்தோற்றம் இன்றளவும் நிலைத்து நிற்கிறது. அண்மைக்காலத்தில் நிகழ்ந்த அளவீடுகளும் ஆய்வுகளும் மேற்கூறிய கருத்தைப் பொய்யாக்கிவிட்டன.

மேற்கு வங்காள ஸ்ரீவைணவப் பரப்பைத் திருமதி அரங்கநாயகி மகாபத்ரா அளவீடு செய்து வெளியிட்டுள்ளார். அவரைப் போன்று சில கட்டுரையாளர்களும் தமது ஆய்வை வெளியிட்டுள்ளனர். இந்தக் கட்டுரை மேற்குறித்த நூலையும் கட்டுரைகளையும் தழுவி உருப் பெற்றுள்ளது.

ஆழ்வார்களும், நாயன்மார்களும் பக்திப் பாடல்களால் மக்களைப் பரவசப்படுத்தியபோது மூன்று விளைவுகள் தோன்றின. 1. மக்களிடையே தெய்வ சிந்தனை எளிதாகப் பரவியது. 2. இந்து மதத் தத்துவ வரம்பு விரிவாக்கப்பட்டது. 3. தென்னகக் கோயில்கள் வடநாட்டினருக்குப் புண்ணியத் தலமாக மாறின. பக்திப் பாடல்கள் பலவும் தமிழ் மொழியில் உருப்பெற்றுள்ளதால் வடநாட்டினருக்குத் தமிழ் மொழியும் புனித மொழியாகக் காட்சி தந்தது.

கி.பி. ஏழாம் நூற்றாண்டில் வாழ்ந்த ஆதி சங்கரர் அத்வைத வேதாந்தத் தத்துவத்தை நிறுவ வடநாட்டிலும் நேப்பாளத்திலும் தீர்த்த யாத்திரை மேற்கொண்டார். 11வது நூற்றாண்டைச் சார்ந்த இராமானுஜர் விசிஷ்டாத்வைதத்தைப் பரப்ப ஓர்சா மாநிலத்திலுள்ள பூரி வரை சென்றார் என்று வரலாற்றுச் சான்றுகள் தெளிவாக்குகின்றன. அவர் பின் தோன்றிய மாத்வர் துவைத மதத்தைப் பரப்ப ஒரிசா, வங்காளம் முதலிய மாநிலங்களுக்குச் சென்றதாக வரலாற்றுச் சான்றுகள் தெரிவிக்கின்றன. பிற்காலத்தில் தோன்றிய வடநாட்டு வைணவ மதப்பிரிவுகள் இராமானுஜர், மாத்வர் முதலியோரின் கோட்பாடுகளைச்

சற்று மாற்றியோ, திரித்தோ தம் தத்துவத்திற்குள் அடக்கிக்கொண்டன. அவற்றைப் பரப்பிட மடங்களையும் பல இடங்களில் நிறுவின.

அத்வைத ஞானிகளான மூவரும் சமஸ்கிருத மொழியில்தான் தமது மதக்கோட்பாடுகளை விளக்கினர். அவர்களுள் இராமானுஜர் ஆழ்வார்களின் திருப்பதிகங்களில் ஆழ்ந்த ஞானமுடையவர். ஆதிசங்கரரும் தமது சௌந்தர்யலகரியில் 'திராவிட சிசு' என்று ஞானசம்பந்தரைக் குறிப்பிடுவதால் அவருக்கும் தேவாரப் பாடல்கள் அறிமுகமாகியிருக்கும் என்று ஊகிக்கலாம். மாத்வர் உடுப்பியில் வாழ்ந்தவர், தமிழ்ப் பக்திப் பாடல்களை அறிந்திருந்தார் என்று ஊகிக்கச் சான்று ஏதும் இல்லை.

இராமானுஜர் தாம் வாழ்ந்த காலத்தில் நாலாயிரத்தின் உரைகளை எழுத்துருவில் ஆக்கப் பணித்தார். அவ்வுரைகள் மணிப்பிரவாள நடையில் (தமிழும், சமஸ்கிருதமும் கலந்த மொழியில்) இயற்றப்பட்டன. அவ்வாறு கலவை மொழியில் செய்ததால் 'வடநாட்டினரும் திவ்யப் பிரபந்தப் பாசுரங்களை அனுபவித்திட முடியும் என்ற எண்ணத்தால்' என்று இப்போது ஊகித்திட முடியும். அந்தவுரையில் தமிழர்கள் படர்க்கை இடத்தில் சுட்டப்படுகின்றனர். 'என்பான் ஒரு தமிழன்' என்ற சொற்றொடர் அடிக்கடி காணப்படுகிறது. எனவே தமிழரல்லா வடநாட்டினரும் அறிந்திட ஈடு என்ற திவ்யப்பிரபந்த உரை எழுதப்பட்டது என்று ஊகித்தால் அதில் தவறு ஏதும் இருக்காது.

மேற்கு வங்காளத்தில் கி.பி.12 முதல் 14ஆம் நூற்றாண்டு வரை, சேனர் என்ற கன்னட மன்னர்கள் ஆண்டு வந்ததை வரலாறு கூறும். அவர்கள் பிகார் மாநிலத்தின் கிழக்குப் பகுதியையும் நேப்பாளின் எல்லை வரையிலும் ஆண்டதாக வரலாற்றுச் சான்று உண்டு. மேற்குறிப்பிட்ட சேன பரம்பரையினர் இராஜேந்திரன் ஆட்சிக்காலத்தில் கங்கையைக் கொண்ட சமயம் அவன் கீழ் போரிட்ட கன்னடத் தலைவர் ஆவார் என்று கருதுபவர்கள் உண்டு. அவர்கள் ஆட்சியில்தான் சைவ, வைணவ, சௌரவ (சூரிய வழிபாடு) ஆகிய மதங்கள் வலுப்பெற்றன. அவர்களின் முன்னர் ஆண்ட பாலவமிசத்தினர் காலத்தில் மேலோங்கிய புத்தமதம் நலிவடைந்தது.

தென்னாட்டில் உருவான சமஸ்கிருத பாகவதம், உணர்ச்சிமயமான பக்தி மார்க்கத்தைப் பரப்பியது. கண்ணனோடு இராதை கொண்டிருந்த தெய்வீகக் காதல் சேனர் காலத்திலும் பாடப்பட்டது. இறைவனைக் காதலிப்பது மோட்சத்தைவிடச் சிறந்த பேறாகக் கருதப்பட்டது. அதனை ஐந்தாவது புருஷார்த்தமாகக் கருதினர். திருக்குறள் வீடுபேற்றைக் கூறாது காமத்துப்பாலைக் கூறியது இந்த ஐந்தாவது புருஷார்த்தத்தைக் கருதியே என்று கூறலாம்.

மேற்கு வங்காளத்திலும் பூதேவி, ஸ்ரீதேவி, திருமால் முதலிய தெய்வங்களின் திருமேனிகள் சில இடங்களில் காணப்படுகின்றன. இந்தத் திருமேனிகள் தென்னகத்தில் மிகவும் பரவலாக வணங்கப் படுகின்றன. அங்குள்ள ஸ்ரீவைணவக் கோயில் சம்பிரதாயங்களும் உணவு வகைகளும் திருவரங்கக் கோயிலில் காணப்படுவனவற்றோடு நெருங்கிய ஒப்புமையுடையன. ஜயதேவர் இயற்றிய கீதகோவிந்தம் சேன பரம்பரையைச் சேர்ந்த லெட்சுமணசேனர் என்ற அரசன் காலத்தில் இயற்றப்பெற்றது. அதில் கன்னடச் செய்யுளமைப்புக் காணப்படுகின்றது.

மேற்கு வங்காளத்திலுள்ள சந்திரகோன் என்ற இடத்தில் காணப் படும் ஸ்ரீவைணவ மடமும், மூர்சிதாபாத் என்ற நகருக்கு அருகாமையி லுள்ள ஜமார்கஞ்ச் என்ற ஊரில் காணப்படும் ஸ்ரீவைஷ்ணவ மடமும் இன்றும் செயல்பட்டு வருகின்றன. இங்குள்ள மடாதிபதிகள் (மகந்து), இராஜஸ்தானில் காணும் ஜயப்பூரின் அருகாமையில் உள்ள கல்தா என்ற ஊரில் காணும் மடத்தின் தலைவரின் வாரிசுகளில் ஒருவராவார்.

ஸ்ரீவைணவக் குடும்பங்கள் ஏறத்தாழ முந்நூறு பேர் மேற்கு வங்க புரளிய மாவட்டத்திலுள்ள கடிபரோ என்ற ஊரில் வாழ்கின்றனர். இவர்கள் காஞ்சிபுரத்திலிருந்து வந்தவர்கள் என்றும் திருநெல்வேலி மாவட்டத்தில் இருந்து வந்தவர்கள் என்றும் கூறுகின்றனர். அவர்கள் வீட்டில் இன்றும் தமிழ்தான் பேசுகின்றனர். பிறருடன் வங்காள மொழி பேசுகின்றனர். மணவினை உறவுகள் இன்றும் தென்னகத்துடன் கொண்டுள்ளனர். கடிபரோ ஜமீந்தார் ஸ்ரீவைணவத்தைத் தழுவியதும் அக்குடும்பங்களை வரவழைத்து நிலமானியங்கள் வழங்கி அங்கே வாழ வைத்தார் என்று கூறுவர். அதைப்போன்று உத்தரப்பிரதேசத்தி லுள்ள மதுராவில் திருவரங்கக் கோயில் போன்று ஒரு பெரிய கோயில் எழுப்பித் தமிழ்நாட்டு ஐயங்கார் குடும்பங்களைத் தருவித்துப் பூசை செய்திட அங்கு ஏற்பாடு செய்துள்ளனர். அக்கோயிலில் நடக்கும் பூசைகள், விழாக்கள் அனைத்தும் திருவரங்கத்தில் நடப்பது போன்று இன்றும் நடைபெறுகின்றன.

மிகவும் புகழ்பெற்ற ஆங்கில மருத்துவரான யதீந்திர ராமானுஜாச் சார்யா (கி.பி.1892-1975) தமது வருமானமிக்க மருந்துத் தொழிலைத் துறந்து அயோத்தியாவிலுள்ள பலராம் சாக்கர் சுவாமிகளால் ஸ்ரீவைணவத் துறவியாகத் தீக்கை பெற்றார். இருபத்து நாலாம் பர்கானா மாவட்டத்தில் உள்ள கல்தா என்ற ஊரில் ஆசிரமம் ஒன்று அமைத்து ஸ்ரீஇராமானுஜர், ஆழ்வார்கள், நாதமுனி, வேதாந்தத் தேசிகர் முதலியவர்களின் வாழ்க்கை வரலாறுகளை வங்காள மொழியில் வெளியிட்டுள்ளார். யதீந்திரர் திருவரங்கம் சென்று 1951இல் தமிழ்

பயின்று நாலாயிரத்தின் உரைகளைப் புரிந்து மேற்கு வங்கம் திரும்பி ஏறத்தாழ அறுபது நூற்கள் வெளியிட்டுள்ளார்.

அதற்கு முன்னர், ஸ்ரீசைதன்ய பிரபு, சங்கரதேவர், நிம்பர்க்கர், இராமானந்தர், வல்லபாச்சார்யர், வர்க்காரி மதப்பிரிவினர் முதலிய வர்கள் சிறுசிறு மாற்றங்களுடன் ஸ்ரீவைணவத்தை மேற்கொண்டனர். ஆழ்வார்களுள், திருமங்கை மன்னர்தான் வடஇந்தியாவில் பயணம் மேற்கொண்டதாகப் பரம்பரைச் செய்தி கூறுகின்றது. ஆழ்வார்கள் வடநாட்டு திவ்ய தேசங்களாக துவாரகை, அயோத்யா, நைமிசாரண்யா, மதுரா, கோகுலம், தேவப்பிரயாக், திருப்பிரீதி, பத்ரிகாஸ்ரமம், நேப்பாளத்தில் உள்ள சாலிகிராமம் ஆகியவற்றைப் பாடியுள்ளனர்.

வடஇந்தியாவிற்கு இரு பெரும்பாதைகள் அன்று இருந்தன. கிழக்குப் பெரும்பாதை, விசாகப்பட்டினம், சிம்மாசலம், ஸ்ரீகாக்குளம், பாடலிபுத்திரம், வாரணாசி முதலிய இடங்கள் வழியாகச் செல்வது. மேற்குப் பெருவழி மலைப்பாங்கான பகுதிகள் வழிச் செல்வது. நாசிக், குஜராத்து, கிழக்கு இராஜபுத்தானா, மதுரா முதலிய நகரங்களைத் தொடர்புபடுத்துவது. வைணவ மடங்களும், தேவாலயங்களும் பெரும் எண்ணிக்கையில் இவ்விரு பெருவழிகளிலும் அமைந்துள்ளன.

ஒரிசா மாநிலத்தில், பிரம்மகிரியில் ஆழ்வார்நாத் அல்லது அளல்நாத் என்ற ஊரில் பழைய வைணவக் கோயில் ஒன்று இன்றும் காணப் படுகிறது. அங்குள்ள திருமேனியில் நான்கு கைகள் காணப்படுகின்றன. அது தமிழகத்தில் காணப்படுவது போன்றது. இயற்கை எழில் நிறைந்த இந்த இடத்தில் திருமங்கை மன்னன் இந்தக் கோயில் எழுப்பி யிருக்கலாம் என்று நம்புகின்றனர். பூரி ஜெகந்நாதர் தேவாலயம் தேர்த்திருவிழாவுக்காகப் பதினைந்து நாட்கள் ஒவ்வொரு ஆண்டும் மூடப்படும். ஸ்ரீசைதன்யா அந்தப் பதினைந்து நாட்களிலும் இந்தக் கோயிலில் தங்கி இருந்ததாகக் கூறுவர். வில்வமங்கள சுவாமியின் தத்துவ சுலோகம் ஒன்றை ஸ்ரீசைதன்யா தன் தத்துவத்தின் அடிப்படை யாகக் கொண்டுள்ளார் என்பர்.

பூரி ஜெகந்நாதர் ஆலயத்தின் அருகாமையில் எம்பர் மடம் என்ற பெயரில் நிறுவனம் ஒன்றை ஸ்ரீஇராமானுஜர் தோற்றுவித்தார். அதனை இராமானுஜக் கோட்டம் என்பர். பூரியை ஆண்டுவரும் அரசர் அந்த மடத்தின் சிஷ்யர் ஆவார். பூரி ஜெகந்நாத் ஆலயத்தின் சிலைக்குத் தென்கலைப் பாணியில், பாதமுள்ள நாமம் இடும் பழக்கம், அந்த மடத்தின் செல்வாக்கால் நிகழ்ந்தது என்பர். அந்த மடம் தவிர மேலும் இருபத்து ஒரு மடங்கள் பூரியில் உள்ளன. தோத்தாத்ரி மடம், அண்ணன், திருப்பதி ஜீயர், பிரதிவாதி பயங்கரர், அகோபிலம் முதலிய மடங்கள் இன்றும் நன்கு செயல்படுகின்றன. சக்தி வழிபாடு நடத்தி வந்த

வங்கத்தை ஸ்ரீசைதன்யா தமது மதக்கோட்பாட்டுக்கு மாற்றினார். அவர் மதம் ஸ்ரீவைணவத்தின் மாற்றுரு ஆகும். எனினும் ஸ்ரீவைணவ மடங்கள் மேற்கு வங்காளத்தில் இன்றும் காணப்படுகின்றன. ஏறத்தாழ 400 ஆண்டுப் பழக்கமுடையன சில.

ஸ்ரீசைதன்யா தென்னிந்தியாவில் பல புண்ணியத் தலங்களுக்குச் சென்றதாக அவர் வரலாறு கூறுகிறது. திருவரங்கத்தில் நான்கு மாதம் தங்கி ஸ்ரீவைணவ ஆச்சாரியர்களுடன் வைணவச் சித்தாந்தத்தை விவாதித்து விளங்கிக்கொண்டார். அங்குள்ள ஆச்சாரியர் ஒருவருடைய மகனான கோபால பட்டரைத் தன்னுடன் அழைத்துவந்து சமஸ்கிருதம் படிக்கச் செய்து *அரிபக்தி விலாசம்* என்ற நூலை இயற்றச்செய்தார். அதுதான் கௌடிய வைணவச் சம்பிரதாயத்தின் அடிப்படை நூல். ஸ்ரீவைணவ சம்பிரதாயத்தை அடியொற்றியது. ஆழ்வார் திருநகரியில் தான் பிரஹ்ம சம்கிதையின் ஓலைச்சுவடி ஸ்ரீசைதன்யாவுக்குக் கிடைத்தது. அதன் அடிப்படையில் சைதன்யப் பிரபு தமது வைணவச் சித்தாந்தத்தை அமைத்துக்கொண்டார் என்பர். இராமானுஜரின் சித்தாந்தங்களும் ஏனைய தென்னாட்டு ஆச்சார்யர்களின் கருத்துக்களும் கலந்த மதம் சைதன்யப் பிரபுவின் வைணவம் என்று கருதுபவர்கள் பலர்.

வைணவ ஆச்சாரியர்களில் பெருமையுடைய நாதமுனிகள் உத்தரப் பிரதேசத்தில் உள்ள மதுராவின் அருகிலுள்ள மலைக்குகையில் தவம் செய்தார் என்றும் கூறுவர். அந்தக் குகையை யதுகிரி என்று அழைப்பர். ஸ்ரீநாதர் என்ற திருமேனியை அவர் அங்கு நிறுவியதாகவும் கூறுவர். அவருடைய மகன் ஈஸ்வர முனி அங்கு நெடுங்காலம் வாழ்ந்ததாகவும் கூறுவர். மணவாள மாமுனிகள் (அவரை வடஇந்தியாவில் வரவர முனிவர் என்று கூறுவர்) தென்கலை வைணவத்தை வடநாட்டில் பரப்ப எட்டு மடங்களை நிறுவி, தமது சிஷ்யர்களில் எட்டுப் பேரை அவற்றின் தலைவர்களாக நியமித்ததாக வரலாறு கூறுகிறது. அவர்களில் மூவர் துறவிகள், ஐவர் கிரஹஸ்தர்கள். தற்போதுள்ள நாங்குநேரியில் உள்ள வரவேங்கட ஜீயர் மடம், ஸ்ரீரங்கத்திலுள்ள வரதநாராயணன் அல்லது அண்ணன் மடம், காஞ்சியிலுள்ள பிரதிவாதி பயங்கரர் மடம், தேவராய அல்லது எறும்பி அப்பு மடம் ஆகியவை மட்டும் இப்போது உள்ளன. ஏனையவை அழிந்துவிட்டன. பூரியில் எழுந்துள்ள வேங்கடாச்சாரி மடத்தில் சேவை செய்வோர், பிராணதீர்த்தர் மடத்தைச் சார்ந்தவர்கள். ஆந்திரப்பிரதேசத்திலுள்ள திருநாராயணபுரத்தில் இருக்கும் அஹோபில மடம், மைசூர் நாட்டிலுள்ள பரக்கால் மடம், திருவரங்கத்து ஸ்ரீ ஆண்டவன் மடம் ஆகியவை ஸ்ரீவைணவத்தைத் தென்னகத்தில் பரப்பி வருகின்றன. தோத்தாத்ரி மடத்திற்கு இருநூறு கிளைமடங்கள்

வடமாநிலங்களில் செயல்படுகின்றன. பூரி, வாரணாசி, துவாரகை ஆகிய மூன்று புனித நகரங்களிலும் மூன்று மடங்களை அது நிறுவி யுள்ளது. அதன் மகந்துகள் பட்டம் பெறும் முன்னர் ஒன்பது திவ்ய தேசங்களைத் தரிசித்திடவேண்டும். அதனால் சிஷ்ய கணங்கள் பெருகு வதற்கு வழி ஏற்படும்.

தேவாச்சார்யா என்பவர் 14ஆம் நூற்றாண்டில் தென்னிந்தியாவில் இருந்து அயோத்தியா வரை சென்று ஸ்ரீவைணவத்தை வளர்த்தார். அவரும் அவருடைய மாணாக்கராகிய அரியாச்சார்யரும் அத்வைதத் தத்துவத்தில் தலைசிறந்து விளங்கிய இராகப்பட்டா என்பவரை வாரணாசியில் வாதில் வென்று ஸ்ரீவைணவத்திற்கு மதம் மாற்றினர். அவ்வாறு மதம் மாறியவருக்கு இராகவானந்தா என்றும் பெயர் சூட்டினர். அவருடைய சிஷ்யர்தான் பிற்காலத்தில் பெரும் புகழ் எய்திய இராமானந்தர். அவர் கண்ட கௌடிய வைணவ சம்பிரதாயம் மாத்வர் கூறிய துவைதத் தத்துவத்தோடு நெருங்கிய தொடர்புடையது என்பர்.

ஸ்ரீலெட்சுமிநாராயண மதம் சீதாராம, ஸ்ரீராதாகிருஷ்ண வணக்கம் என்று வடஇந்தியாவில் ஸ்ரீவைணவம் மறுபெயர் பெற்று மக்கள் மனதை வெகுவாகக் கவர்ந்தது. அந்த மாற்றத்திற்கு இராமானந்தரும் அவர் சிஷ்யரும் செய்த பணி அளவிடற்கரியது. ஸ்ரீவைணவ ஆச்சார்யர்கள்தாம் இராமானந்தரை அம்மதத்தில் ஈடுபடச்செய்தனர். கூரத்தாழ்வானை வடஇந்தியாவில் குரேஷ் சுவாமி என்பர். அவர் இராமானுஜரின் சீடர். அந்தப் பரம்பரையில் பன்னிரண்டாவது தலைமுறையைச் சார்ந்தவர் இராமானந்தர். அவருடைய சீடர்களில் ஒருவரான பாலானந்தா அரபோயானந்தா ஜயப்பூரின் அடுத்துள்ள கல்தா மடத்தின் தலைவராகப் பொறுப்பேற்றபோது எல்லா வைணவப் பிரிவுகளையும் ஒன்றுசேர்க்கும் நல்லெண்ணத்துடன் விருந்தாவனத்தில் ஒரு மகாநாடு கூட்டினர். அதில் இராமானுஜர், மாத்வர், நிம்பர்க்கர், வல்லபாச்சார்யர் ஆகியவர்களின் மதக்கோட்பாடுகளை இணைக்கும் நோக்குடன் இராம்பதல் என்ற வைணவ சந்நியாசி, பல கூட்டங் களையும் நடத்தினார். ஜயப்பூர் மடம் இராமானுஜர் கோட்பாடுகள் பலவற்றைப் பின்பற்றுகின்றது.

இராமானந்தர் மதப்பிரிவு பல கூறுகளாகப் பின்னர் சிதறுண்டது. அவர்களில் இராமானந்திகள் என்பவர்கள் இன்றும் இராமானுஜர் கோட்பாடுகளைப் பின்பற்றுகின்றனர்.

குஜராத்தில் பரவியுள்ள சௌமிய நாராயணப் பிரிவு, விசிஷ்டாத்வைதக் கொள்கைகளைத்தான் அடிப்படையாகக் கொண்டுள்ளது. விருந்தா வனத்திலுள்ள கோவர்த்தன மடம், உத்தரப்பிரதேசத்திலுள்ள டியோராஷ் மடம், பாட்னாவிலுள்ள தியேத்பலி மடம், வாரணாசி

மடம், விருந்தாவன மடம், அயோத்யா மடம், பஞ்சாபிலுள்ள பியான அமிர்தசரஸ் ஆகிய மடங்கள், தேஹ்ரி கேர்வால் என்ற இடத்தில் உள்ள தைபரி, பத்ரிநாத், சௌராஷ்டிராவிலுள்ள ஜூனகாத் மடம் முதலியவை செல்வாக்குள்ள மடங்கள்.

சௌராஷ்டிரா மாவட்டத்திலுள்ள பந்தப்பூர் என்ற ஊரில் நிறுவப் பட்ட மடமும், உத்தரப்பிரதேசத்திலுள்ள ரேவா, கிஸ்தார் என்ற ஊர்களில் உள்ள மடங்களும், பீகாரிலுள்ள பக்சார் மடமும் பிரதிவாதி பயங்கர மடத்தின் கிளைகள் ஆகும்.

உத்தரப்பிரதேசத்தைச் சார்ந்த வாரணாசி, அயோத்யா, சௌராஷ்டிரா பகுதியில் உள்ள கோரஸா, இராஜஸ்தானத்து தீத்வனா, பீஹாரிலுள்ள பரியா, வங்காளத்தில் பல இடங்களில் தோத்தாத்ரி மடத்தின் கிளைகள் இயங்குகின்றன.

உத்தரப்பிரதேசம் சித்திரக்கூடத்திலும், இராஜஸ்தானத்தில் புஷ்கர் என்ற ஊரிலும் அகோபில மடம் இயங்குகிறது.

சௌராஷ்டிரா மாநிலத்தில் இருக்கும் பெட்ட துவாரகை என்ற இடத்தில் மேல்கோட்டை மடத்தின் கிளை இயங்குகிறது. சில இடங் களில் ஒரு மடத்தைச் சேர்ந்த இருவேறு கிளை மடங்கள் செயல் படுகின்றன. திருவரங்க அண்ணன் மடத்துள் ஒரு பிரிவான கோவர்த்தன மடத்தின் முன் வம்சாவளியில் சடகோபசுவாமி, மானச கங்கையாற்றின் கரையில் இந்த மடத்தினை அமைத்தார் என்று காணப்படுகிறது. அந்த வம்சாவளியில் காஞ்சி மண்டலத்தைச் சார்ந்த ஸ்ரீரங்க தேசிகர் என்பவர் தமது இளமைப் பருவத்தில் ஸ்ரீசீனிவாசாச்சாரியாருடன் வடநாடு வந்து கல்வி பயின்று மடத்தின் தலைவர் ஆனார் என்று காணப்படுகிறது. பஞ்சாபிலும் உத்தரப்பிரதேசத்திலும் ஸ்ரீவைணவத்தைப் பரப்பி அவர் வெற்றிகண்டார். பிருந்தாவனத்தில் காணப்படும் கோயில் திருவரங்கக் கோயிலை ஒத்தது என்று முன்னரே கண்டோம். இதனை இரு சைன தேசச் சீடர்கள் 1851இல் கட்டி முடித்தனர். நாலாயிரத்தின் பிழிவையும் சமஸ்கிருதத்தில் வெளியிட்டனர்.

காஞ்சிபுரத்து பிரதிவாதி பயங்கர மடத்தைச் சேர்ந்த ஸ்ரீஅனந்தாச்சார்யா சுவாமிகள் இராஜஸ்தானத்தில் பல இடங்களுக்கு விஜயம் செய்தார். ஜோத்பூர் அரசரும், கோட்டா, பூண்டி, உதயப்பூர் அரசர்களும் அவருக்கு மரியாதை செய்தனர். புஷ்கரில் 1854இல் கோயில் ஒன்று கட்டியுள்ளனர். அவருடைய பெயரன் – அவரும் அனந்தாச்சார்யா என்ற பெயருடையவர் – கால்நடையாக மத்தியப்பிரதேசம், ஒரிசா, பீகார், கல்கத்தா, இராஜஸ்தான், குஜராத் முதலிய மாநிலங்களுக்குச் சென்று இராமானுஜத் தத்துவத்தைப் பரப்பினார். பிற மதவாதிகளைப் போன்று இராஜஸ்தானிலுள்ள ரோல், மால்வாவில் உள்ள ஜப்ரா,

உத்தரப்பிரதேசத்தில் உள்ள வாரணாசி, சின்றவாரா, மத்தியப் பிரதேசத்தைச் சார்ந்த அம்ரோதி, பாம்பே நகரம் முதலிய இடங்களில் புதிய கோயில்களை நிறுவியும் பழைய கோயில்களைப் பழுது பார்த்தும் கோயிற்பணி செய்தார். ஸ்ரீவைணவத்தைப் பற்றி விரிவாக எழுதினார். காஞ்சியில் சுதர்சன அச்சகத்தை நிறுவினார். வட இந்தியாவில் அவருக்கு இன்றும் பல சீடர்கள் இருக்கின்றனர். அவர்கள் இன்றும் ஸ்ரீவைணவத்தைப் பரப்பி வருகின்றனர்.

**நூலோதி**


*TamilNadu - Bengal Cultural Relations*, Ed.A.N.Perumal et al, I.I.T.S., Madras,1989.

Ranganayaki Mahapatra, *Revival of the Tamil Vaishnava Bhakti Movement in the North India in Modern Times*, Calcutta University, 1995.

டி. ஞானசுந்தரம், *வைஸ்ணவ உரைகள்*, தாய்மை பதிப்பகம், மதறாஸ், *1989*.

Rama Chatterjee, *Religion in Bengal*, Punti Pustak,Calcutta,1985.

Rama Kant Chakravarti, *Vaishnavism in Bengal*, Samskrit Pustok Bhavan,Calcutta,1985.

## சிறிலங்கா-தமிழகப் புத்தமதத் தொடர்பு

இவ்வாண்டுப் பட்டமளிப்பு விழாச் சொற்பொழிவை நிகழ்த்துவதற்கு என்னையழைத்த யாழ்ப்பாணப் பல்கலைக்கழகப் பேரவைக்கும் பல்கலைக்கழகத் துணைவேந்தர் முனைவர் வித்யானந்தன் தலைமையிலான ஆய்வறிஞர்களுக்கும் முதலில் நன்றியைத் தெரிவித்தல் என் கடமையாகும். நான் பெற்ற பேறும்கூட. ஆய்வாளன் என்ற நிலையிலும் பல்கலைக்கழக மேற்பார்வையாளன் என்ற நிலையிலும் என் குறைகளை நான் நன்குணர்ந்தவன். நீங்கள் நல்கிய சிறப்பு முது முனைவர் பட்டமும் பட்டமளிப்பு விழாச் சொற்பொழிவு அழைப்பும் பெற நான் அருகனல்லன். ஆனால் நான் பணியாற்றும் தமிழ்ப் பல்கலைக்கழகம் இவை இரண்டையும் பெறுவதற்குரியது. எனவே அதன் சார்பில் என் நன்றியைத் தெரிவித்து அதன் உடன்பிறப்பாகிய யாழ்ப்பாணப் பல்கலைக்கழகம் மேலும் நலம்பெற இத்தருணத்தில் வாழ்த்துகிறேன்.

சமுதாயம், மதம் முதலிய குறிக்கோள்களுக்காக மக்களை ஒருமைப் படுத்துவது எளிதன்று. செய்திப் போக்குவரவு குறைவான காலகட்ட மாகிய கிறிஸ்து பிறப்பதற்கு முன்னும் சற்றுப் பின்னும் இவ்விணைப்பு உருவாவது மிகவும் கடினம். தேச எல்லை, கடல், மலை, நிலத் தடைகள் அனைத்தையும் கடந்து, கிறிஸ்து மதம் விவிலிய வேதச் சிறப்பாலும் சமுதாயத் தொண்டாலும் படை வலிமையாலும் உலகில் பரவியது. முஸ்லிம் மதமும் படை வலிமையால் மையக் கிழக்கு நாடுகள், ஆப்பிரிக்கா கண்டம், தென்கிழக்காசியப் பிராந்தியம் முதலிய வற்றில் காலூன்றியது. ஆனால் புத்தமதம், துறவிகளின் தொண்டாலும் தர்மோபதேசத்தாலும் இந்திய நாட்டிலும் மேற்கில் கிரேக்க நாடு வரையும் வடக்கே சைனாவிலும் இரஷ்யாவின் தென்பாகத்திலும் தென்ஆசியாவில் இலங்கை, பர்மா, கம்போடியா, கொரியா, ஜப்பான் அடங்கிய நாடுகளிலும் கிறிஸ்து பிறப்பதற்கு முன்னும் பின்னும் பரவியது. பன்னாட்டு மத ஒருமைப்பாடே இன்றுள்ள அகில தேச நிறுவனங்களின் குறிக்கோள். பல துறைகளில் முன்னேறிய நாடுகளைக் கூட இந்த நிறுவனத்தில் ஒருங்கிணைப்பது எவ்வளவு சிக்கலான அனுபவம் என்பது அண்மைக்கால வரலாற்றுச் சான்றுகள் பலவற்றால் தெளிவாகும்.

மௌரியத் தலைநகரிலிருந்து புத்தமதம் ஸ்ரீலங்காவுக்குப் பரவிய தற்கு, அசோகரின் மகன் மகிந்தனும் மகள் சங்கமித்திரையும் காரண

மென்று இலங்கை வரலாற்று நூல்கள் கூறுகின்றன. அவர்களில் மகிந்தன் வான் வழி வந்தான் என்றும் அவை குறிக்கின்றன. அண்மைக் காலத்தில் கண்டெடுக்கப்பட்ட அகழாய்வுத் தெளிவுகளாலும் போன நூற்றாண்டு வரலாற்றுச் செய்திகளாலும் தேரவாத புத்தமதமும் மற்றையப் பிரிவுகளும் இலங்கைக்கும் மற்றுள்ள தென்கிழக்காசிய நாடுகளுக்கும் எங்கிருந்து பரவின என்பதும் அவை வளர்ந்து பரிண மித்ததற்குத் தமிழகத்தில் உள்ள காஞ்சி, காவிரிப்பூம்பட்டினம், புத்தமங்கலம், மதுரை, திருநெல்வேலி முதலிய ஊர்களைச் சார்ந்த வணக்கத்திற்குரிய புத்த பிக்குகள் எவ்வளவு உதவியுள்ளனர் என்பதும் இப்போது தெளிவாகியுள்ளன.

சங்க இலக்கியம், இரட்டைக் காப்பியமான சிலப்பதிகாரம், மணி மேகலை, சிதைந்த பிம்பிசாரக் கதை, இலக்கண நூலான வீரசோழியம் (இது சிங்கள மொழியில் பெயர்க்கப்பட்டுள்ளது) நீங்கலாக, பாலி இலக்கிய உரைகள், இலங்கை வம்சாவளிகள், சீனப் பயணிகளின் குறிப்புகள் முதலியவைகளும் பற்றுச் சார்பில்லாமல் விளக்கும் திறனுக்குப் பேர் போன மேனாட்டு ஆய்வாளர்களின் எழுத்துருக்களும் இதுவரை குறைவாக அறிந்த அல்லது இருள் மண்டியிருந்த ஒரு துறையில் ஒளிவீசத் தொடங்கியுள்ளன. தம்மபதம் கூறுவதை நினைவுகூர்ந்தால்,

> உண்மைப் பரிசு எல்லாப் பரிசைவிடவும் பெருமையுடையது; உண்மையின் மனம் எல்லா மனங்களைவிடவும் பெருமை தருவது; உண்மையால் பெறும் மகிழ்வு எல்லா மகிழ்வினும் மேலானது (3:ப.267).

உண்மை நாட்டமே எல்லாப் பல்கலைக்கழகங்களின் குறிக் கோளாகையால், கீழ்வரும் செய்திக் கூறுகளை இன்று நான் விளக்குவது தக்கதாக இருக்கும்.

திருநெல்வேலி, மதுரை முதலிய மாவட்டங்களில் இந்த நூற்றாண்டின் துவக்கத்தில் பல பிரம்மிக் கல்வெட்டுக்களைக் கண்டு படியெடுத்ததும் அறுபதுகளில் அவற்றைச் சீராகப் படித்ததால் புத்தமத பிக்குகளின் குழுக்கள், தமிழகத்தின் தென்பகுதியில் வாழ்ந்த செய்தி இப்போது உறுதிப்படுகின்றது. ஒன்றிரண்டு கல்வெட்டுக்களில் ஈழம் குறிக்கப் படுகிறது. கல்லெழுத்து வளர்ச்சியின் அடிப்படையில் அவை கிறிஸ்து பிறப்பதற்குமுன் முதலிரண்டு நூற்றாண்டுகளைச் சார்ந்தவை என்று கூற இயலும்.

கி.பி. ஏழாம் நூற்றாண்டில், தமிழகம் வந்த யுவான் சுவாங் என்ற சீனப்பயணி, முதலில் திராவிடத்தின் தெற்கேயுள்ள மலையகூடத்தில் அதாவது தாம்பரபர்ணியில் மகிந்தன் புத்த பிரச்சாரம் செய்த பின்னர் இலங்கை சென்றான் என்று குறிப்பிடுகிறார் (1:ப 33-34). காஞ்சிபுரத்

திற்கு அருகாமையில் மகிந்தன் ஒரு புத்த விகாரம் அமைத்துள்ளதையும் அவர் குறித்துள்ளார்.

பாலி நூற்களுக்கு உரை வகுத்து பெருமை பெற்ற இரண்டாவது அறிஞரான தர்மபாலர், நாகப்பட்டினத்தில் 'தர்ம அசோக மகாராச விகாரம்' என்ற பெயரில் ஒன்றிருந்ததைக் குறிப்பிடுகின்றார்.

திருநெல்வேலி மாவட்டத்தில் அரிட்டாபட்டி என்ற ஊர்ப்பெயர் ஈழ அரசன் தேவனாம்பிய திசாவின் மருமகனும் முதலமைச்சருமான அரிட்டனை மதிப்புடன் நினைவுகூர்வதற்காக வைக்கப்பட்டது.

ஈழ அரசன் கோதாபய (கி.பி. *300-322*) தமிழகத்தில் வாழ்ந்த சங்கமித்தன் என்ற மகாயான புத்தமத பிக்குவை வரவழைத்து ஈனயானம், மகாயானம் இவற்றினிடையே நடந்த பூசலைத் தீர்க்க வழி செய்தான் *(2: ப. 163)*. புத்தகோசரின் சமகாலத்தில் வாழ்ந்த புத்ததத்தர் காவிரிப் பூம்பட்டினத்தில் உறைந்தவர். அவரெழுதிய *அபிதம்ம அவதாரா* என்ற நூலின் இறுதிப் பகுதியில், அந்நகரைப் பற்றி வெகுவாகப் புகழ்ந்துள்ளார்.

அதைப் போன்றே சோழப் பேரரசின் உந்தியெனக் கருதப்பெற்ற பூதமங்கலத்தையும் அவர் எழுதிய வினைய வினிச்சயத்தின் இறுதிப் பிரிவில் புகழ்ந்துள்ளார்.

'மனோரத பூரணி' அல்லது 'அங்குத்தர நிகய' என்ற உரையின் இறுதிப்பகுதியில் புத்தகோசர் (கி.பி. 5ஆம் நூற்றாண்டு) காஞ்சியைக் குறிப்பிட்டு அது பாலி படிப்பிற்குப் புகழ்பெற்ற மையமாகக் குறித் துள்ளார். அங்குத் தனது நண்பர்கள் சுமதி, சோதிபாலர் ஆகியவர் களுடன் வாழ்ந்ததையும் அவர்களின் வேண்டுகோளின் பேரில் இலங்கை சென்றதாகவும் கூறியுள்ளார்.

காஞ்சியில் ஒரு நூற்றுக்கு மேற்பட்ட விகாரங்களும் பத்தாயிரத் திற்குக் குறையாத புத்தபிக்குகளும் வாழ்ந்ததைக் கண்டதாக யுவான் சுவாங் குறிக்கிறார். அவர்களனைவரும் ஸ்தாவிர மார்க்கத்தைப் பின்பற்றியதாகவும் அவர் குறிப்பிடுகிறார் *(1: ப.252)*.

காஞ்சியை ஆண்ட ஹேமசீதளன் காலத்தில் (கி.பி. 8ஆம் நூற்றாண்டு) ஜைன மதகுரு அகளங்கன் புத்த பிக்குகளை வாதில் வென்று இலங்கைக்கு இடம் பெயருமாறு செய்தான் *(1:ப. 253)*.

அவரைத் தொடர்ந்து வச்ரபோதி என்ற புத்த குரு நாலந்தாவில் பயின்று காஞ்சியரசனின் குருவாக அமர்ந்து இலங்கை சென்று அங்கிருந்து சீனத்திற்குப் பயணமானார். அங்குப் பதினேழு நூற்கள் மொழிபெயர்த்தார். தந்திர மார்க்க புத்த மதத்தை சீனாவில் பரப்பி அங்கு கி.பி. 732இல் காலமானார். காஞ்சி, காவிரிப்பூம்பட்டினம் ஆகியவை போன்று நாகப்பட்டினமும் புத்தமதப் பெரு மையமாக விளங்கியது.

கி.பி. 720இல் பல்லவ அரசன் முதலாம் நரசிம்மவர்மன் சீனச் சக்ரவர்த்தியின் பேரை நிலைநாட்ட ஒரு விகாரம் பணித்தான். சீனச் சக்ரவர்த்தி அனுப்பிய கல்வெட்டொன்றை அதன் முன்சுவரில் பதித்தான். இந்த விகாரத்தை பிரஞ்சு கத்தோலிக்கப் பாதிரிகள் 1867இல் இடித்துத் தரைமட்டமாக்கினர் *(1: ப. 238)*.

பர்மாவில் வெட்டப்பட்ட கல்யாணி கல்வெட்டு நாகையிலுள்ள புத்தவிகாரத்தைக் குறிக்கின்றது. அங்கு எல்லா நாட்டுப் பயணிகளும் வந்து வணங்குவதையும் தெரிவிக்கின்றது.

முதலாம் இராச இராசன் வெளியிட்ட லைடன் பெரிய செப்பேடும், முதலாம் குலோத்துங்கன் வெளியிட்ட லைடன் சிறிய செப்பேடும் நாகப்பட்டினத்திலுள்ள சூடாமணி விகாரத்தின் பராமரிப்பிற்குக் கொடுத்த ஊர்க்கொடை பற்றிக் குறிக்கின்றன. ஸ்ரீவிசயத்தை ஆண்ட சூளாமணிவர்மன் பெயரில் இந்த விகாரம் கட்டப்பட்டது.

இராசராசப் பெரும்பள்ளி, இராசேந்திரப் பெரும்பள்ளி என்ற இரு விகாரங்களை நாகப்பட்டினத்தில் சைலேந்திர அரசன் கட்டினான் *(1: ப. 238)*.

தேரவாத புத்தமத மையங்களாகக் காஞ்சி, பூம்புகார், மதுரை ஆகிய நகரங்களை கந்தவம்சம் என்ற நூல் குறிக்கின்றது *(5: ப.6)*.

தேரவாத இலக்கியங்களின் உரையாசிரியரான புத்தகோசர் தமிழகத்தில் பலபொழுது பலவிடங்களில் வாழ்ந்ததாகக் குறிப்புக் களுண்டு. புத்தமித்தனுடன் மதுரையில் வாழ்ந்தபோது, ‘பச்சிம நிகய’ என்ற நூலுக்கு ‘பபஞ்ச சுதனி’ என்ற உரையை எழுதினார். சோதிபாலருடன் காஞ்சியில் வாழ்ந்தபோது ‘சம்யுக்த நிகய’ என்ற நூலுக்கு ‘சரத்தபக்ஷினி’ என்ற உரையை எழுதினார். அனுராதபுரத்தில் தங்கியதை இலங்கை வம்சாவழிகள் கூறுகின்றன. புத்தகோசருக்குப் பெரும் புகழ் சேர்ந்த ‘விசுத்தி மக்கா’ முதலிய பல உரைகள் ஈழ அரசன் மகாநமா (கி.பி. *409-431*) காலத்தில் உருவாயின.

புத்தகோசரின் சமகாலத்தவரான புத்ததத்தத் தேரர் காஞ்சி, காவிரிப் பூம்பட்டினம், அனுராதபுரம் ஆகிய நகரங்களில் வாழ்ந்து பணி செய்தார்.

மலை வம்சத்தின் துணை நூலான ‘சூளவம்சத்தின்’ ஆசிரியர் தர்மகீர்த்தி (கி.பி. *13*ஆம் நூற்றாண்டு) திருநெல்வேலியில் பிறந்தவர். சூளவம்சத்தில் இலங்கை அரசன் மகாசேனன் (கி.பி. *334-362*) தொடங்கி இரண்டாம் பராக்கிரமபாகு (கி.பி. *1236-1268*) வரையிலுள்ள வரலாறு குறிக்கப்படுகிறது. தத்துவம்சா என்ற நூலின் ஆசிரியரும் இவர்தான் என்று குறிப்பாரும் உண்டு. புத்தமத பிக்குகளின் அகில உலக மகாநாடு ஒன்றை இவர் நடத்தினார்.

கல்வெட்டுக்கள், பிறநாட்டுப் பயணிகளின் குறிப்புக்கள், பாலிமொழி இலக்கியங்கள் முதலியவற்றிற் காணும் சான்றுகளால் தமிழ்நாடு, இலங்கை ஆகிய இரண்டிற்கும் இடையே பல நூற்றாண்டுகளாக நடைபெற்ற புத்த மத அறிவுப் பரிமாற்றங்கள் தமிழ் இலக்கியச் சான்றுகளால் மேலும் வலுப்பெறுகின்றன.

புத்தமதக் கோட்பாடுகளைப் பற்றிப் பழைய இலக்கியங்களான சங்க இலக்கியத்தில் மறைமுகமான பொருத்தங்களும், சில இடங் களில் நேர்முக ஒற்றுமைகளும் காணப்படுகின்றன. சில சங்கப் புலவர்கள் புத்தமதச் சார்புப் பெயர்களைக் கொண்டிருக்கின்றனர். இணைக் காப்பியமான சிலப்பதிகாரத்திலும் மணிமேகலையிலும் மறுக்க முடியாத புத்தமதக் கோட்பாடுகள் பல காணப்படுகின்றன. வணிகக் குலப் பெண்மணியான கண்ணகியைத் தெய்வமகளாக்கி ஒருவரோடு ஒருவர் போரிட்டு வந்த சேர, சோழ, பாண்டிய மன்னர்களை ஒருமைப் படுத்திய பெருமை சிலப்பதிகாரத்திற்கு உண்டென்றால், சாவகம் (இன்றுள்ள சுமாத்ரா) மற்றுள்ள தென் ஆசியா நாடுகள் பலவற்றை இணைத்துத் தனது கதையை நடத்தும் பெருமை மணிமேகலைக்கு உண்டு. அதனாசிரியர் மதுரை சீத்தலைச் சாத்தனார் புத்த இலக்கியங் களிலும் தர்க்கத்திலும் பெரும் புலமை பெற்றிருந்தார். புத்த சாதகக் கதைகள் அவருக்குத் தெரிந்திருந்தன. காவிய இலக்கியப் போக்கிற்கு ஊறு செய்யினும் தர்க்கக் கோட்பாடுகளை விரிவாகச் சாத்தனார் கூறுகிறார். அவர் கூறும் தர்க்கக் கருத்துக்கள் பாலி, சமஸ்கிருத மொழி இலக்கியங்களில் காணப்படவில்லை.

ஆனால் திபெத்துச் சுவடிகளிற் காணப்படுகின்றன என்று ஒரு அறிஞர் கூறியது நினைவிருக்கிறது. இவற்றை யார் முதலில் கடன் பெற்றனர் என்று இப்போது கூறுவது இயலாது. எனினும் இந்தத் தர்க்கக் கூறுகள் பலவிடங்களில் ஆட்சி பெற்றிருந்தன என்று கூறினால் தவறாகாது. அதன் முப்பதாவது காதை தேரவாத புத்தமதத்தைத் தெளிவாக்குகின்றது. காஞ்சியைப் போன்று, சேரர் தலைநகரான வஞ்சியும் புத்தர்களின் இருக்கையாக விளங்கியது. கம்போடியா உள்ளிட்ட தென் ஆசிய நாடுகளில் மணிமேகலா தெய்வ வணக்கம் பரவியுள்ளது. இந்நூல் குறிக்கும் மணிபல்லவம் ஈழத்துக் காரைத்தீவு என்று கூறப்படுகிறது. காவியத் தலைவி மணிமேகலை, அறவண அடிகளால் புத்த பிக்குணியாக மாற்றப்படுகிறாள். அவர் காஞ்சியிற் பிறந்த தர்மபாலர் என்றும் நாலந்தாவில் பயின்று அங்கு அதன் துணைவேந்தர்/தலைவராக வீற்றிருந்தாரென்றும் கூறுவர்.

பக்தியியக்கக் காலத்தில், ஞானசம்பந்தர் சாரி புத்தர் என்ற புத்த குருவை வாதத்தில் தோற்கடித்தார். இவர் தேரவாதப் பிரிவைச்

சேர்ந்தவர். நாயன்மார்களும் ஆழ்வார்களும் மதுரை, காஞ்சி, பூத மங்கலம் ஆகிய நகரங்களிற் புத்தர்களை வாதில் தோற்கடித்தனர். எனினும் நாகப்பட்டினத்தில் நாயன்மார்கள், ஆழ்வார்களின் காலத்திற்குப் பின்னரும் புத்த பிக்குகள் தொடர்ந்து பெருமளவில் வாழ்ந்தனர். மணிவாசகரால் இலங்கையில் வாழ்ந்த புத்தமத மன்னன் ஒருவன் சிதம்பரத்தில் சைவமதத்தைத் தழுவியதாக கி.பி. 819இல் எழுதப்பட்ட இராசரத்னாகரி குறிக்கிறது.

புத்தமத இலக்கியத்தில் குறிப்பிடத்தக்க ஒரு நூல் விம்பிசாரகதை. இது குறைவாகவே கிடைக்கிறது. வீரசோழியம் என்ற இலக்கணம் (கி.பி.11ஆம் நூற்றாண்டு) தமிழ் இலக்கண வரலாற்றில் ஒரு திருப்பு மையத்தைத் தோற்றுவித்துள்ளது. இதன் சிங்கள ஆக்கம் தோன்றியுள்ளது. இத்தகைய நேர்முகச் சான்றுகளைத் தவிர இளைஞர்க்கும் முதிய வர்க்கும் மன நிம்மதி தோற்றுவித்து எளியவர்க்கும் செல்வந்தர்க்கும் நல்வழியமைக்கும் தர்மபதத்திற்கும் திருக்குறள், நாலடி போன்ற பதினெண் கீழ்க்கணக்கு நூற்களுக்கும் உள்ள பொருத்தம் அளவற்றது. ஒரு சில வருமாறு:

தர்மபதம்: அற நூற்கள் பல ஓதினும் அவற்றைக் கடைப்பிடிக்கா விடின் ஒருவன் பிறர் கன்று காலிகளை எண்ணி மருளும் இடைச்சிறுமகன் போல்கிறான். துறவிகளின் அருளைப் பெறும் பேறு அவனுக்கில்லை (த.ப.4:19: ப.15).

திருக்குறள்: கற்கக் கசடற கற்பவை கற்றபின்
நிற்க அதற்குத் தக (கு. 401).

தர்மபதம்: தண்டத்தைக் கண்டு நடுங்காதார் எவர்
இறப்பைக் கண்டு நடுங்காதார் எவர்
பிறர் நடுக்கமறிந்த ஒருவன் பிறரைக் கொல்வதோ
கொலைக் காரணமாக அமைவதோ கூடாது (4.129 ப.95).

திருக்குறள்: இன்னாவெனத் தானுணர்ந்தவை துன்னாமை
வேண்டும் பிறன்கட் செயல் (கு. 316).

தர்மபதம்: மெலியதாயினும் வலியதாயினும் உயிர்களை வருத்தும் முயற்சியை ஒழித்தால், கொல்லவோ, கொலைக்குக் காரணமாகவோ அமையாமல் இருந்தால் அவனை நான் பிராமணன் என்பேன் (4:405 ப.303).

திருக்குறள்: அந்தணர் என்போர் அறவோர் மற்றெவ்வுயிர்க்கும் செந்தண்மை பூண்டொழுக லான் (கு. 40)

தென்னாசியாவில் புத்த மதத்தைக் கடைப்பிடிக்கும் எந்த நாடும் தமிழகத்தைப் புறக்கணிக்க இயலாது. குறிப்பாக காஞ்சி, நாகப்பட்டினம்

முதலிய நகரங்களை மறக்க இயலாது. சீனாவோ, ஜப்பானோ, சுமாத்ரா அல்லது பர்மாவோ தமிழகத்தோடுள்ள கடப்பாட்டை மறக்கவில்லை. அடுத்த நாடாகிய இலங்கை தேரவாத புத்தமதப் பரப்பிற்கும் அறிவுப் பரிமாற்றத்திற்கும் துணை நின்ற தமிழகத்தை - குறிப்பாகக் காஞ்சிபுரத்தை - எவ்வாறு மறக்க இயலும்!

அறிஞன் ஒருவனைத் தர்மபதம் அளவிட்டுச் சுட்டுகிறது:

*அளவற்ற வாய்ச் சொல்லன் அறிஞன் ஆகான் என்பது அதன் கருத்து* (4.258 ப. 293).

இந்தத் தர்மபத எச்சரிக்கையை உணர்ந்து நான் இந்தச் சொற்பொழிவை முற்றுவிப்பது என்னையே நான் காப்பாற்றிக்கொள்வதாகும்.

## உதவிய நூல்கள்

**தி.என். வாசுதேவ ராவ்**, *தமிழ்நாட்டில் புத்த மதம்*, அண்ணாமலைப் பல்கலைக்கழகம், 1979.

**எம். டி. இராகவன்**, *இலங்கை வரலாறு சமூகம் பண்பாடு இவற்றில் இந்தியா*, இந்திய பண்பாட்டுறவுக் கழகம், புதுதில்லி, 1969.

**கே.கே பிள்ளை**, *தென்னிந்தியாவும் இலங்கையும்*.

*தர்மபதம், மொழிபெயர்ப்பு*: நாரத மகா தேரர், இந்திய மகாபோதிக் கழகம், 1952.

**டி.என். இராமச்சந்திரன்**, *சென்னை அருங்காட்சியகத்து, நாகப்பட்டினம் ஏனைய இடத்திலுள்ள புத்தமதச் செப்புப் படிமங்கள்*, **பிஎம்ஜிஎம், 1965**.

## மதநெறி ஆய்வில் புதிய திருப்பம்

### முன்னுரை

பெருமாட்டி இராமநாதன் மகளிர் கல்விக்கும், மதநெறி விளக்கத் திற்கும், மனிதாபிமானத்திற்கும் பெயர் பெற்றவர். இவையனைத்தையும் விட இவர் அயல்நாட்டிற் பிறந்து, அயற் பண்பாட்டில் வளர்ந்து இலங்கைத் தமிழர் பண்பாட்டைத் தமதாகக் கொண்டு 'தற்காத்து தற்கொண்டான் பேணி தகைசான்ற சொற்காத்து சோர்விலாப்' பெருநிறைச் செல்வியாக விளங்கியவர். அவர் பெயரால் நிறுவப்பட்ட அறக்கட்டளை ஆய்வுரையை ஆற்றுமாறு என்னையழைத்த யாழ்ப் பாணப் பல்கலைக்கழகத்திற்கு மிகவும் நன்றிக் கடன்பட்டிருக்கிறேன்: பெருமான் இராமநாதனும், பெருமாட்டி இராமநாதனும் மதப்பிடிப்பால் உந்தப்பட்டு அதனைப் பரப்ப அரும்பாடு பட்டுப் பெரும்புகழ் எய்தினர். மதநெறி பற்றிய என் சொற்பெருக்கும் அவர்களுக்கு அஞ்சலி செலுத்தும் கடமையால் உருவாக்கப்பட்டது.

### இந்தியத் தத்துவக் கூறு

உலகுக்கு இந்தியா வழங்கிய பண்பாட்டுக் கூறுகளில் மதச் சிந்தனை முதலிடம் பெறுகின்றதென்றால், இந்திய மதச் சிந்தனை வளர்ச்சிக்குத் தமிழகத்தின் பங்கு கணிசமானது.

சைவ சித்தாந்த நெறியும், வைணவ சித்தாந்த நெறியும் தமிழகத்தில் தோன்றின. அவற்றின் அடிப்படைச் சாத்திர நூற்களும், தோத்திர நூற்களும் தமிழில் உருவாயின. இந்திய மதச் சிந்தனை வளர்ச்சிக்கு இவை தமிழ்மொழி தந்த நல்கைகள். கி.பி. ஏழாம் நூற்றாண்டு முதல் பத்தாம் நூற்றாண்டு வரை பக்தி இயக்கம் தமிழகத்தில் உருவெடுத்துப் பெரும் புரட்சியாகப் பிற தென் மாநிலங்களிலும், வட இந்தியாவிலும் பரவியது. கர்நாடக நாட்டு வீரசைவ மதம், தமிழில் எழுதிய சைவ சித்தாந்த சாத்திரங்களையும், தேவாரத்தையும் அடிப்படை நூற்களாகக் கொள்கின்றது. ஆந்திரப் பிரதேசத்திலும், ஒரிசாவிலும் பரவியிருந்த வைணவ சித்தாந்தம் நாலாயிர திவ்யப் பிரபந்தத்தை ஆதார நூலாகக்

கொள்வதும் நாம் அறிந்ததே. பக்தியியக்கத்தின் பின்னர் வானளாவிய கோயில்களும், அவற்றைச் சார்ந்த மடங்களும் மதப்பிடிப்பை வளர்த்தன. தென்னக சங்கரர், இராமானுசர் போன்றோர் வேத நெறியையும், சமஸ்கிருத அறிவையும் பரப்பினர். பின்னவர் திவ்யப் பிரபந்தப் பெருமையைப் பிற மொழி மாநிலங்களில் பரப்பினர். ஞானசம்பந்தர் மடம், தருமபுர மடம், திருநாவுக்கரசர் மடம் போன்ற சைவ, மற்றும் வைணவ மடங்கள் முதலியவை நிறுவன அடிப்படையில் மதச் சிந்தனையையும், கோயில் வழிபாடு, பராமரிப்பு முதலியவற்றையும் காத்து வந்தன; தமிழையும் வளர்த்தன. சைன மடங்களும், புத்த விகாரங்களும் தத்தம் மதங்களைப் பரப்புதற்கும், காத்தற்கும் சிறப்புடன் இயங்கிப் பின்னர் தமிழகத்தில் வலுவிழந்து அழிந்துவிட்டன.

கோயில்களும், மடங்களும் மதச் சிந்தனைக்கும், மதப் பரப்பிற்கும், வளர்ச்சிக்கும் துணை நின்றது போலவே அரச ஆட்சிக்கு அனுசரணை யாகச் செயற்பட்டு ஆட்சிக் கருவியாக மாறின.

வலுவான மன்னர்களும், மன்னரைச் சார்ந்தோரும் மான்யமாக நிலமும், பொன்னும், வெள்ளியும், விலையுயர்ந்த ஆபரணங்களும், பொற்காசுகளும் கோயில்களுக்கும், மடங்களுக்கும் வழங்கினர். தமிழகத்தில் ஆட்சிபுரிந்த பிறமொழி பேசும் நாயக்க மன்னர்களும், தஞ்சை மராட்டிய மன்னர்களும் தமிழ் மக்களின் சம்மதத்தைப் பெற, கோயில் மான்யங்களைக் கருவியாகப் பயன்படுத்தியதற்கு வரலாற்றுச் சான்றுகள் மிகப்பல. எனவே அரசு ஒப்புதல், ஆட்சி ஒப்புதல் ஆகிய வற்றைப் பெறுவதற்குக் கோயில்கள், மடங்கள் ஆகியவற்றிற்கு அரசர்களும், அரசரைச் சார்ந்தோரும் கொடையளித்துப் போற்றினர். மாமன்னர்கள் வலுவிழந்த காலத்தில் மடங்களும், பொதுமக்கள் சபைகளும் கோயில்களைப் பராமரித்தன.

## கோயில்களின் கூறுகள்

பெருந் தெய்வக் கோயில்கள் தென்னகத் தலைநகரங்களிலும், வயல் சார்ந்த நகரங்களிலும், வாணிபப் பட்டினங்களிலும் உருவாயின. இத்தகைய கோயில்களில் 1.வேத மந்திரமறிந்த பிராமணர் பூசை செய்தனர் 2. கோயில்களனைத்தும் கருங்கல்லாலும், செங்கல்லாலும் எழுப்பப்பட்ட கோபுரம், பிரகாரம் முதலியவற்றை உடையவை. 3.வடகரைத் தெய்வங்களே இவற்றின் முதல் தெய்வங்களாயின. 4.நிலமாகவும் பொற்காசுகளாகவும் மான்யம் பல பெற்றன. 5.முக்கால பூசையும், உண்டியும், ஏனைய படையல்களையும் முதல் தெய்வமும், சார்புத் தெய்வங்களும் பெறலாயின. 6.தேரோட்டம், தெப்பம் முதலிய விழாக்கள் உட்பட பல நடைபெற்றன. 7.பல பணியாளர்களைப்

பூசைக்கும் (இவர்கள் அனைவரும் பிராமண குலத்தோர்), கோயிற் காப்புக்கும் [கணக்கர், நிலவிளைவுகளை வசூலிப்போர், வாகனம் சுமப்போர், மாலை கட்டுவோர், ஆடு, மாடு மந்தை காப்போர், இசைக்கருவி இயக்குநர், ஓதுவார், பாடுவார், துப்புரவுத் தொழிலாளர், எண்ணெய் ஆட்டுபவர், உடை தயாரிப்போர், காவலர், செருப்புத் தைப்போர், ஆசிரியர்கள், தேவதாசிகள் முதலிய ஊழியர்களும் அடங்குவர். இவர்களில் மிகப் பெரும்பாலோரும், பிராமணர் அல்லாத உயர்சாதியினரும், நடு, கீழ்ச்சாதியினரும் ஆவர்]. வடகரைத் தெய்வங்கள் முதல் தெய்வமாகவும், அந்தணர் வேத மந்திர உச்சாரணத்தாலும், அக்ரகாரம் பல நிறுவும் மான்யத்தாலும் வடகரை மதச்சிந்தனை கோயில்வழி பரவின. ஏனைய ஊழியர் ஊதியம் பெறக் கோயிலை நம்பி வாழ்ந்தனர். இலவச ஊண், கல்வி முதலியவற்றால் ஏனையோரிடமும் கோயிலின் செல்வாக்குப் பரவியது. நீதி வழங்கல், பொருட்கடன், கொடை, நிலம் விற்றல், வாங்கல் முதலியவற்றால் ஊர்மக்கள் கோயிலைச் சார்ந்து தமது வாழ்க்கையை அமைக்க நேர்ந்தது. அரசியற் கருவியாகவும், சமுதாயக் கருவியாகவும் கோயில் செயற்பட்டது.

மதநெறி, தத்துவம் ஆகியவற்றின் ஆய்வில் நேர்ந்துள்ள திருப்பு முனைகளை நாமறிதல் நன்று.

## உயர்மதம்

வேதங்கள், உபநிடதங்கள், ஆரண்யகங்கள் ஆகியவற்றை இணைத்து வடகரைத் தத்துவம் உருவானது. புத்தனின் தம்மபதத்தை அடிப்படை யாகக் கொண்டு புத்த தத்துவம் வளர்ந்தது. சைன இலக்கிய அடிப்படை யில் சைன தத்துவ நெறியும், தேவாரம், திருவாசகம் போன்ற திருமுறை களால் சைவ சித்தாந்தமும், நாலாயிரத்தின் ஆழ்ந்த படிப்பால் வைணவ சித்தாந்தமும் உருப்பெற்றன. பண்டைய மத இலக்கியங்கள், தெய்வ அருள் பெற்றோரின் அருளிச்செயல்கள் ஆகியவற்றின் அடிப்படையில் சிந்தனையாளர்கள் தத்துவங்களை உருவாக்கினர். அவர்களுக்குத் தர்க்கமும், உயர்ந்தோர் வாக்குகளும் ஆதாரமாக அமைந்தன. ஆனால் இத்தகைய முயற்சிகளனைத்தும் உயர்மட்ட மக்களை மட்டும் பாதித்தன; கோயில் வழிபாட்டை அவர்கள் ஆன்ம திருப்திக்கும், வாழ்க்கை வளத்திற்கும் ஏற்றனர்.

## செயல்படும் விதம்

கீழ்மட்டத்திலுள்ள பெரும்பாலோர்க்கு உயர்மதம் பயன்பட்டதா

என்பது ஐயத்திற்குரியது. அவர்களிற் பெரும்பாலோரும் மனித வாழ்வில் அன்றாடம் எழும் சிக்கலைத் தீர்க்கத் தெய்வ உதவியை நாடினர். ஊர்த் தெய்வங்கள் முதலில் பலதரப்பட்ட தெய்வ வணக்கங்களால் மன அமைதியும், வாழ்வுச் சிக்கலுக்குத் தீர்வும், தெளிவும் பெற்றனர். ஆனால் அவர்கள் நடைமுறைப்படுத்திய மதநெறியை ஆய்ந்து அதனடிப்படையில் தத்துவ நெறி ஒன்று இதுவரை உருவாகவில்லை. இவ்வாறு உருவாகும் தத்துவம், செயற்பாட்டுத் தத்துவமாக, மக்கள் தத்துவமாக உருப்பெறும். முன்னது, மத அறிஞர்கள் எழுத்துருக்கள் அடிப்படையில் தோற்றுவித்த தத்துவ நெறிமுறை என்றால் பின்னது, மக்கள் அன்றாடம் மேற்கொள்ளும் வணக்க முறைகள், ஊர்த்தெய்வ வழிபாடுகள் முதலியவற்றின் அடிப்படையில் உருவாகும் செயல் பாட்டுத் தத்துவமாகும். முன்னது உருவாக்கிய அறிஞரின் கல்வி வளத்திற்கேற்ப திரியும்; மாறும். ஒவ்வொரு மதத்திலும் பல உட் பிரிவுகள் ஏற்பட்டதற்கு இது ஒரு காரணம். பொதுமக்கள் உடன் பாட்டுடன் நடக்கும் வழிபாடுகளின் அடிப்படையில் செயல்பாட்டுத் தத்துவம் உருவாவதால், அவற்றில் உட்பிரிவுகள் ஏற்படுவது எளிதன்று. சன சம்மதமின்றி அவை நிறைவேறுவது இயலாது. முன்னது உயர்தனி *(கிளாசிக்கல்)* நெறி; பின்னது பொது அல்லது நாட்டு *(ஃபோல்க்)* நெறி. இரண்டாவது முறையில் தென்கரைத் தெய்வங்கள், அவர்களைப் பற்றிய சிந்தனைகள். வழிபாட்டுக் கூறுகள், பண்பாட்டுப் பிரிவுகள் முதலியவற்றை நாம் தெரிந்து திராவிட-தமிழ்ப் பண்பாட்டை மீட்டுரு வளிக்க இயலும். முன்னது வடகரையிலே தோன்றி, தென்னகத்தில் மேல்மட்ட மக்களிடையே பரவியது. கீழ்மட்ட மக்களிடையே அவை பரவின என்று கூற இயலாது.

சுருக்கமாகக் கூறினால்,

உயர்மதம்:

உருவாக்கியவர்கள் மதச் சிந்தனையாளர்கள்
பரவியுள்ளது உயர்மட்டம்
தெய்வங்கள் வடகரையிலுள்ளவை
அடிப்படை நூற்கள் சமஸ்கிருதம், பிராகிருதம்,
பாலி, தமிழ், கன்னடம்.

செயல்பாட்டு மதம்:

இனிமேல்தான் ஆய்வாளர்கள் உருவாக்க வேண்டும்.
பரவியுள்ளது கீழ்மட்டம்.
தெய்வங்கள் தென்கரையிலுள்ளவை.
அடிப்படைக் கள ஆய்வும், பாரம்பரியச் செய்திகளும்.

### செயல்பாட்டு மத ஆய்வு நெறி

ஊர் மக்கள் வழிபடும் தெய்வங்களைப் பற்றி வைட்ஹெட்டும்[1] கில்பார்ட் ஸ்லேட்டரும்[2] நூல் செய்துள்ளனர். அவர்கள் காலத்தில் அந்நூற்கள் பலரால் பாராட்டப்பட்டன. எனினும் இத்துறையில் நம்பகமான அளவீடுகள் எவையும் குறிப்பிடத்தக்க அளவில் அண்மைக் காலம் வரை நடைபெறவில்லை. இந்திய மக்கள்தொகைக் கணக்கீட்டு அலுவலகம் இத்தகைய முயற்சி ஒன்றைச் செய்தது. ஆனால், அதுவும் எடுத்துக்காட்டுகளால் தனது கருத்தை விளக்கியதே ஒழிய விரிவாகவும், நுணுக்கமாகவும் செய்யவில்லை. விரிவான கள ஆய்வால், தெளிவாகாத பல துறையறிவு தெளிவு பெறும் என்ற எண்ணத்தில் தமிழ்ப் பல்கலைக் கழக விரிதமிழ் இயக்ககம் இரு மாவட்டங்களில் (தஞ்சை, கோயம் புத்தூர்) தெய்வ வழிபாட்டுமுறை அளவீட்டை மேற்கொண்டது.

### பல்கலைக்கழக அளவீடு

1983ஆம் ஆண்டு மார்ச்சு மாதம் கல்லூரி மாணவர்கள், ஆசிரியர்கள் முதலியவர்களைப் பயன்படுத்தி தஞ்சை, கோயம்புத்தூர் மாவட்டங் களில் உள்ள ஒவ்வொரு ஊரிலும் வினாப்பட்டியல்வழி அளவீடு ஒன்றைத் தமிழ்ப் பல்கலைக்கழக விரிதமிழ் இயக்ககம் செய்து முடித்தது. அந்த வினாப்பட்டியலில் ஊர்த் தெய்வங்கள், பெருங் கோயில்கள், பிறமதப் பள்ளிகள், அவற்றின் அமைப்பு, விழாக்கள், கொடைகள் முதலியன இடம்பெற்றிருந்தன. ஏறத்தாழ 2300 ஊர்களில், முழுமித்த வினாப்பட்டியலிற் கண்ட செய்திகளைத் தமிழ்ப் பல்கலைக்கழகக் கணிப்பொறி மையம் வகை செய்தது. ஊர்மக்கள் நடத்தும் தெய்வ வழிபாடு பற்றி நம்பகமான களஆய்வுச் செய்தி முதன் முறையாக இப்போதுதான் கிடைத்துள்ளது. தெய்வங்களைப் பிராமணத் தெய்வங்கள், பிராமணர் அல்லாதார் தெய்வங்கள் என்ற இரு பிரிவாகப் பிரித்து ஒவ்வொன்றிலும் ஆண்,பெண் என்று முதலில் சிறு பிரிவு செய்யப்பட்டது. பிராமணத் தெய்வங்கள் என்று கூறும்போது கோயிற் பூசை செய்பவர்கள் பிராமணர்கள் என்ற பொருளில் இங்கே பயன் படுத்தப்படுகிறது. பிராமணர் அல்லாதார் ஏனைய கோயில்களிற் பூசை செய்வதால் பிராமணரல்லாதார் கோயில் தெய்வங்கள் என்று குறிக்கப் படுகிறது.

### கிடைத்த செய்திகளின் விவரம்

இரு மாவட்டங்களிலும் ஆண், பெண் தெய்வங்களின் எண்ணிக்கை மேற்குறிப்பிட்ட இரு நிலைகளிலும் தரப்பட்டிருக்கிறது.

## தஞ்சை மாவட்டம்

| ஊர்களின் பெயர்கள் | பிராமணத் தெய்வங்கள் | | பிராமணர் அல்லாதார் தெய்வங்கள் | |
|---|---|---|---|---|
| | ஆண் | பெண் | ஆண் | பெண் |
| சீர்காழி | 105 | 19 | 162 | 170 |
| பொறையாறு | 124 | 18 | 109 | 89 |
| மயிலாடுதுறை | 309 | 23 | 284 | 211 |
| திருவிடை மருதூர் | 87 | 31 | 359 | 236 |
| கும்பகோணம் | 214 | 33 | 384 | 200 |
| நன்னிலம் | 169 | 9 | 227 | 200 |
| நாகை | 93 | 10 | 192 | 143 |
| திருவாரூர் | 143 | 20 | 310 | 229 |
| குடவாசல் | 180 | 18 | 296 | 236 |
| பாபநாசம் | 374 | 97 | 630 | 410 |
| திருவையாறு | 237 | 24 | 265 | 139 |
| தஞ்சாவூர் | 188 | 50 | 321 | 205 |
| ஒரத்தநாடு | 72 | 15 | 206 | 106 |
| மன்னார்குடி | 203 | 40 | 230 | 257 |
| நீடாமங்கலம் | 77 | 16 | 120 | 101 |
| வேதாரண்யம் | 281 | 30 | 310 | 222 |
| பட்டுக்கோட்டை | 167 | 25 | 318 | 249 |
| மொத்தம் | 3023 | 478 | 4723 | 3403 |
| முழுமொத்தம் | 11,627 | | | |

## பட்டியல் விளக்கமும் ஊகமும்

இரு மாவட்டங்களில் தஞ்சை மாவட்டம் கோயம்புத்தூரைவிடத் தெய்வப் பெருக்குடையது. பிராமணத் தெய்வங்களில் ஆண் தெய்வ எண்ணிக்கை பெண் தெய்வ எண்ணிக்கையைவிட மிகக் கூடுதல். ஆறு ஆண் தெய்வத்திற்கு ஒரு பெண் தெய்வம் என்ற விகிதத்திலிருக்கின்றது. இரு மாவட்டங்களும் இதில் ஒத்திருக்கின்றன. பிராமணரல்லாத தெய்வங்களில் ஆண், பெண் விகிதம் தஞ்சையில் 1:7 கோயம்புத்தூரில் ஆண் தெய்வத்தைவிடப் பெண் தெய்வம், விகிதத்தில் கூடுதல் (1:3). தென்னக ஊர்த் தெய்வங்களில் பெண்களின் எண்ணிக்கை கூடுதல் என்பதை வைட்ஹெட்டும் குறிப்பிட்டுள்ளார். ஆனால் தஞ்சையில் பெண் தெய்வ எண்ணிக்கை சற்றுக் குறைவாகவே இருக்கிறது. பிராமணத்

**கோவை மாவட்டம்**

| ஊர்களின் பெயர்கள் | பிராமணத் தெய்வங்கள் | | பிராமணர் அல்லாதார் தெய்வங்கள் | |
|---|---|---|---|---|
| | ஆண் | பெண் | ஆண் | பெண் |
| மேட்டுப்பாளையம் | 43 | 8 | 66 | 66 |
| அவினாசி | 540 | 20 | 189 | 298 |
| கோவை | 308 | 64 | 270 | 320 |
| பல்லடம் | 207 | 29 | 300 | 286 |
| பொள்ளாச்சி | 263 | 69 | 191 | 214 |
| உடுமலைப் பேட்டை | 199 | 53 | 143 | 261 |
| திருப்பூர் | 7 | 9 | 17 | 14 |
| மொத்தம் | 1567 | 252 | 1176 | 1459 |
| முழு மொத்தம் | 4454 | | | |

தெய்வங்களில் ஆண் சார்பு இரு மாவட்டங்களிலும் வைட்ஹெட் கூறியது போன்று கூடுதலாக இருக்கிறது. திராவிட மதச் செல்வாக்கால் புத்தமும், சைன மதமும் பெண் தெய்வ வணக்கத்தை மேற்கொண்டன என்று ஆர்.என்.நந்தி[3] கூறுகிறார்.

**பெருந்தொகைத் தெய்வங்கள்**

பெருமெண்ணில் வணங்கப்படும் தெய்வங்களைத் தஞ்சையிலும், கோவையிலும் வரிசைப்படுத்தியபோது பின்வரும் எண்ணிக்கை கிடைத்தது.

பெருந்தொகைத் தெய்வங்களைப் பற்றிய கணக்கெடுப்பை நோக்கினால் இரு மாவட்டங்களில் பெரும்பாலாக வணங்கப்படும் தெய்வம் வினாயகர் (பிள்ளையார்), மாரியம்மன், சுப்பிரமணியர் (பழனியாண்டவர், முருகன்) என்பது தெரியவரும்.

தஞ்சையில் கூடுதல் எண்ணிக்கையிற் காணுந் தெய்வம் காளியம்மன்; எண்ணிக்கை 1123. கோவை 74; சிவன், தஞ்சையில் 984, கோவை 2; அய்யனார், தஞ்சையில் 832, கோவை 6: முனியாண்டவர் (முனியப்பன்), தஞ்சையில் 219, கோவை 49; பெருமாள், தஞ்சையில் 96, கோவை 23; மதுரைவீரன், தஞ்சையில் 67, கோவை 172; துரௌபதி, தஞ்சையில் 167, கோவை 1; துர்க்கை, தஞ்சையில் 19, கோவை 7; ஆஞ்சநேயர் (அனுமார்), தஞ்சையில் 201, கோவை 3.

| தெய்வங்களின் பெயர்கள் | தஞ்சை | கோவை |
|---|---|---|
| வினாயகர் / பிள்ளையார் | 2233 | 1593 |
| மாரியம்மன் | 1370 | 714 |
| காளியம்மன் | 1123 | 74 |
| சிவன் | 984 | 2 |
| ஐயனார் | 832 | 6 |
| முனியப்பன் (முனியாண்டவர்) | 219 | 49 |
| துரௌபதி அம்மன் | 167 | 1 |
| ஆஞ்சநேயர், அனுமார் | 201 | 3 |
| சுப்பிரமணியன், பழனியாண்டி முருகன் | 201 | 106 |
| பெருமாள் | 96 | 23 |
| மதுரைவீரன் | 67 | 172 |
| துர்க்கை | 19 | 7 |

## ஊர்த் தெய்வக் கூறுகள்

ஊர்த் தெய்வங்களின் பூசாரி பிராமணரல்லாதாராய் இருப்பர். சில வேளை பூசையைப் பரம்பரையாக முதியவர்கள் செய்து வருவர். அல்லது கணியான், வண்ணான் முதலியவர்கள் செய்வர். நிரந்தரக் கோயில் குறிப்பாகக் கல்லால் ஆன கோயில் ஊர்த் தெய்வத்துக்கு இரா. நிரந்தர வருவாய் இரா. நோய், பீடை, மழையின்மை, பஞ்சம் முதலியவை தொல்லை தரும் காலத்தில் வழிபாடு நடக்கும். ஆண்டு தோறும் குறிப்பிட்ட நாட்களில் கொடை, படையல் முதலியவை நடப்பது அரிது. உயிர்க்கொலை வழிபாட்டு முறையில் முன்னர் இடம்பெற்றிருந்தது. ஆங்காங்கே இன்னும் அருகி நடந்து வருகிறது. ஆடல், பாடல் உண்டு. தெய்வமேறி ஆடும் கோமரத்தாடிகள் உண்டு. நல்வாழ்விற்காக நன்றி தெரிவிப்பதற்காக, காப்புக்காக ஊர்த் தெய்வ வணக்கம் தொடர்ந்து நடைபெறுகிறது.

## ஊர்த் தெய்வங்களின் வகை

தனியார் வணங்கும் குடும்பத் தெய்வங்கள்,
சாதி (சமுதாயத்தின்) வணங்கும் தெய்வங்கள்,
ஊர்த் தெய்வங்கள்,
வட்டாரத் தெய்வங்கள்
மாநிலத் தெய்வங்கள்,
பெருஞ் செல்வாக்குடைய தெய்வங்கள்
என வணங்கும் மக்களடிப்படையில் வகை செய்ய இயலும்.

இதைப் போன்றே ஒவ்வொரு தெய்வத்தின் அருள்வள அடிப்படை யிலும் வகைப்படுத்த முடியும்.

## ஊர்த் தெய்வப் பெருக்கம்

ஊர்த் தெய்வங்கள் எவ்வாறு எண்ணிக்கையிற் பெருகின என்ற வரலாற்று முறை ஆய்வு ஆரம்ப நிலையிலேதான் இன்னும் இருக்கின்றது.

1. திராவிடப் பாரம்பரியத் தெய்வங்கள் (இவர்களிற் பெரும்பாலோர் பெண் தெய்வங்கள்); மாரியம்மன், காளியம்மன் முதலியவர்கள் இவர்களுள் அடங்குவர்

2. மலையின மக்களின் தெய்வங்கள் (பிராணேசுவரி: இவை உடை தரித்த ஜீவாங்கு மலையினரின் தெய்வம். கதிராபதி, ஸ்தம்பேஸ்வரி போன்ற தெய்வங்களும் மலையினத் தெய்வங்கள்தாம்)

3. தெலுங்கர், கன்னடியர்கள் முதலிய பிற மொழி பேசுவோர் நாடுபெயர்ந்து தமிழகத்தில் குடியுறைந்ததால், அவர்கள் வாழ்ந்த தம்மூர் தெய்வங்களைப் புதிய ஊரிலும் நிறுவினர்

4. அவ்வப்போது எழும் தெய்வ இயக்கங்களையொட்டிப் புதுத் தெய்வங்கள் தோன்றுவது (அய்யப்ப வணக்கம்)

5. இறந்துபட்ட வீரர்களை நினைவுகூரும் தெய்வங்கள்

6. துறவிகளின் சமாதிகள்

7. மணமாகாத கன்னிப் பெண்களின் சமாதிகள்

8. நோய் நொடி நீக்குதல், விளைவைப் பெருக்குதல், மழை வருவித்தல், கன்று காலிகளைக் காத்தல் முதலிய ஊர்த் தேவைகளை நிறைவேற்றும் தெய்வங்கள்

என, ஒவ்வொரு ஊரிலும் பல தெய்வங்கள் உருவெடுத்துள்ளன. சில நிலையான மடங்களைப் பெற்றுள்ளன. சில கொடை, படையல் முதலிய நடக்கும் நாட்களில் மட்டும் தோற்றம் பெறுகின்றன. ஒவ்வொரு ஊரிலும் சாதிக்கொரு, தெருவுக்கொரு, சில பொழுது வீட்டுக்கொரு தெய்வம் இடம்பெற்றிருப்பதைக் காண முடியும்.

சுருக்கமாகக் கூறினால் ஊர்த் தெய்வ வழிபாடு உயர்மதத் தாக்குதலால் நிலையிழக்காமல் இன்றும் செல்வாக்குப் பெற்றுள்ளது. இந்தச் செல்வாக்கைத் தமது மதப் பரப்பிற்கு அனுசரணையாக உயர் மதங்கள் மாற்ற முயன்றுள்ளன. மாரியம்மன், காளி முதலிய தெய்வங் களைச் சிவன் மனைவியாகிய பார்வதியின் மாற்றுருவாக இணைத்தனர். ஊர்த் தெய்வங்களிற் பெரும்பாலானவற்றையும் பெருந் தெய்வங் களோடு தொடர்புபடுத்தினர். இத்தகைய இணைப்பு முயற்சி ஓரளவு

தான் வெற்றி பெற்றது. உயர் மதத்தினரும் ஊர்த் தெய்வங்களை வழிபட்டனர். அங்கு நடக்கும் வழிபாட்டு முறைகளை விழாக்களாக மாற்றினர். வினாயகர் வழிபாடு பெருங் கோயிலிற் காணப்படுவது போன்று ஊர் மரத்தடியிலும் பிள்ளையாரை மக்கள் வணங்கினர். கோயிலிற் பிராமணப் பூசாரி வழிபாடு நடத்தினால், ஊரில் பிராமணரல்லாத உயர் சாதியினர் வழிபாடு நடத்தினர். வடகரைத் தெய்வம் ஊர்த் தெய்வமாக மாறியுள்ளதற்கு வினாயகர் தக்க எடுத்துக்காட்டு. முன்னர் வேலன் வழிபாடு, முருக வழிபாடு ஆகியவற்றில் மறியறுத்தல் இடம்பெற்றிருந்தது. இப்போது ஊர்ப்புறத்தில் உயிர்ப்பலி இல்லை. பிராமணத் தெய்வமாக வேலன் வழிபாடு மாறியுள்ளது. ஊர்த் தெய்வம் வடகரைத் தெய்வ வழிபாட்டைப் பெற்றமைக்கு இது ஓர் எடுத்துக் காட்டு. காளி, துர்க்கை முதலிய தெய்வ வழிபாட்டிலும் உயிர்ப்பலி குறைந்துவிட்டது. ஆனால் அகற்றப்படவில்லை. கீழ்மட்ட மக்கள் இன்றும் இம்முறையைக் கையாள்கின்றனர்.

இறுதியாக மத வழிபாட்டில் கோயிலைச் சார்ந்த உயர்நெறி, ஊர்த் தெய்வத்தைச் சார்ந்த தாழ்நெறி என இரண்டாக வகை செய்ய முடியும். இணைப்பு முயற்சியால் உயர் தெய்வங்களோடு ஊர்த் தெய்வங்கள் உறவு முறை பெற்றன. ஊர்த் தெய்வ வழிபாட்டில் உயிர்ப்பலி குறைந்துள்ளது. தென்னகத்தில், குறிப்பாகத் தமிழகத்தில் ஊர்த் தெய்வ வழிபாடு மக்கள் மதப் பிடிப்பில், மத வாழ்வில் பெருஞ் சக்தியாக இன்றும் இயங்கி வருகிறது.

உயர் மட்டத் தெய்வங்கள் மிகப்பலவும் வடகரைத் தெய்வங்கள்; ஊர்த் தெய்வங்கள் அனைத்தும் தென்கரைத் தெய்வங்கள். வடகரைத் தெய்வங்களோடு இணைக்கும் முயற்சி நடந்தாலும் முற்றிலும் வெற்றி பெற்றுள்ளது என்று கூறவியலாது.

ஊர்த் தெய்வ வழிபாட்டு நெறி இந்து மதத் தத்துவ அமைப்பில் தனித்தே இயங்குகின்றது. அதன் நோக்கும் போக்கும் வேறாக இருக்கின்றன. அதனை மத வரலாற்றிலும், தத்துவ அமைப்பிலும் புறக்கணிக்க இயலாது.

### உதவிய நூல்கள்

1. Henry Whitehead, *The Village Gods of South India*, COSMO Publications, New Delhi, 1983.
2. Gilbert Slater, *The Dravidian Elements in Indian Culture*, Asian Publishers, Reprint New Delhi, 1982.
3. R.N.Nandi, *Religous Institutions and Cults in Deccan*, Motilal Banarasi Dass, Delhi, 1973.

# சங்ககாலச் செடி கொடிகள்

ஏறத்தாழ இரண்டு ஆண்டுகளுக்கு முன்னர் செந்தமிழ்ச் செல்வியில் திருவாளர் பி.எல்.சாமி எழுதிய 'மூதாவா அல்லது மூதாயா?' என்ற கட்டுரை என்னைக் கவர்ந்தது. அதிற் கண்ட அறிவியற் கருத்துக் களும், சங்கச் சான்றுகளைக் கையாளும் முறையும், வாதவன்மையும் பாராட்டத்தக்கவையாக இருந்தன. அதனைப் படித்த அன்றே, அந்த இதழையும், தமிழிலக்கியங்கள் பலவற்றையும் செம்மையாக வெளியிட்டு வரும் சைவ சித்தாந்தக் கழக இயக்குநர் திரு. வ. சுப்பையா பிள்ளை அவர்களுக்கு எழுதி, முன்பின் நான் அறியாத இக்கட்டுரை ஆசிரியரை ஊக்குவித்து, சங்க இலக்கியத்தில் காணும் செடி, கொடி, உயிரினங்கள் ஆகியவற்றைப் பற்றிய செய்திகளைத் தொகுத்து நூல் வடிவில் வெளியிடுமாறு வேண்டிக்கொண்டேன். நல்ல கட்டுரை களைப் படித்தால், சில பொழுது என் மனதில் எழும் அடக்க முடியாத உணர்ச்சிப் பெருக்கால், நூல் வடிவில் சாமி எழுதிய கட்டுரைகள் வெளிவருமானால், நான் முகவுரை எழுதுவதாகவும் அன்று தெரிவித்தேன். தெரிவித்த அந்தச் சொற்களை நான் மறந்து விட்டாலும், திரு. வ. சுப்பையா பிள்ளை அவர்கள் மறவாமல் இந்நூலுக்கு முகவுரை எழுதுமாறு, என்னைக் கேட்டுக்கொண்டார்கள். புகழ்பெற்ற பிற பேராசிரியர்களிடமிருந்து இவ்வரிய நூலுக்கு முன்னுரை பெறும் வாய்ப்பை 'என் அடக்கமின்மையால்' தடுத்து விட்டேனே! என்ற, குறுகுறுத்த மனத்துடன் கீழ்வரும் சில பக்கங்களை எழுதுகிறேன்.

அவ்வப்போது தமிழ் ஆய்வுத் துறையை, உயர் அலுவலகத்தில் உழைக்கும் அதிகாரிகள் வளப்பமுறச் செய்திருக்கின்றனர். இந்த நூற்றாண்டுத் துவக்கத்தில் வெளியான 'தமிழர்கள்: ஆயிரத்து எண்ணூறு ஆண்டுகளுக்கு முன்னர்' *(1904;1959)* எனும் நூலை யாத்த வி.கனகசபைப் பிள்ளை தபால் இலாகாவின் மேலதிகாரி ஆவார். பழந்தமிழ் இலக்கியங்களைப் பதித்த சி.வை.தாமோதரம் பிள்ளை நீதிபதியாகப் பணிபுரிந்தவர். இலக்கண நூற்கள் பலவற்றைப் பதிப்பித்த ச.பவானந்தம் பிள்ளை போலீசுத் துறையில் உயர்பதவி வகித்தவர். தேவாரச் செய்திகளைத் திறம்படத் தொகுத்த வி.சு. செங்கல்வராய பிள்ளையும் இவ்விலாகாவில் பணியாற்றி ஓய்வு பெற்றவர்தான். ஆ. சுப்பையா மொழியியல் தொடர்பான பல கட்டுரை களை வெளியிட்டு வங்கிச் செயலாளராகப் பணிபுரிந்தவர். இன்றும்

தமிழ்ப் பணி புரிந்துவரும் மேலதிகாரிகளில் குறைந்தது பத்துப் பேரையாவது நான் சுட்ட முடியும். அவர்களுள்ளே சாமி தமிழ்மீது கொண்டுள்ள ஈடுபாட்டாலும், கூர்த்த மதியாலும் எளிதாக முதலிடம் பெறுவார் என்பதை அவர் எழுதிய இந்நூல் தெளிவாக்கும்.

இத்தகைய பணிகளைச் செய்ய வேண்டிய தமிழ்ப் பேராசிரியர்கள், முதுகலை வகுப்பிற்குப் பாடம் சொல்லும் பளுவாலும், ஆய்வு மாணவர்களைக் கண்காணிக்கும் பொறுப்பாலும் அல்லலுற்று வருந்தினும், பிற துறையில் உழைக்கும் தமிழன்பர்கள் செய்துள்ள ஆய்வுகளை வரவேற்கவும் சீர்தூக்கிப் பாராட்டவும் தயங்கியதில்லை. ஆய்வு வளர்ச்சிக்கு இத்தகைய பரந்த மனநிலை தேவை. இவ்விரண்டு பண்பும் முன்புபோல் இன்றும் தமிழ் ஆய்வுலகத்தில் இடம்பெற்றிருப்பது மகிழ்ச்சி தரும் செய்தியாகும்.

இந்நூலைப் பதினெட்டுப் பகுதிகளாகப் பகுத்து, சங்க நூற்களில் காணும் இருபத்து நான்கு செடி கொடிகளை விரிவாக இந்நூலாசிரியர் விளக்குகிறார். ஒவ்வொரு பகுதியிலும் இலக்கியச் சான்றுகளைத் தேர்ந்தெடுத்து வகைப்படுத்தியுள்ளார். அறிவியலாளர் கூறிய செய்திகளோடு சங்க இலக்கியத்தில் காணும் செய்திகளை ஒப்புநோக்கி விளக்கம் தருகிறார். இவ்வாறு ஒப்பிடும்போது நுட்பமான அறிவியற் செய்திகளைப் புலவர்களோ, உரையாசிரியர்களோ குறிப்பிட்டிருந்தால், அவற்றை ஆசிரியர் பாராட்டியுள்ளார். அச்செய்திகளில் தவறு இருப்பின் அவற்றையும் தயங்காது சுட்டிக்காட்டுகிறார். சங்கநூற் செய்திகள் அறிவியலாளர் கூறும் செய்திகளில் எவ்வெவற்றை ஒத்திருக்கின்றன என்றும் குறிப்பிடுகிறார். அச்செடிகள் மிகுதியாக வரும் இடங்களையும் இந்நூல் குறிக்கிறது. செடி பற்றிய நூற் செய்திகளைப் பெருக்குவித்து, படிப்பவர்களைத் துன்புறுத்தாமல் இனிமையாக ஆசிரியர் விளக்கும் திறன் பாராட்டுதற்குரியது.

இந்நூலாசிரியர் விளக்கங்களால், செடி கொடிகளுக்குச் சங்கப் புலவர்கள் பெய்துள்ள அடைகள் பொருட் செறிவு பெறுகின்றன. (எடுத்துக்காட்டு, பக்கம் 78); சில இடங்களில் தக்க பாடம் எதுவாக இருக்க முடியும் என்றும் ஆய்ந்து கூறியுள்ளார். (எடுத்துக்காட்டு, பக்கம் 173); செடிநூற் செய்திகளைத் திராவிடப் பழங்குடி மக்கள் பலரும் தெரிந்திருந்தனர் என்பதற்கு ஆங்காங்கே குறிப்புகள் தந்துள்ளார். (தெலுங்கர் அறிந்த செய்தி, பக்கம் 184; பைக்கர்கள் அறிந்த செய்தி, பக்கம் 30); செடிச் செய்திகள் தொடர்ந்து தமிழிலக்கியத்தில் கையாளப் பெற்று வருவதைச் சிந்தாமணி (பக்கம் 66), பெருங்கதை (பக்கம் 72), பாரதிதாசன் பாடல் (பக்கம் 76) முதலிய எடுத்துக்காட்டுகளால் விளக்குகிறார்.

ஒன்றிரண்டு செய்திகளை இந்நூலில் விரிவாக ஆசிரியர் கூறுவது பொருத்தமற்றதாகத் தோன்றுகிறது. நாய் ஊளையிடுவதைப் பற்றி இத்துணை விரிவாகக் கூறியிருக்க வேண்டாம் (பக்கம் 37-40).

அட்டவணையில் அருஞ்சொற்கள் அனைத்தும் இடம்பெற வில்லை. இன்னும் விரிவாக அதனைத் தொகுத்திருந்தால் உதவியாக இருந்திருக்கும்.

சங்க இலக்கிய ஆய்வு, 1960ஆம் ஆண்டில் இருந்து புது நெறி ஒன்றைப் பின்பற்றி வளர்ந்து வருகிறது. ஒவ்வொரு சங்க இலக்கியத் திற்கும் இலக்கணம் காணும் நோக்கோடு, அவற்றின் சொல்லடைவு களைக் கேரளம், அண்ணாமலை, சென்னை ஆகிய மூன்று பல்கலைக் கழகத்துத் தமிழ்த்துறைகள் உருவாக்கியுள்ளன. பெரும்பாலான சங்க இலக்கியங்களுக்கு இலக்கணம் காணும் பணியும் நிறைவேறியுள்ளது. சிலவற்றிற்குத் தொடர்ந்து நடைபெற்று வருகிறது. சொல்லடைவு களில் புறநானூற்றுச் சொல்லடைவைக் கேரளப் பல்கலைக்கழகமும், சிலப்பதிகாரச் சொல்லடைவை எஸ்.வி. சுப்பிரமணியனும், பல்லவர் காலத்திற்கு முன்னுள்ள தமிழ் இலக்கியச் சொல்லடைவைச் சென்னைப் பல்கலைக்கழகத்தைச் சார்ந்த என்.சுப்பிரமணியமும் வெளியிட்டுள்ளனர். அச்சிடுவதற்குரிய போதிய பணவசதி கிடைக்கு மாயின் ஏனைய சொல்லடைவுகளையும், இலக்கணங்களையும் வெளிக் கொணரும் நிலையில் அவை உருப்பெற்றிருக்கின்றன. இத்தகைய தொகுப்புகளால் எந்த இலக்கியத்தில், எந்தச் செய்தி எத்துணை முறை வந்துள்ளது என்பதை உறுதியாக, காலவிரயமின்றிக் கூறும் நிலையில் நாம் இன்றிருக்கிறோம். இது பெருமைப்படும் ஒரு சாதனை ஆகும். சமஸ்கிருதம் நீங்கிய ஏனைய இந்திய மொழிகளுள், தமிழுக்கு மட்டும் தான் இன்று இந்தப் பேறு கிட்டியுள்ளது. வருங்காலத்தில் நடைபெற விருக்கும் பெரும்பாலான சங்க இலக்கிய ஆராய்ச்சிக்கு இந்தத் 'தேட்டம்' அடித்தளமாக அமைந்துள்ளது. எனவே சாமியைப் போன்று இத்துறையில் ஆய முயல்கின்றவர்களுக்கு இச்சொல்லடைவுகளால் விளையும் பயன் அளவிட முடியாதது.

சங்க இலக்கியச் செடி கொடிச் செய்திகளை ஆய்ந்து கூறும் இரண்டு நூற்கள் அண்மைக் காலத்தில் ஆங்கிலத்தில் தோன்றியுள்ளன. ஒன்று மு. வரதராசன் எழுதிய *சங்க இலக்கியத்தில் இயற்கை அமைப்பு (ட்ரீட்மண்ட் ஆஃப் நேச்சர் இன் சங்கம் லிட்ரேச்சர், 1957)*, மற்றொன்று சேவியர் தனி நாயகம் வெளியிட்ட *இயற்கைக் காட்சியும், தமிழ்ப் பாக்களும் (லேண்ட்ஸ்கேப் அண்ட் பொயட்ரி, 1962, 1967)*. முன்னூல் தனது இரண்டாவது பகுதியின் இறுதிப் பிரிவில், செடி கொடிகளைப் பற்றிய செய்திகளைத் தொகுத்துக் கூறுகிறது. முதற் பகுதியிலும் இறுதிப் பகுதியிலும் அச்செய்திகள்

எவ்வாறு பாட்டில் உருப்பெற்றுள்ளன என்பதை, அந்நூல் விளக்கு கின்றது. பின்னூலில், செடி கொடிச் செய்திகள் பாவில் எவ்வாறு பின்னப்பட்டுள்ளன என்பதை அதன் ஆசிரியர் ஆய்ந்துள்ளார். திறனாய்வு மனப்பாங்கோடும், ஒப்பு நோக்குணர்வோடும், பின்னூல் தனது கருத்துக்களைக் கூறுகிறது. மு.வரதராசன் செடி கொடிகளைப் பற்றிய செய்திகளை விடுபாடின்றித் திறமையாகத் தொகுத்துத் தந்துள்ளார் எனின், தனிநாயகம் தெரிந்தெடுத்த செய்திகளை உளநூற் கருத்துப் படியும், உயிரின நூற் கொள்கைப்படியும் ஆய்ந்து சுவை குன்றாமல் இணைத்துத் தந்துள்ளார் எனலாம். ஆனால் இவர்களிருவரும் தொடாத ஒரு துறையைச் சாமி மிகத் திறம்பட விளக்கியிருக்கிறார். எனவே, சங்க நூல் மாணவர்கள் சாமியின் நூலால் பெறும் பயன் சிறிதன்று. பழம்பாடல்களுக்குப் பொருள் விளக்கம் தேட நினைக்கின்றவர் களுக்கும், சங்கநூற் பாடங்களைச் செப்பனிட நினைக்கின்றவர் களுக்கும், செடிச் செய்திகளை வரலாற்று முறையில் எழுத நினைக் கின்றவர்களுக்கும் இந்நூலாற் கிடைக்கும் பயன் பெரிது.

தாவரச் செய்திகள் பலவற்றையும் தமிழகத்தின் பல பாகங்களில் வாழ்ந்த புலவர்கள் பயன்படுத்தியுள்ளனர். சேரநாட்டுப் புலவர்கள், பாண்டிய நாட்டுப் பாலைவனச் செடிகளைப் பாடியிருக்கின்றனர். சோழநாட்டு மருதநிலச் செடிகளையும் பாடியிருக்கின்றனர். தத்தம் நாட்டுச் செடிகளை மட்டும் பாடினர் என்று கூற முடியாது; தத்தம் நிலத்தில் மட்டும் காணும் செடிகளைப் பாவில் பொதிந்தனர் என்றும் கூற இயலாது. குறிஞ்சி பாடுவதில் வல்லவர்கள் மருதநிலச் செடிச் செய்திகளை நுட்பமாகக் கூறியுள்ளனர். எனவே புலமைத்திறன் மிக்கவர்கள் அனைவரும், செடி கொடிகள் பற்றிய நுண்ணறிவைப் பெற்றிருந்தனர் என்று கூற இயலும். இத்தகைய செய்திகள் திராவிடப் பழங்குடி மக்கள், தெலுங்கர், பைகர், தோடர் முதலியவர்களுக்கும் தெரிந்திருந்ததால் திராவிட இனமக்கள் அனைவருக்கும் செடியின அறிவு சொந்தமாக இருந்தது என்று கூற இயலும். பச்சிலை மருந்தால் நோய் பலவற்றை வியக்கத்தக்க முறையில் மாற்றி வரும் இனம் திராவிட இனமாகும். சித்தவைத்தியமும், ஆயுர்வேதமும் இதற்குரிய சான்றுகள். எனவே செடி கொடிகளைப் பற்றிய நுண்ணறிவை அவர்கள் பெற்றிருந்ததில் வியப்பொன்றுமில்லை. நுட்பமான அறிவின்றி, மூலிகைகளையும், கிழங்கு வகைகளையும், மலர்களையும் மருந்துக் காகப் பயன்படுத்த இயலுமா?

தமிழகத்தில் வழங்கிவரும் பழமொழிகளும், நாடோடிப் பாடல் களும் செடி கொடிச் செய்திகளைத் தம்முட் பிணைத்துள்ளன. ஓவியத் திலும், கோவிற் சிற்பத்திலும் இவற்றின் பிரதிபலிப்பைக் காண

முடியும். இவ்வாறு பலதுறைக் குறிப்புக்களை வருங்கால ஆய்வாளர்கள் தொகுத்தால் தாவரச் செய்திகள் தமிழர்களுடைய நாட்டு இலக்கியங் களிலும், கலைச் செய்திகளிலும் எவ்வாறு பரிணமித்திருக்கின்றன என்று திட்டமாக அறுதியிட முடியும்.

இந்நூலிற் காணும் மரம், செடி கொடிகள் பெரும்பாலும் தமிழகத்தில் காணப்படுபவை; ஒன்றிரண்டு இமயமலைச் சாரலில் காணப்படு கின்றன. எனவே, தமிழ் இலக்கியம் தோன்றிய இடம் இந்திய நாடு, அதிலும் தென்னகம்தான் என்று தெளிவதற்கு இச்செய்திகள் உதவு கின்றன. திராவிடர்கள் மத்தியதரைக் கடல் பகுதியிலிருந்து வந்தனரா? அல்லது தென்னகத்தவரா? என்று தெரிய இத்தகைய செய்திகள் நேரடி யாக உதவாவிட்டாலும், தமிழ் இலக்கியம் தோன்றியது தென்னகத்தில் தான் என்று உறுதியாகக் கூற முடியும்.

சமஸ்கிருத இலக்கியங்களில் வேத சம்கிதைகள் தொன்மை யானவை. அவற்றிலோ அவற்றை ஒட்டித் தோன்றிய வேதங்களிலோ செடி கொடிச் செய்திகள் சுருக்கமாகவே காணப்படுகின்றன. பிற்காலத்தில் எழுந்த மகா காவியங்களிலும், காளிதாசன் செய்த காவியங்களிலும் இயற்கைச் செய்திகள் சிறப்பிடம் பெறுகின்றன என்பதனை நாம் இவ்விடத்தில் நினைவுகூர்வது நல்லது.

சாமி இயற்றியுள்ள இந்நூலைப் படிக்கும்பொழுது இலக்கியத் திறனாய்வாளர் மனதில் எழும் ஒரு கேள்விக்கு மட்டும் விடை கூறி என் முன்னுரையை முடிக்கிறேன். அறிவியற் செய்திகளைப் பொதிந்துள்ள இலக்கியம்தான், உயர்ந்த இலக்கியமா? அறிவியற் செய்திகளில்லாத இலக்கியம், இலக்கியமாகாதா? இதற்கு விடை காண வேண்டுமாயின் இலக்கியத்திற்கும், அறிவியற் செய்திகளுக்கும் என்ன பொருத்தம்? எவ்வளவு பொருத்தம்? என்னும் வினாக்களுக்கு விடை கண்டால், பதிலளிப்பது எளிது.

இலக்கிய ஆசிரியன் அறிவியலாளன் அல்லன். அவன் எழுதும் செய்யுட்கள் அறிவியலாளனின் ஆய்வுக் குறிப்புக்கள் அல்ல. படிப்பவர் களுக்கு இன்பம் தரும் பல உத்திகளில் செடிகளைப் பற்றிய நுண்ணிய செய்திகளை உரைப்பதும் ஒன்று. படிப்பவர்களின் மனச்சார்பு, படிக்கும் சூழ்நிலை ஆகியவற்றிற்கு ஏற்பவும், பாவின் நோக்கிற்கு ஏற்பவும் இவை இடம்பெறக் கூடும். ஒரு பாவில் அறிவியற் செய்திகள் குறைந்து, ஏனைய இன்பமூட்டும் செய்திகள் பெருகிவரின் அது இலக்கியத் தரத்தில் தாழ்ந்துவிடாது. அறிவியற் செய்திகள் மிகுந்து, இன்ப மூட்டும் உத்திகள் குறைத்துவிடின் அப்பாடல் தரம் தாழ்ந்துவிடும். எனவே ஓர் இலக்கியத்தின் சிறுமை பெருமைகளை அறிவியற் கருத்துக் களின் கலப்பால் மட்டும் அறுதியிட முடியாது. ஏனைய இலக்கிய

இயல்புகளுடன் நுணுகிய அறிவியற் கோட்பாடுகளும் காணப்படின் அவ்விலக்கியம் முன்னிடத்தைப் பெறும். சங்க இலக்கியத்தின் பெரும்பகுதியும், இலக்கிய இன்ப உத்தியுடன், நுண்ணிய அறிவியற் செய்திகளையும் சுவை குன்றாமற் கூறுவதால், நிலையான முன்னிடத்தைப் பெற்றுவிட்டன.

இந்த முன்னுரையுடன் இந்த நூலைப் படிக்க வேண்டுகிறேன்.

# குறிஞ்சிப்பாட்டில் ஒரு குறிப்பு

பத்துப்பாட்டுள் ஒன்று குறிஞ்சிப்பாட்டு. 'ஆரிய அரசன் பிரகத்தனைத் தமிழறிவித்தற்குக் கபிலர் பாடிய குறிஞ்சிப்பாட்டு முற்றிற்று' எனும் சொற்றொடர் அதன் இறுதியில் காணப்படுகின்றது. இச்சொற்றொடரின் பொருள் யாது? கபிலர் அகர முதல் னகர இறுதியாகவுள்ள தமிழ் எழுத்து முப்பதையும் கற்பித்தற்கு இதனைப் பாடினார் எனக் கொள்வதா? அன்றி ஆரிய அரசனைத் தமிழில் விருப்பமுறச் செய்ய இதனைப் பாடினார் எனக் கருதுவதா? தமிழில் விருப்பமுறச் செய்யவே இதனைப் பாடினார் என்று கொள்வதே பொருந்தும். 'தமிழ் கற்பித்தற்கு' என்று கூறாது, தமிழின் சிறப்பை அறிவுறுத்துவதற்கு என்று பொருள்படும் 'தமிழ் அறிவித்தற்கு' என்ற குறிப்பும் இதனையே வலியுறுத்தும். அவ்வரசன் தமிழ் மொழியில் விருப்பமுற வேண்டுமாயின், ஆரிய மொழியிலில்லாச் சிறப்பைக் கூறக் கபிலர் கடமைப்பட்டுள்ளார். இல்லையெனில், 'எம் ஆரிய மொழியிலும் இஃதுண்டு' எனத் தமிழை அவன் தள்ளியிருப்பான்; போற்றியிருக்க மாட்டான். இதனால், ஆரிய மொழியில் இல்லாத ஒன்றை, தமிழுக்கே சிறப்பாக வாய்ந்த ஒன்றை, கபிலர் குறிஞ்சிப்பாட்டுள் பாடியிருக்க வேண்டும். எனவே, குறிஞ்சிப் பாட்டில் எதைக் கூறியுள்ளனரோ அதையே தமிழுக்குச் சிறந்தது எனக் கொள்ளலாம்.

அங்ஙனமாயின், குறிஞ்சிப்பாட்டுக் கூறுவது யாது? செவிலித் தாய் தன் மகளது மெலிவைக் கண்டு வருந்துகின்றாள். வெறியாடும் வேலனைக் கேட்கின்றாள். அப்பொழுது தோழி செவிலித்தாயிடம் தம் ஒழுக்கத்திற்கும் பெண்மைக்கும் குறைவு வராமல் பீடிகையுடன் கூறுகிறாள்: 'தாயே! நீயோ நோயை அறியாது மருந்தைத் தேடுகின்றாய். தலைவி ஆராய்ந்து தேர்ந்த கணவனைப் பற்றி நீயறிக. பெற்றோர் இசைந்தால் மணப்பாள்; இல்லையேல் அடுத்த பிறவியிலேனும் அவனை அடைவாள்.

'மேலும் கேட்பாயாக: 'தினைப்புனத்தைக் காத்துப் பொழுது சாய்ந்ததும் வருவீர்' என்று அன்றொரு நாள் எம்மை அனுப்பினை. நாங்களும் ஆடிப்பாடி மரநிழலில் அமர்ந்திருக்க, ஓர் இளைஞன் வந்தான். அவனது வேட்டை நாய்கள் எங்களைக் கண்டு குரைத்தன. நடுங்கி வேறிடம் விரைந்தோம். எங்களைத் தேற்றி, அவன் 'என் அம்பு பட்ட யானை இவ்வழி வந்ததோ?' என வினவினான். நாங்களோ ஒன்றும் பேசாது இருந்தோம். அதற்கு மிக நொந்தான். அங்ஙனம் இருக்க, எங்களை நோக்கிக் களிறு ஒன்று பிளிறி வந்தது. உயிர்தப்பும்

வழியறியாது நாணத்தை மறந்து அவன் பக்கம் ஒடுங்கி நின்றோம். ஓர் அம்பு எய்து அதனைத் துரத்திவிட்டான். பின்னர் நீராடச் சென்றோம். அருவியில் கால் வழுக்கி நீர் இழுத்துச்செல்ல அவன் விரைந்து வந்து எங்களைக் காப்பாற்றித் தலைவியின் நெற்றியை வருடி அபயமளித்துத் தழுவினான். 'உன்னை மணந்து விருந்துண்டெஞ்சிய மிச்சிலை மிசையும் வாழ்க்கையுடையேனாவேன்' என்று கூறி முருகன் மீது ஆணையிட்டு மாலைவரை கூடியிருந்து 'விரைவில் மணப்பேன்; மனம் வருந்தாதே' என்று கூறி, ஊர் எல்லையில் எங்களை விட்டுப் பிரிந்தான். அன்று முதல் 'நாளும் இரவு வந்து போகின்றான். அவன் வரும் வழியின் கொடுமையை அஞ்சி இவளோ நாளும் கண்ணீர் வடித்து மெலிகின்றாள்' எனக் குறிஞ்சிப்பாட்டு முடிகின்றது.

காதல் வாழ்க்கையைக் கூறும் அகத்திணையைக் குறிஞ்சிப்பாட்டு சிறப்பிக்கின்றது. காதல் வாழ்க்கை சிற்றின்பத்தைப் பெருக்குவதன்றோ? அதில் எச்சிறப்பிருக்கிறது? பெருமைப்பட எவ்வியல்பிருக்கிறது? எனக் கேட்கலாம். காதல் வாழ்க்கையை, மயக்கத்தைப் பெருக்கும் வாழ்க்கையாகத் தமிழர் கருதவில்லை. இருவர் நடத்தப்போகும் அறவாழ்க்கையின் தொடக்கமாகக் கருதினர். ஒன்றையொன்று விரும்பா இரு உள்ளங்கள் இயைந்து அறம் செய்ய முடியுமா? பிணக்கமுற்ற கணவன் மனைவியருக்கு அற நினைவு தோன்றுமா? பிறர் துயருக்கு இரங்கும் மன நெகிழ்வுதான் ஏற்படுமா? ஆதலால், ஒன்றிய உள்ளங் களுக்கே அற நினைவு பிறக்கும். பிறர் துயருக்கிரங்கும் இரக்கம் தோன்றும். பணத்தால் சில உள்ளங்கள் கூடும். ஆனால் அவை ஒன்றி இயைந்து நன்கு வாழ்ந்ததாக இதுவரை மனித வரலாற்றில் ஒரு சான்றில்லை. அழகால் சில உள்ளங்கள் சேரும். அங்ஙனம் சேர்ந்த உள்ளங்களும், அவ்வழகு கெட்டதும் தாமே பிரிந்துவிடுகின்றன. அழகு நிலையானதன்று. நிலையானது காதலே. ஒன்றுபட்ட உள்ளங் களை அக்காதல்தான் என்றென்றும் இணைபிரியாது இருக்கச் செய்ய முடியும். அது எங்ஙனம் முடியுமென வினவலாம். பதினாறு வயதினனான தலைவன், இறுமாப்புடன் பிற உயிர்களைக் கொல்வேன் என்னும் செருக்கோடு அம்பும் வில்லும் கையிற்கொண்டு திரிகின்றான். அவனுக்குக் கவலை இல்லை. பிறர் துயர் யாதென அறியான். அங்ஙனம் வருபவன் ஒரு தலைவியைத் தற்செயலாகக் காண்கின்றான். மனம் அவளிடம் பதிகின்றது. அவளுக்காகவே தான் வாழ்வதாக நினைக் கிறான். தன் துன்பத்தையும் பொருட்படுத்தாது காடு நடந்து இரவில் அவள் துயர் துடைக்க வருகிறான். அவளும் அவன் பொருட்டு வாடுகிறாள். எனவே, காதல் காரணமாக இருவரும் பிறர் நலமே விரும்புகின்றனர்; மணமாகின்றது; குழந்தை பிறக்கின்றது. இப்பொழுது இவ்வன்பு, குழந்தைமீது பரவுகின்றது. குழந்தை நோவப் பொறுக்கும்

தாய் தந்தையருண்டோ? இங்ஙனம் தன் மனைவி மக்கள் மீது கொண்ட அன்பு உற்றார், உறவினர், அயலார் எனும் இவர்கள் மீதும் விரிந்து பரவுகின்றது.

கோவலனைப் பிரிந்த கண்ணகி வருந்துகின்றாள். தன் கணவனோடு கூடலின்பம் பெற முடியவில்லையே என்பதற்கன்று; பிறமனை நயந்துறைகின்றானே என்பதற்குமன்று. 'அறவோர்க்களித்தலும் அந்தணர் ஓம்பலும் துறவோர்க்கெதிர்தலும் தொல்லோர் சிறப்பின் விருந்தெதிர்கோடலும்' இழந்தேன் என வருந்துகின்றாள். அன்பு பெருக, அதன் குழந்தையாகிய அருள் வளருகிறது. அத்தகைய அன்புடைய இல்லறத்தான் இன்சொற் பேசாதிருத்தல் இயலுமோ? நடுநிலைமையில் நில்லாதிருத்தல் ஒல்லுமோ? செய்நன்றியும் பொறுமையும் தீவினையச்சமும் ஒழுக்கமும் இல்லாதிருத்தல் முடியுமோ? இவ்வுயர் நிலையில் மனிதனை ஆக்குவது காதல்தானே? தலைவனது அன்பு, தலைவியின் அன்பு, அறஞ்செய்தல் ஆகிய பண்பு களைச் சிறப்பாகக் கொண்ட இல்லறத்தையே குறிஞ்சிப்பாட்டும் தெளிவாக்குகின்றது. திருக்குறளும்,

*அன்பும் அறனும் உடைத்தாயின் இல்வாழ்க்கை*
*பண்பும் பயனும் அது (45)*

எனக் குறிஞ்சிப்பாட்டின் கருத்தையே வற்புறுத்திக் கூறுகின்றது. திருக்குறள் இல்லறத்தின் பண்பைக் கூறுவதோடு நில்லாது மற்றுள்ள துறவறத்தையும் கூறி இவை இரண்டுள் எது மேல் என்றும் ஆராய்கிறது.

*அறனெனப் பட்டதே இல்வாழ்க்கை அஃதும்*
*பிறன்பழிப்ப தில்லாயின் நன்று (49)*

என்னும் பாவில் அறம் என்பது இல்வாழ்க்கை என்றும், இல்லறமே துறவறத்தின் மேலானது என்றும் ஐயமறக் கூறிப் போந்தார். மேலும்,

*அறத்தாற்றின் இல்வாழ்க்கை யாற்றின் புறத்தாற்றின்*
*போஓய்ப் பெறுவ தெவன் (46)*

*ஆற்றி னொழுக்கி அறனிழுக்கா இல்வாழ்க்கை*
*நோற்பாரி னோன்மை யுடைத்து (48)*

*இயல்பினா னில்வாழ்க்கை வாழ்பவ னென்பான்*
*முயல்வாரு ளெல்லாந் தலை (47)*

*துறந்தாரிற் றூய்மை யுடைய ரிறந்தார்வா*
*யின்னாச்சொ னோற்கிற் பவர் (159)*

*உண்ணாது நோற்பார் பெரியார் பிறர்சொல்லு*
*மின்னாச்சொ னோற்பாரிற் பின் (160)*

*ஆற்றுவா ராற்றல் பசியாற்ற லப்பசியை*
*மாற்றுவா ராற்றலிற் பின் (225)*

என்றும், இவை போன்ற பல குறட்பாக்களிலும் இல்லறம், துறவறம் எனும் இரு அறங்களின் நிறைகுறைகளை ஆராய்ந்து வள்ளுவர் அறுதி யிடுகிறார். இல்லறமே சிறந்தது எனும் முடிவையே இவற்றாலும் வலியுறுத்துகிறார்.

மிகக் கடினமான துறவறத்திற்கு முதன்மை தராது, திருவள்ளுவர் இல்லறத்திற்கு முதன்மை தருவானேன்? பதினைந்தாம் நூற்றாண்டிலே மேல்நாட்டில் நடந்த மதப் புரட்சி இதனைத் தெளிவாக்கும். மேல் நாட்டில் கத்தோலிக்க மதமே அன்று பரவியிருந்தது. போப்பாண்டவரே எல்லாக் கிறிஸ்துவர்களுக்கும் மதாசாரியார். அவர் கொள்கைப்படி தூய கிறிஸ்துவர்கள், புலனையடக்கி இறைவனடிக்கே தம்மைச் சமர்ப்பிக்க வேண்டும். புலன்களை அடக்க அடக்கத்தான் மனத்தெளிவு ஏற்பட்டுத் தெய்வச் சிந்தனை தோன்றும் என்பது அவர்கள் கொள்கை. புலன்கள் கட்டு மீறிச் செல்லுங்கால் தடுத்து நிறுத்த ஒவ்வொரு குருவும் தனக்குத் தரப்பட்ட கைச்சவுக்கால் தேகத்தில் அடிப்பாராம். ஆனால், இக்கொள்கை ஏட்டளவில் இருந்ததேயொழிய நடைமுறையில் வரவில்லை. இந்நிலையில் ஜெர்மானிய நாட்டில் மார்ட்டின் லூதர் என்பார் குருவாக இருந்து புலனை அடக்கித் தேகத்தை வதைத்துத் தெய்வச் சிந்தனையில் மூழ்க முற்பட்டார். முற்பட்ட அவர் முதலில் கண்ட உண்மை யாதெனின் புலனை வாட்ட வாட்ட மனத்தெளிவு குலையும் என்பதே. இவ்வுண்மையை உணர்ந்த அவர் மனத்தாலும், உடலாலும் இயற்கைக்கு மாறாக நடத்தல் கூடாது என்னும் முடிவை அடிப்படையாகக் கொண்ட பிராட்டஸ்டண்டு மதத்தைத் தோற்று வித்தார். அவர், மதத்திலுள்ள எல்லா குருக்களையும் மணக்கக் கட்டளையிட்டார். தானும் மணந்துகொண்டார். மார்ட்டின் லூதர் பிற்காலத்தில் என்ன குறையைத் துறவறத்தில் கண்டாரோ அதனையே திருவள்ளுவர், 'மனத்தது மாசாக மாண்டார் நீராடி, மறைந்தொழுகும் மாந்தர் பலர்' எனத் துறவறத்தைப் பற்றிக் கூறி, 'இயல்பினான் இல்வாழ்க்கை வாழ்பவன் என்பான் முயல்வாருள் எல்லாந்தலை' என்று இல்லறத்தைப் புகழ்கின்றார். கபிலர் தமிழர்க்கே உரியது எனக் கூறுவதுபோல தமிழின் இயல்பைக் கூறும் குறிஞ்சிப்பாட்டிலே பெருமைப்படுத்தியுள்ள இல்லறத்தைத் திருவள்ளுவர் துறவறத் தினும் மேலானது எனக் காரணம் காட்டி நிரூபிக்கின்றார். தமிழ் மொழியிலுள்ள அக இலக்கியங்கள் அனைத்தும் இவ்வில்லறத்தின் தொடக்கமாகிய காதல் வாழ்க்கையைச் சிறப்பிப்பன. அகவொழுக்கம் தமிழ் மொழிக்கே உரியது; சிறந்தது என்பதைப் பரிபாடலும் களவியலுரையும் தெளிவுறுத்துகின்றன.

தள்ளாப் பொருளியல்பின் தண்டமிழ் ஆய்வந்திலார்
கொள்ளார் இக்குன்றுப் பயன் (9.25)

என்று பரிபாடலும், 'இந்நூல் என்னுதலிற்றோ வெனின் தமிழ் நுதலிற்று' என்று இறையனார் களவியலுரையும் அகவொழுக்கத்தைத் தமிழ் என அழைத்தலால் தெளியலாம். இங்ஙனம் கபிலர் சிறப்பிப்ப தாலும், அக இலக்கியங்கள் போற்றுவதாலும், பண்டை இலக்கியங்கள் தமிழென்றே பாராட்டுவதாலும், காதலை அடிப்படையாகக் கொண்ட இல்லற வாழ்க்கை தமிழர்க்கே உரியதா? என்னும் ஐயம் எழலாம். அதேபோல் ஆரியர்களின் பண்டை இலக்கியங்கள் அனைத்தும் முற்றத்துறந்த முனிவர்களுக்கு மதிப்பும் சிறப்பும் தருவதால் துறவற வாழ்க்கை ஆரியருக்கே உரியதா? என்னும் வினாவும் உடனெழலாம்.

இன்றைய இந்தியப் பண்பாடு பல இனத்தவர் கலப்பால் விளைந்தது. சிறப்பாகத் திராவிட ஆரியர் கலப்பால் பிறந்தது. அதில் எது திராவிடர் களுக்குரியது, எது ஆரியர்களுக்குரியது என்று திட்டமாகக் கூற முடியாது. எனினும், ஆரியர்களின் மிகப் பழமையான நூற்களில் என்ன நிலை பேசப்படுகின்றதோ அது ஆரியர்களுக்குரியது என்று ஊகிக்கலாம். அதைப்போல் திராவிடர்களின் மிகப் பழைய இலக்கியங் களில் எது கூறப்படுகின்றதோ அதைத் திராவிடர்களுக்குரியது எனக் கொள்ளலாம். ஆனால், இன்றுள்ள மிகப் பழைய திராவிட இலக்கியங் களிலும் ஆரியக் கலப்பு இல்லாமல் இல்லை. இதனால் எல்லாப் பாக்களும் ஆரியக் கலப்புள்ளவை என்று கூறுவதும் உண்மையன்று. கவனமாக ஆரியக் கருத்துக்கள் கலந்துள்ள பாடல்களைப் பிரித்துப் பார்த்தால் திராவிட நாகரிகக் கூறுகளை அறியலாம். அங்ஙனம் நோக்கின், ஆரியர்களின் மிகப் பழைய நூலாகிய 'ரிக்' வேதத்தில், காதலால் ஒன்றி நடத்தும் இல்லறத்தைப் பற்றிப் பேச்சில்லை. ஆனால், நல்ல பெண், பணத்தைப் பாராது காதலுக்கு மதிப்புத் தந்து, தன் கணவனைத் தேர்ந்தெடுத்துக்கொள்வாள் எனும் பொருள்படும் குறிப்பு ஒன்று மட்டும் (X-27-12) காணப்படுகின்றது. மனித இனம் அனைத் திற்கும் பொதுவான காதலுணர்ச்சியின் பெருமையைக் கூறினும், அற வாழ்க்கைக்குக் காதல் மணமே இன்றியமையாததாக ஆரியர் கருதினர் என்று கொள்வதற்கு 'ரிக்' வேதம் இடந்தரவில்லை. வடமொழிக் காவியங்களில் சிறப்பிக்கப்பட்ட மணமும், பல ஆடவர்களிடையே தன் மனத்திற்குகந்த ஒருவனை, மணப்பெண் தேர்ந்தெடுத்தலாகிய சுயம்வரமேயாகும்; காதல் மணமன்று. முதல் முதல் காதல் மணத்தைப் பற்றிப் பேசிய குறிப்பு வியாச மகாபாரத்தில் கிடைக்கின்றது. அதில் வரும் சகுந்தலை - துஷ்யந்தன் கதை காந்தர்வ மணத்தில் தொடங்கு கிறது. அக்கதையும் காந்தர்வ மணத்தினால் சகுந்தலை போல் துயருற

நேரும் எனும் குறிப்பை உணர்த்துகின்றதேயொழிய காதல் மணமே இல்லறத்திற்கு இன்றியமையாத தொடக்கம் என வலியுறுத்தவில்லை. காளிதாசன் எழுதிய குமார சம்பவம் பிராசாபத்திய மணத்தின் பெருமையையும் சாகுந்தலம் காந்தர்வ மணத்தால் விளையும் குறைபாடுகளையும் உணர்த்துவன என்பதே வடமொழிப் புலமை நலங்கனிந்த சில ஆசிரியர்களின் கொள்கை. எனவே, ஆதி வடமொழி இலக்கியங்கள், காதல் மணத்தைச் சிறப்பிக்கவில்லை என்பதும் பின்னருள்ளவையே காதல் மணத்தைக் கூறுகின்றன என்பதும் அவையும் குறைபடக் கூறுகின்றனவேயொழிய தமிழ் இலக்கியங் களைப் போல் இன்றியமையாததாக்கிக் கூறவில்லை என்பதும் தெளிவாம்.

ஆரிய இலக்கியங்கள், துறவிகளையும் துறவறத்தையும் போற்றுவது யாவரும் அறிந்ததே. ஆனால், சங்க இலக்கியங்களில் இல்லறம் தீதெனத் துறந்தார் என்று கூற ஓர் எடுத்துக்காட்டேனும் காண இயலாது. ஒன்றிரண்டரசர்கள் புறப்புண் பட்டதை நினைத்து வருந்தியும் தம் மக்கள் மீது படையெடுக்க வேண்டிய நிலை ஏற்பட்டதே என்று எண்ணி வாழ்க்கையை வெறுத்தும் துறந்த அசெய்திகளே நமக்குக் கிடைக் கின்றன. பின்னருள்ள நூல்கள் துறவறத்தைப் பற்றிப் பேசுகின்றன. வடநாட்டில் தோன்றிய புத்த சமண சமயங்கள் தென்னாட்டிலும் பரவவே, இங்கும் துறவறத்தைக் கொள்வோர் மலிந்தனர். அப்பர் முதலானோர் முற்றுந்துறந்தவர்களாக வாழ்க்கை நடத்தியதைத் தமிழகம் அறியும். இங்ஙனம் துறவறம் தமிழகத்தில் பரவினமையால், திருவள்ளுவர் அதனையும் அமைத்துப் பாடியுள்ளார். பாடிய அவரும் இல்லறமே சிறந்தது என்றும் துறவறம் பிறரால் எளிதில் பழிக்கத்தக்க தவறுகள் பல உடையதென்றும் இவற்றால், இல்லறமே அறமென்றும் கூறுகிறார். தான் எடுத்துக்கொண்ட பொருளுக்குப் பெருமதிப்புத் தருதற்கும், வற்புறுத்திக் கூறுவதே திருவள்ளுவர் ஒவ்வொரு அதிகாரத்திலும் மேற்கொள்ளும் முறையாகலின், தவம் என்னும் அதிகாரத்தில் தவம் மேலென ஒரு குறளில் கூறியுள்ளார். இக்குறள் முன்னர் ஏற்றிக்கூறிய இல்லறத்திற்கு முரண்பாடாக முதலில் தோன்றும்.

*தவஞ்செய்வார் தங்கருமஞ் செய்வார் மற்றல்லா*
*ரவஞ்செய்வா ராசையுட் பட்டு (266)*

எனும் இப்பாவிலும், ‘அவஞ்செய்வார்’ என்னும் சொற்றொடர் இல்லறத்தாரைக் குறியாமை பரிமேலழகர் உரையால் தெளிவாகும். இது, வள்ளுவர் இல்லறத்தின் மீது கொண்டிருந்த மதிப்பைத் தெளி வாக்கும். அவ்வில்லறத்தையே கபிலர் தமிழர்க்கே உரிய அறமாக, ஆரிய அரசன் கேட்டறியக் குறிஞ்சிப்பாட்டாகப் பாடியுள்ளார்.

இதனை மனதிற்கொண்டே கம்பரும், உயர்ந்த அற வாழ்க்கையாகிய இராமன் சீதை வாழ்க்கைக்குக் காதல் மணமே தொடக்கமாக இருக்க வேண்டும்; அங்ஙனம் இருந்தால் தமிழர் ஏற்பர் என்று எண்ணி, வால்மீகி இராமாயணத்தில் இல்லாத சீதை இராமன் மதியுடம்பாட்டைத் தொல்காப்பிய உஎரயாசிரியர் எடுத்துக்காட்டியுள்ளதுபோல் தானும் கொண்டு, 'அண்ணலும் நோக்கினான் அவளும் நோக்கினாள்' எனக் காதல் மணமாக அதனை முடித்துள்ளார். துயருறு வாழ்க்கையையுடைய கோவலன் கண்ணகியர் வாழ்க்கைக்குத் தொடக்கமாகக் காதல் மணம் அமைத்தல் தக்கதன்று என்று எண்ணி இளங்கோவடிகளும் காதல் மணத்தைக் கூறாது. 'மாமுது பார்ப்பான் மறைவழி காட்டிடத் தீவலஞ் செய்து மணந்தனர்' எனக் கூறித் தன் காப்பியத்தைத் தொடங்குகின்றார். இவற்றாலும், காதல் அடிப்படையில் மேற்கொள்ளும் இல்லறம் தமிழர்க்குச் சிறந்தது என்பது வெளிப்படை. தமிழினத்தின் தனி நாகரிகம் என இதனையே குறிஞ்சிப்பாட்டு கூறுகின்றது.

●

# குறளாய்வு நெறிமுறைகள்

## அடிப்படை முன்னேற்பாடுகள்

'திருக்குறள் மேற்கோள் விளக்கம்' என்னும் இந்த நூலில் தமிழிலக்கிய இலக்கண உரைகளில் உரையாசிரியர்களால் மேற்கோள்களாக எடுத்தாளப்பட்டுள்ள குறட்பாக்களை அவற்றிற்குரிய விளக்கக் குறிப்புக்களோடு அ.தாமோதரன் அரிதின் முயன்று தொகுத்துள்ளார். மேற்கோள்களைத் தொகுப்பதில் அவர் எடுத்துக்கொண்டுள்ள அயரா முயற்சி, அவற்றை நிரல்பட வகைசெய்து காட்டியுள்ள அமைப்புத் திட்டம், அவ்வமைப்பிற்கேற்ற உத்தி முறைகளைத் தெரிவு செய்துள்ள அறிவுத்திறன் ஆகியவை பாராட்டுதற்குரியன. நூலின் ஓரிரு பக்கங்களைப் புரட்டுபவர்கட்கும் இந்த உண்மை எளிதில் விளங்கும். நூலின் நோக்கம், அமைப்பு, அதனைப் பயன்படுத்தும் முறை (பக்கம்: 8), மேற்கோள் ஆராய்ச்சியின் இன்றியமையாமை, அதன் உட்பிரிவுகள், அவற்றின் பயன் ஆகிய செய்திகள் முன்னுரையில் மிகத் தெளிவாகக் குறிப்பிடப்பட்டுள்ளன. குறளாராய்ச்சியில் இந்நூல் புதியதொரு துறையைத் தோற்றுவித்துள்ளதென்பதனை ஒப்புக்கொள்ளத்தான் வேண்டும். திருக்குறள் பற்றி இதுவரை நடந்தேறியுள்ள ஆய்வுப்பணிகளையும், இனிமேல் நடைபெற வேண்டிய ஆய்வு நெறிகளையும் நாம் திட்டவட்டமாகத் தெரிந்துகொண்டாலன்றி இந்த நூலின் அருமையை அறிந்துகொள்ளவும் அறுதியிட்டுணரவும் இயலாது.

உலக இலக்கியங்களுள் திருக்குறளுக்குத் தனியிடம் உண்டென்பது உலகறிந்த உண்மை. பகவத் கீதை, திருக்குர்ஆன், விவிலியவேதம் முதலிய அறநூல்களுக்கு இணையான கருத்துச் செறிவும், மனிதவுள்ளத்திற்கு எழுச்சியூட்டும் ஆற்றலும் குறளுக்கு உண்டென்பதைப் பலரும் கூறியுள்ளனர். ஏனைய நூற்களைப் போலல்லாமல் அனைத்துலக மாந்தர்க்கும் பொதுவான அறக் கருத்துகள் பலவற்றைக் கூறும் பேராற்றல் இந்நூலுக்கிருப்பதைப் பல்வேறு சமயத்தினரும் சுட்டிக் காட்டியுள்ளனர். தமிழக அரசு இரண்டாவது உலகத் தமிழ் மகாநாட்டு நிதியிலிருந்து திருக்குறள் ஆய்வுகட்கென ஒன்பது லட்சம் ரூபாயை மானியமாக வழங்கியுள்ளமை பாராட்டிற்குரியது. இந்நிதியின் உதவியோடு தமிழகத்தில் உள்ள பல்கலைக்கழகங்கள் மூன்றும் திருக்குறள் ஆய்வுத்துறைகளைத் தனித்தனியே தோற்றுவித்துப்

பணியாற்றத் தொடங்கியுள்ளன. தமிழகத்தில் திருக்குறளின்பால் ஏற்பட்டுள்ள இந்தப் பேரார்வம் நான் அறிந்த வரையில் வேறு எந்த மொழி இலக்கியத்திற்கும் இல்லை.

## குறளாய்வு முறைகள்

குறளின் ஆய்வுமுறைகளை இரு பெரும்பிரிவுகளாக முதற்கண் பிரித்துக் கொள்ளலாம். திருக்குறளின் உள் நின்று அதன் அகநிலைச் செய்திகள் அனைத்தையும் திரட்டி ஆராய்தல் ஒன்று; பிற இலக்கியங்களோடு திருக்குறளை ஒப்புநோக்கி அதன் பெருமையைத் தெளிதல் மற்றொன்று. இவற்றை முறையே அகநிலை ஆய்வு, புறநிலை ஆய்வு என வகைப் படுத்திக்கொள்ளலாம். ஒப்பியல் முறையின் அடிப்படையை ஒட்டிய புறநிலை ஆய்வில் மேலும் இரு உட்பிரிவுகளைச் செய்துகொள்ளலாம். தமிழ் மொழியிலுள்ள பிற இலக்கியங்களோடு மட்டும் திருக்குறளை ஒப்பிட்டு ஆராய்தல் ஒரு வகை. இதனை ஒரு மொழி ஒப்புமை ஆய்வு என்று குறிப்பிடலாம். தமிழல்லாத பிற மொழிகளிற் காணப்படும் இலக்கியங்களோடு குறளை ஒப்புநோக்கி ஆராய்தல் மற்றொரு வகை யாகும். இதனைப் பன்மொழி ஒப்புமை ஆய்வு என்றழைக்கலாம்.

பயன் தரக்கூடிய எவ்வகை ஆய்வையும் தொடங்குவதற்கு முன்பாக அதற்குரிய முன்னேற்பாடுகளை ஆய்வாளன் தேர்ந்தெடுத்து அமைத்துக் கொள்ள வேண்டும். முன்னேற்பாடுகள் ஒழுங்குபட அமையவில்லை யாயின் எத்தகு நுண்ணறிவுடைய ஆய்வாளனாலும் நிலைபேறுடைய முடிவுகளைக் கூறிவிட முடியாது. எனவே விரிவான திருக்குறள் ஆராய்ச்சிக்கு எத்தகைய முன்னேற்பாடுகள் தேவையென விளக்கிய பின்னர் ஆய்வு முறைகளைச் சுட்டிக்காட்டுதலே பொருத்தமாகும்.

## குறள் பதிப்புக்கள்

பத்தொன்பதாம் நூற்றாண்டின் முற்பகுதியிலிருந்து (1830) திருக்குறளுக்கு எண்ணற்ற பதிப்புக்கள் வெளிவந்துள்ளன. ஆயினும் நம்பகமானதொரு திருத்தப் பதிப்பு (கிரிடிகல் எடிசன்) திருக்குறளுக்கு இன்றளவும் வெளிவர வில்லையென்பது குறிப்பிடற்குரிய செய்தியாகும். பயிற்சியில் உள்ள பதிப்புக்கள் பலவும் முந்திய பதிப்புக்களைப் பின்பற்றி மாற்றங்கள் சிறிதுமின்றி மூலபாடத்தை அமைத்துக்கொண்டுள்ளன. பழைய பதிப்புக்கள் அனைத்தும் தரமானவையென்ற நம்பிக்கையே இதற்குக் காரணம். இத்தகு பழம் பதிப்புக்களிலும் பிழைகள் நேர்ந்துள்ளமையை அறிஞர் பலரும் அவ்வப்போது சுட்டிக்காட்டியுள்ளனர். பதிப்புப் பணிக்குப் பயன்படுத்தப்பெறாத திருக்குறள் ஏடுகள் பல தமிழகத்

திலும், பிற இந்திய மாநிலங்களிலும் உள்ள சுவடி நிலையங்களில் இன்றும் காணப்படுகின்றன. இதுபோலவே இலங்கை, பிரிட்டன் முதலிய பிற நாடுகளிலும் திருக்குறள் ஓலைச்சுவடிகளும், கடிதப் பிரதிகளும் காணப்படுகின்றன. அவற்றையெல்லாம் ஒன்றுதிரட்டி, ஒப்புநோக்கி, ஆராய்ந்து திருத்தமுள்ள செம்பதிப்பொன்று திருக்குறளுக்கு வெளிவந்தாலன்றிக் குறளின் மூலபாடத்தில் தெளிவு ஏற்படாது; திருக்குறள் ஆராய்ச்சியும் முழுமையுறாது. இத்தகைய பதிப்புப் பணிக்கு இம்மேற்கோள் விளக்கம் பேருதவி புரியுமென்பதில் ஐயமில்லை.

## குறள் மொழிபெயர்ப்பு

திருக்குறளை மொழிபெயர்க்கும் பணி சுமார் அறுநூறு ஆண்டுகளுக்கு முன்னரே தொடங்கப்பட்டுள்ளதெனலாம். பெயர் தெரியாத ஆசிரியர் ஒருவரால் மலையாள மொழியில் திருக்குறள் மொழிபெயர்க்கப் பட்டுள்ளமை இச்செய்தியை வலியுறுத்தும். இதுபோன்ற பழைய மொழிபெயர்ப்புக்கள் பாட அறுதியீட்டிற்கு நன்கு உதவக்கூடியன வாகும். திருக்குறளைப் பரப்பும் நோக்கத்தோடு இடைக்காலத்தில் தோன்றிய தினகரவெண்பாவைப் போன்ற முதுமொழி நூற்களுள் திருக்குறட்பாக்கள் முழுஅளவில் எடுத்தாளப்பெற்றுள்ளன. இவ்வகை நூற்களும் மூலப்பாடங்களை அறுதியிடற்குப் பயன்படக் கூடியனவே. எனவே திருக்குறள் மொழிபெயர்ப்புக்களும், முதுமொழி நூற்களும் வகையுறத் தொகுக்கப்பெற வேண்டும்.

திருக்குறளுக்கு எழுந்த பழைய உரைகளனைத்தும் இன்னும் முழுமை யாக அச்சாகவில்லை. அச்சேறிய உரைகளிலிருந்து உரையாசிரியர்கள் வெவ்வேறான மூலபாடங்களைக் கொண்டிருந்தனர் என்பது தெளிவா கிறது. திருக்குறள் உரைவளம் (ச. தண்டபாணி தேசிகர்), திருக்குறள் உரைக்கொத்து (தி.பட்டுச்சாமி ஓதுவார்), திருக்குறள் உரைவேற்றுமை (இரா. சாரங்கபாணி), திருக்குறள் ஆராய்ச்சிப் பதிப்பு (கி.வா. ஜகந்நாதன்) முதலிய வெளியீடுகள் இம்முடிபை வலியுறுத்தும். எனவே பாட அறுதியீட்டுப் பணியில் இவற்றையும் துணைச் சான்றுகளாகப் பயன்படுத்திக்கொள்ள வேண்டும்.

## சொல்லடைவுகள்

தரமுள்ள திருக்குறட் பதிப்புப் பணிக்கு அதன் சொல்லடைவு இன்றியமையாதது. திருக்குறள் மூலத்திற்கு மார்க்க சகாயஞ் செட்டியார், சாமி. வேலாயுதம் பிள்ளை, கி.வா. ஜகந்நாதன், ஏ.பரமேஸ்வரி ஆகியோரால் தொகுக்கப்பட்டுள்ள சொல்லடைவுகள் காணப்படுகின்றன

இவற்றுள் சொல் விடுபாடுடையன சில; பொருள் விடுபாடுடையன சில; இலக்கணக் குறியீடுகள் இல்லாதன சில; சொற் பாகுபாட்டில் தெளிவான வரையறை இல்லாதன சில; இவற்றையெல்லாம் கருத்திற் கொண்டு வரையறுத்த இலக்கணக் கொள்கையின் அடிப்படையில் அ.தாமோதரன் தொகுத்துள்ள திருக்குறட் சொல்லடைவு இன்னும் அச்சேறாமலிருப்பது வருந்துதற்குரியது.

பதிப்புப் பணிக்குச் சொல்லடைவு மட்டுமே முழுமையாகத் துணை செய்துவிட முடியாது. சொல்லடைவோடு (வேர்ட் இன்டக்ஸ்) தொடர் அடையும் (பிரேஸ் இன்டக்ஸ்), சிறுவாக்கிய அடைவும் (கிளாஸ் இன்டக்ஸ்), பெருவாக்கிய அடைவும் (சென்டன்ஸ் இன்டக்ஸ்), பொருளடைவும் (சப்ஜெக்ட் இன்டக்ஸ்) தயாரித்து வெளியிட வேண்டும். இவற்றைப் போலவே திருக்குறளின் பழைய உரைகளுக்கும் செவ்விய முறையில் அடைவுகளைத் தொகுத்தல் வேண்டும். இவற்றோடு ஒப்புமை அடைவு (கம்பரேடிவ் கன்கார்டன்ஸ்) ஒன்றையும் தொகுத்தாலன்றி அடைவுப் பணி முற்றுப்பெறாதெனலாம். திருக்குறளுக்கு முன்னும் பின்னும் தோன்றிய இலக்கியங்களில் குறளில் உள்ள சொல்லும், தொடரும், உவமையும், கருத்தும் ஆங்காங்கே காணப்படுகின்றன. இவற்றையெல்லாம் தெளிவான வரையறையின் அடிப்படையில் தொகுத்து ஒப்புமை அடைவை அமைத்துக்கொள்ள வேண்டும். இவ்வகை அடைவுகள் இன்று வரை திருக்குறளுக்குத் தொகுக்கப் பட்டுள்ளதாகத் தெரியவில்லை. இப்போது சென்னை நகரிலும் கம்ப்யூட்டர் இயங்கி வருவதால் மேற்கூறிய அடைவுகளை எளிதில் தொகுத்துவிடலாம். இத்தகைய அடைவுகளின் துணையோடு மட்டுமே திருக்குறளின் மூலபாட அறுதியீடு, உரைத் தெளிவு, காலவரையறை, கருத்துக்களின் செல்வாக்கு ஆகியவற்றைச் சரியாக ஆராய்ந்து முடிவுசெய்ய இயலும்.

*குறளாய்வு நூலடங்கல்*

திருக்குறள் தொடர்பாக இதுவரை நடந்தேறியுள்ள ஆராய்ச்சிகள், வெளி வந்துள்ள நூல்கள், மொழிபெயர்ப்புக்கள், கட்டுரைகள் ஆகியவை யெல்லாம் உள்ளடக்கிய நூலடங்கல் (பிப்லியோகிராஃபி) ஒன்றை வெளியிடுதல் அடுத்த முன்னேற்பாடாகும். இந்நூலடங்கலில் நூலின் பெயர், ஆசிரியர், பதிப்பாசிரியரின் பெயர், பதிப்பு விபரம், நூற்பொருள் விளக்கம் (அனோடேசன்) முதலியவை முறையுற இடம் பெற்றிருக்க வேண்டும். திருக்குறள் தொடர்பான குறிப்புக்களைப் பல்வேறு ஆசிரியர்களும் தத்தம் நூற்களில் கையாண்டுள்ளனர். தமிழல்லாத பிற மொழிகளிலும் குறளாராய்ச்சி நடைபெற்றுள்ளது. எனவே இத்தகைய

செய்திகளனைத்தையும் உள்ளடக்கிய நூலடங்கலாக அதனை அமைத்துக் கொள்வது விரும்பத்தக்கது.

### வள்ளுவர் வரலாற்றுக் குறிப்புக்கள்

திருவள்ளுவரின் வரலாற்றுக் குறிப்புகளைத் தொகுப்பது இறுதி முன்னேற்பாடாகும். திருவள்ளுவரைப் பற்றிய செவிவழிச் செய்திகள், தனிப்பாடற் சான்றுகள் ஆகியவற்றோடு அவர் காலத்தில் வாழ்ந்த மற்றையத் தமிழ்ப் புலவர்களின் வரலாறுகள், அவர்தம் இலக்கியப் படைப்புகள் ஆகியவற்றையும் விரிவான முறையில் இப்பகுதியில் ஆராய வேண்டும். இதுகாறும் குறிப்பிட்ட முன்னேற்பாடுகள் மூன்றையும் பின்வரும் வரைபடம் தெளிவாக விளக்கும்.

அடிப்படை முன்னேற்பாடுகளை முறையாகத் திரட்டிவிட்டால் திருக்குறள் ஆராய்ச்சியை எளிதாகத் துவக்கிவிட முடியும். அக நிலை, புறநிலையென முன்னர் வகைசெய்துகொண்ட ஆய்வுகளையும், அவற்றின் உட்பிரிவுகளையும் ஆராயும் முறை பற்றிக் கொஞ்சம் தெளிவாக இங்கு விளக்க வேண்டும். அகநிலை ஆய்வை 1.நூல் விளக்கம் 2.பொருளமைப்பு 3.இலக்கணம் 4.மொழிநடை 5.செய்யுள் இலக்கணம் 6.உள்ளொற்றுமை ஆய்வு 7.இலக்கிய நயம் 8.வரலாற்றுச் சான்றுகள் என்று எட்டு வகையாகப் பாகுபாடு செய்துகொள்ளலாம்.

### உரை விளக்கம்

திருக்குறளுக்குத் தோன்றியுள்ள பழைய உரைகள் அனைத்தையும் கற்றறிந்து அவற்றிற் காணப்படும் வேறுபாடுகளை உணர்ந்துகொள்ள வேண்டும். பழைய உரைகள் பலவிடங்களில் புரியாமல் இருக்கும் உண்மையை நாம் நெடுநாள் மறைத்து வைக்க இயலாது. குறளின் மூல பாடத் தெளிவின்மை இதற்கு ஒரு காரணமாகலாம். பழைய உரையாசிரியர்களுக்கு முன்னோடியாக அமைந்த நூற்களின் மறைவு மற்றொரு காரணமாதல் கூடும். தம்மை அறியாமலும் உரையாசிரியர்கள் சிற்சில தவறுகளைச் செய்திருக்க வாய்ப்புண்டு. எனவே பழைய உரைகளைத் தெளிவாக ஆராய்ந்து அவற்றுள் விளங்கும் பகுதிகள், விளங்காப் பகுதிகள், தவறிய பகுதிகள் ஆகியவற்றைப் பாகுபடுத்தி யறிந்து கொள்ள வேண்டும்.

இதுபோலவே தற்கால உரைகளையும் நுணுகி ஆராய வேண்டும். இன்றைய அரசியல், சமுதாய நோக்கங்களைப் பிரதிபலிக்கும் வகையில் அமைந்துள்ள இவ்வுரைகட்கு நிலையான செல்வாக்கு ஏற்படாது. மரபுமுறை உரைகளைப் போல இலக்கிய நயத்தோடு இவை அமையா விட்டாலும் அரிய செய்திகள் சிலவேனும் இவற்றுள் காணக்கூடும்.

முன்னேற்பாடுகள்
திருத்தப்பதிப்பு
நூலடங்கல்
வரலாற்றுச் சான்றுகள்
முதற்சான்று
துணைச்சான்று
தமிழ்
பிறமொழி
திருவள்ளுவர்
சமகாலப் புலவர்கள்
ஏடுகள்
கடிதப்பிரதிகள்
மொழிபெயர்ப்புக்கள்
மேற்கோள்கள்
உரைகள்
அடைவுகள்
சொல் அடைவு
தொடர் அடைவு
சிறுவாக்கிய அடைவு
பெருவாக்கிய அடைவு
பொருள் அடைவு
ஒப்புமை அடைவு

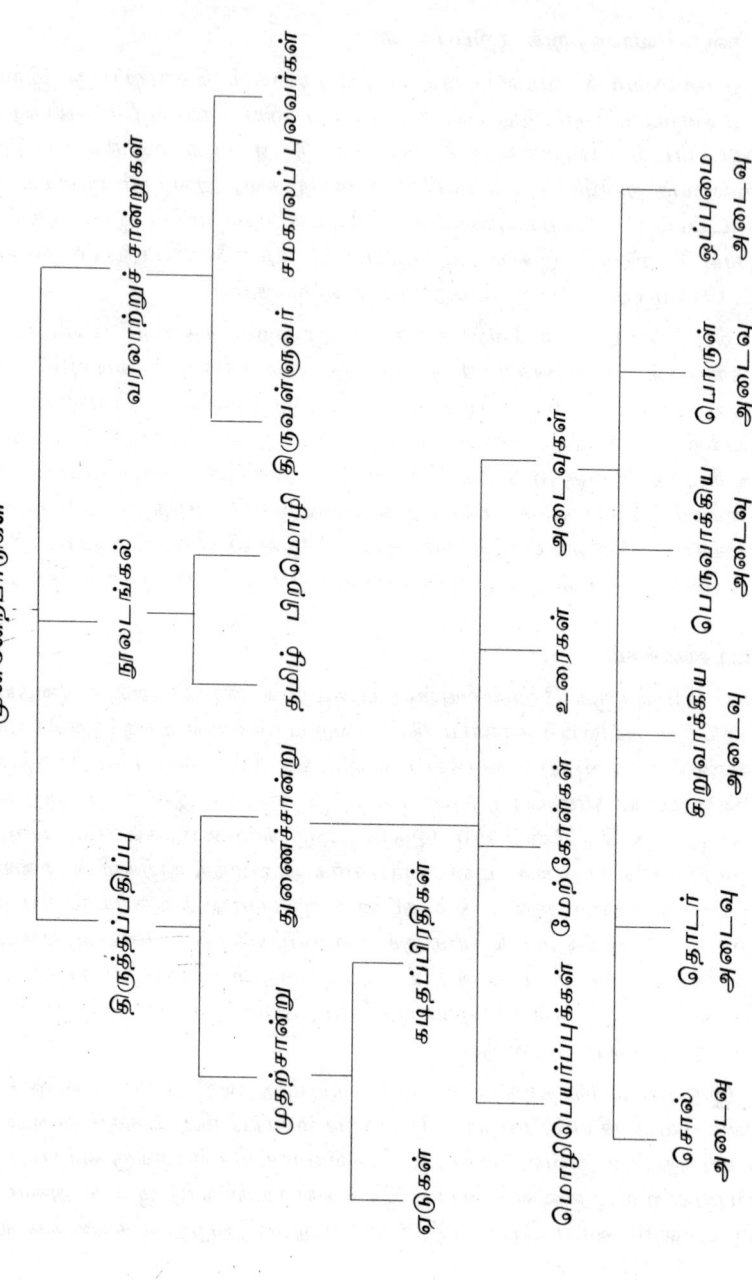

ஆகவே தற்கால உரைகளையும் முறையாகத் தொகுத்து ஆராய்ச்சிக்குப் பயன்படுத்திக்கொள்வதில் தயக்கம் தேவையில்லை.

அறிவாராய்ச்சியில் ஒருவரையொருவர் காரணங்காட்டி மறுப்பது ஆய்வுலக நியதி. ஆராய்ச்சியிற் காணப்படும் உண்மையான குறைபாடு களைச் சுட்டிக்காட்டுதல் ஒரு ஆய்வாளர் மற்றவருக்குச் செய்யும் அறிவுத்தொண்டாகும். திறமையான ஆய்வாளருக்கு இத்தகைய அஞ்சா நோக்கும் இருத்தல் வேண்டும். எதையும் எதிர்பார்த்துச் செய்யும் ஆராய்ச்சி இரண்டாந் தரமானது; அது விரைவில் புறக்கணிக்கப் படுதலைத் தமிழுலகம் நன்கறியும். கண்ணியமுள்ள மறுப்பு மறுப்பாளரின் பெருந்தன்மையைக் காட்டும். கண்ணியக் குறைவுள்ள சொல்லாட்சியால் மறுப்புரையின் சிறப்புக் கூறுகளும் பொலிவிழந்து போவதைத் தமிழறிஞர் அறிவர். எனவே தற்கால உரைகளின் நிறை குறைகளைக் கண்ணியமான நடையில் அஞ்சாமற் கூறும் மரபை ஆய்வாளர்கள் வளர்த்துக்கொள்ள வேண்டும். இல்லாவிட்டால் அவர்கள் தம்முடைய கடமைகளை முழுமையாக நிறைவேற்றிவிட்டதாகக் கருதிக்கொள்ள முடியாது.

### பொருளமைப்பு

திருவள்ளுவர் என்னென்ன பொருட்கூறுகளைப் பற்றிக் கூறியுள்ளா ரென்று அறிவதற்கு உரைவிளக்கம் பெருந்துணை செய்யும். வினைத் தூய்மை, வினைத்திட்பம், வினைச்செயல்வகை என்னும் உடன்பாட்டு அமைப்பு - கல்வி, கல்லாமை; செங்கோன்மை, கொடுங்கோன்மை என்னும் எதிர்மறை அமைப்பு – இறைமாட்சி, அமைச்சு, தூது, நாடு, அரண் – என்னும் தொடர்நிலை அமைப்பு முதலியவற்றை நுணுகி நோக்கினால் வள்ளுவத்தின் பொருட்பாகுபாடும், அமைப்பும் தெளிவு படும். இதனால் பிற அறநூற்களோடு திருக்குறளை ஒப்பிடுதலும், அதன்கண் கூறப்படாத பொருட்கூறுகளை ஆராய்தலும் எளிதில் முடியும்.

### இலக்கணம்

திருக்குறளின் மொழியமைப்பு (*லாங்குவேஜ் ஸ்ட்ரக்சர்*) பற்றிய அறிவு அதன் பல்வேறு ஆராய்ச்சிகட்குத் துணைபுரியுமாதலின் விளக்க முறை இலக்கணமொன்று (*டிஸ்கிரிப்டிவ் கிராம்மர்*) திருக்குறளுக்கு எழுதப்பட வேண்டும். இவ்வகையில் திருக்குறளின் ஒலியிலக்கணம் (*ஃபோனாலஜி*), சொல்லிலக்கணம் (*மார்ஃபாலஜி*), தொடரிலக்கணம் (*சின்டக்ஸ்*) ஆகியவற்றை அ. தாமோதரன் தமது டாக்டர் பட்டத்திற்காக ஆராய்ந்து எழுதியுள்ளமை (1965) குறிப்பிடத்தக்கது. மரபு முறையில் செய்யப்

பட்ட வேறுசில இலக்கணங்களும் காணப்படுகின்றன. ஆயினும் திருக்குறளின் சொற்பொருளிலக்கணத்தை (*சிமான்டிக்ஸ்*) இதுவரை யாரும் செய்துள்ளதாகத் தெரியவில்லை. குறளாராய்ச்சியில் நடைபெற வேண்டிய இன்றியமையாப் பணிகளுள் அதன் சொற்பொருள் இலக்கணமும் ஒன்றாகும். முன்னர் குறிப்பிட்ட பல்வகை அடைவுகள் இப்பிரிவில் நிகழ்த்தப்படும் ஆய்வுகட்கு மிகவும் துணை செய்யும்.

**மொழிநடை**

திருக்குறளின் இலக்கண அமைப்பு தெளிவானால் வள்ளுவரின் சொல்லாட்சி, தொடராக்கம், நடைநயம் ஆகியவை எளிதாக விளங்கும். திருக்குறளில் தொடர்கள் உருவாக்கப்பட்டுள்ள முறை, சொற்சுருக்க உத்திகள் கையாளப்பட்டுள்ள வகை, வாக்கிய வகைகள் அமைக்கப் பட்டுள்ள திறம், வாக்கியங்கள் யாப்புமுறைக்கேற்ப இயைக்கப் பட்டுள்ள நெறி, பொருட்செறிவிற்கியைய உவமைகளும் அணிகளும் இழைக்கப்பட்டுள்ள பாங்கு ஆகியவை ஆராயப்பட வேண்டும். வள்ளுவர் எத்தகைய சொற்களைப் பயன்படுத்தியுள்ளார்; ஓசை இனிமைக்கு அவை எவ்வகையில் உதவி செய்கின்றன; அச்சொற்களில் எவ்வகை இலக்கண வேறுபாடுகள் காணப்படுகின்றன என்பவற்றை யும் இப்பகுதியில் ஆராய்தல் நலம் பயக்கும்.

**செய்யுளிலக்கணம்**

குறள் வெண்பாக்களின் செய்யுளமைப்பில் காணப்படும் நிறைகுறை களும், பயிற்சியில் உள்ள பல்வேறு பதிப்புக்களில் பின்பற்றப்பட்டுள்ள சீர்களின் பாகுபாடுகளும் இப்பிரிவில் ஆராயப்பட வேண்டும். இவ்வகை ஆய்வு திருக்குறளின் யாப்பிலக்கணத்தை மறுபரிசீலனை செய்து அதன் அமைப்பு முறையை வரையறுப்பதற்கு உதவும். திருக்குறளின் காலத்திற்கு முன்னும் பின்னும் குறள் வெண்பாவினால் இயற்றப்பட்ட நூற்கள் தோன்றியிருப்பினும் அவற்றுள் ஒன்றேனும் குறளோடு ஒப்பக் கருதுமளவு சிறந்தோங்கவில்லை. ஆனால் வள்ளுவரின் வெண்பாக் களோ யாப்பழகில் இணையிலா வீறுபெற்றுத் திகழ்கின்றன. வெண்பா யாப்பிற்கும் அறிவியல் கோட்பாடுகளுக்கும் உள்ள இயைபு இதற்கு ஒரு காரணமாதல் கூடும். பதினெண் கீழ்க்கணக்கு நூற்களில் காணப்படும் அறநூற்களின் பாடல்களுள் பெரும்பகுதி வெண்பாவில் அமைந்துள்ளமை இக்கருத்தை வலியுறுத்தும். எனவே அறிவியல் கோட்பாடுகளை விளக்குவதற்கு வெண்பாக்கள் எந்த அளவிற்குப் பயன்படுகின்றன, அதனுள்ளும் குறள் வெண்பாக்கள் எந்த அளவு பயன்படுகின்றன என்பதையும் இப்பகுதியில் ஆராய வேண்டும்.

அப்பொழுதுதான் சங்க இலக்கியங்களில் பேரளவில் பயன்படுத்தப் பட்டுள்ள ஆசிரியப்பாவைத் தேர்ந்தெடுத்ததன் உண்மைக் காரணத்தை விளங்கிக்கொள்ள முடியும்.

## உள்ளொற்றுமை ஆய்வு

திருக்குறளின் அதிகாரப் பகுப்பும், வைப்பு முறையும் பொருள் தொடர்பை அறிய உதவும். நூற்று முப்பத்து மூன்று என்ற அதிகாரத் தொகை முப்பாலின் பொருள் தெளிவுக்கு எவ்வளவு உதவுகின்றது என்பதை ஆராய வேண்டும். அதிகாரப் பெயர் மாற்றம், குறட்பாக்களின் இடமாற்றம் ஆகியவற்றிற்குரிய காரணங்களைப் பழைய உரையாசிரியர் களின் கருத்துக்களோடு ஒப்பிட்டு முடிவு செய்தல் வேண்டும். அதிகாரம் ஒன்றிற்குப் பத்து என்ற அளவோடு வெண்பா யாப்பில் குறட்பாக்களை அமைத்துள்ளமை உட்பிணைப்புடைய ஓவியம்போலத் தோன்றி நினை வாற்றலுக்கு உதவி செய்கின்றது. எனினும் செயற்கைப் பண்புடைய குறட்பாக்கள் சிலவும் இடையிடையே காணப்படுகின்றன. வேறுசில இடங்களில் கூறியதுகூறற் பண்பும் தென்படுகின்றது. இவற்றிற்குப் பதிலாக வேறுசில கருத்துக்களையும் இத்தகைய இடங்களில் கூறி இருக்கலாமேயென்று எண்ணத் தோன்றுகிறது. ஆசிரியர்கள் அனைவரும் தொடக்க முதல் இறுதி வரை குறைகூற முடியாத பாக்களையே இயற்றியுள்ளனரென்று கூறவியலாது. உலக இலக்கியங்களில் உயர்ந்த சிகரங்களும் உண்டு; இடையிடையே பெரும் பள்ளத்தாக்குகளும் உண்டு. ஒரு இலக்கியத்தின் இந்த இரு கூறுகளையும் திறனாய்வாளர் பாகுபடுத்தியறிந்து அதன் பெருமையை அறுதியிடுதல் வழக்கம். அந்த நோக்கத்தோடு திருக்குறளில் உள்ள அதிகாரங்களின் தொகையும் அமைப்பும் வரிசைமுறையும் அதன் இலக்கியத் தரத்தை எந்த அளவு உயர்த்துதற்கு அல்லது குறைப்பதற்குத் துணை செய்துள்ளன என்ற செய்திகளும் இப்பகுதியில் குறிப்பிடப்பட வேண்டும்.

## இலக்கிய நயம்

திருக்குறளின் இலக்கிய நயங்களைப் புலப்படுத்தும் நோக்கில் பல நூற்கள் தோன்றியுள்ளன. ஆனால் வரையறுத்த இலக்கியக் கொள்கை யின் அடிப்படையில் இவை உருப்பெற்றுள்ளதாகக் கூற முடியாது. நெடியதொரு இலக்கிய மரபும், பரம்பரையும் இல்லாத மொழி ஒன்றில் திருக்குறளைப் போன்றதொரு பேரிலக்கியம் தோன்றிவிட முடியாது. எனவே அத்தகைய இலக்கியப் பரம்பரையின் செல்வாக்கையும் இலக்கியக் கோட்பாட்டு மரபுகளையும் முதற்கண் வரையறை செய்து கொள்ள வேண்டும். அவ்வாறு வரையறுத்துக்கொண்ட இலக்கிய

மரபுகள், கொள்கைகள் ஆகியவற்றின் அடிப்படையில் திருக்குறள் எத்தகைய இலக்கியம்? அதன் பெருமை சிறுமைகள் யாவை? இவ்விலக்கியப் படைப்பில் ஆசிரியர் கண்ட வெற்றி தோல்விகள் எவ்வளவின? என்பவை அறுதியிடப்பட வேண்டும்.

மிகக் கடுமையாகக் குறைகாணும் பழக்கமுடையவர்களாலுங்கூட உலக இலக்கிய வரிசையில் திருக்குறளின் இடத்தைப் பெரிதும் மாற்றி விட முடியாது. அறிநெறிகளைக் கூறும் இலக்கியங்களுள் இதற்கொரு சிறப்பிடம் என்றுமுண்டு. ஆனால், அனைத்துக் குறட்பாக்களும் ஒரே தரமான இன்பத்தைப் பயக்கின்றன என்று கூறிவிட முடியாது. சில பாக்கள் பழமொழிகளைப் போல நேரடியாகக் கருத்துக்களை மாத்திரம் கூறிச் செல்கின்றன. இத்தகைய பாடல்களில் இலக்கிய நயம் ஓரளவு குறைந்துள்ளதாகவே தோன்றுகிறது. இக்குறைபாடு தரமான உலக இலக்கியங்கள் அனைத்திற்குமுரிய பொது விதியென்பதை முன்னரே குறிப்பிட்டுள்ளேன். ஒரு இலக்கியத்தின் குறைகளை உணர்ந்து கொள்ளுதல் அதன் இலக்கியச் சுவை வேறுபாடுகளைத் தெளிந்து இன்புறுதற்கு உதவியாக இருக்கும். உயிருள்ள இலக்கிய மொழி தமிழாதலின் எதிர்காலத்தில் மற்றொரு வள்ளுவன் தோன்றி நிறைவுடைய பாக்களைச் செய்வதற்கு இத்திறனாய்வு தூண்டுகோலாகவும் இருக்கும்.

**வரலாற்றுச் சான்றுகள்**

இலக்கியத் திறனாய்வுக்கு வரலாற்றுச் செய்திகள் மிகவும் துணை செய்யக் கூடியன. திருக்குறளின் காலத்தை வரையறுத்தற்கு அதன் இலக்கண அமைப்பும், பொருள் நிலையும் ஓரளவு பயன்படும். பிற மொழி நூற்களில் காணப்படும் அறிவியல் கருத்துக்களைத் திருக்குறட் கருத்துக்களோடு ஒப்பிட்டு நோக்கும்போதும் இந்த வரலாற்றுச் செய்திகள் உறுதியான சான்றுகளை நல்குமெனலாம். மேற்கூறிய எண்வகைப் பிரிவுகளில் திருக்குறளின் அகநிலை ஆய்வைப் பாகுபடுத்தி அமைத்துக்கொண்டால் இதன் புறநிலை ஆய்வுகளோடு இவற்றைத் தொடர்புபடுத்திக் கொள்ளுதல் எளிதாக இருக்கும்.

புறநிலை ஆய்வை 1. ஒப்புமை ஆய்வு 2. சமூகவியலாய்வு 3. அரசியலாய்வு 4. அறிவியல் ஆய்வு என்று நான்கு பிரிவுகளாகப் பாகுபாடு செய்யலாம். ஒப்புமை ஆய்வை ஒரு மொழி ஒப்புமை ஆய்வு, பன்மொழி ஒப்புமை ஆய்வு என இருவகையாகத் துவக்கத்தில் பிரித்துக் கொண்டது நினைவிருக்கலாம்.

திருக்குறள் ஆராய்ச்சி
நூல் விளக்கம்
பொருள் அமைப்பு
இலக்கண அமைப்பு
மொழி நடை
செய்யுள் இலக்கணம்
உள்ளொற்றுமை ஆய்வு
இலக்கிய நயம்
வரலாற்றுச் சான்றுகள்
ஒப்புமை ஆய்வு
சமூகவியல் ஆய்வு
அரசியல் ஆய்வு
அறவியல் ஆய்வு
தமிழ்
வாய்மொழி
பிற மொழிகள்
ஒப்புமை
மொழிபெயர்ப்பு

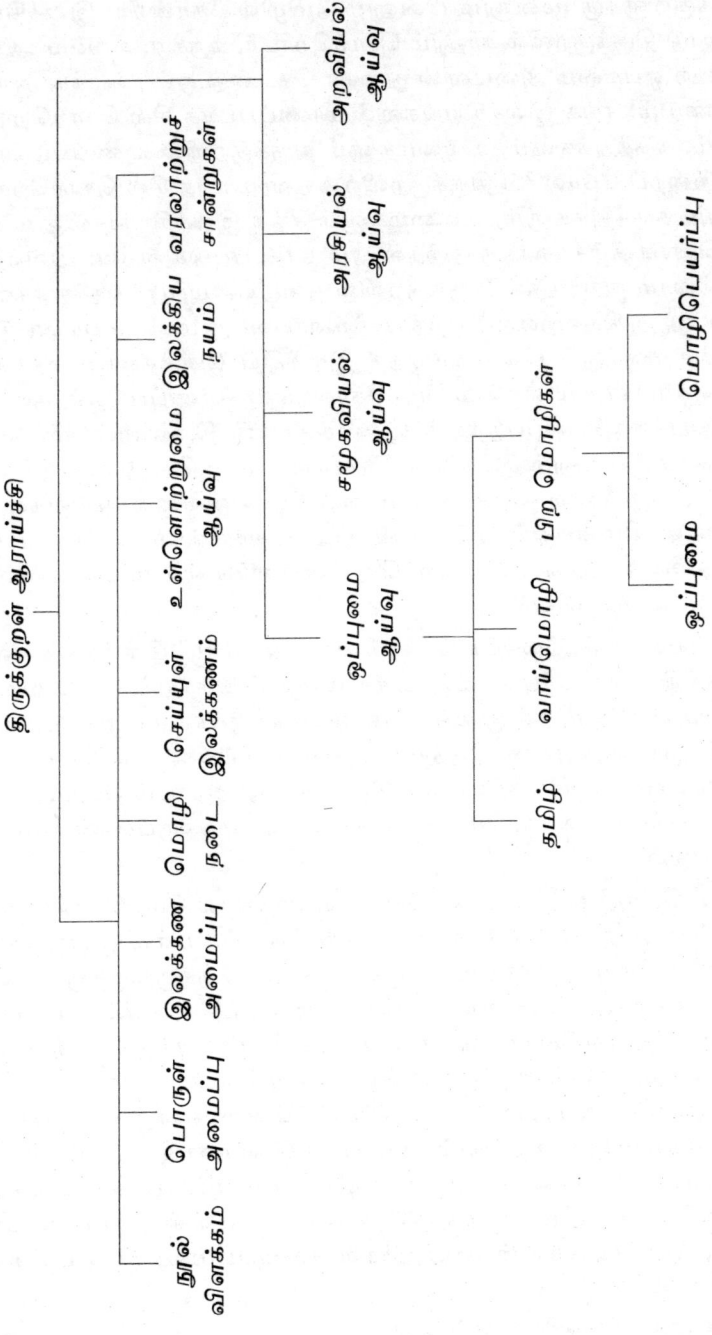

**ஒப்புமை ஆய்வு**

திருக்குறளுக்கு முன்னும் பின்னும் தமிழில் தோன்றிய இலக்கியங்களோடு திருக்குறளில் காணும் சொற்றொடர், கருத்து, உவமை ஆகியவற்றை ஒப்புமை அடைவின் துணை கொண்டு ஒப்புநோக்கி ஆராய வேண்டும். சங்க இலக்கியங்களில் காணப்படாத சில சொற்றொடர்களும், கருத்துக்களும், உவமைகளும் திருக்குறளில் காணப்படலாம். இவற்றைப் போலவே திருக்குறளிற் காணப்படாத சில சொற்றொடர்களும், கருத்துக்களும், உவமைகளும் சங்க இலக்கியங்களிலும் பிற பதினெண் கீழ்க்கணக்கு நூற்களிலும் காணப்படுகின்றன. இவற்றையெல்லாம் திரட்டுதல் திருக்குறளின் நடையமைப்பு, கருத்துக்களின் வரலாறு ஆகியவற்றைப் பற்றிய திறனாய்வுக்கு மிகவும் பயன்படும். திருக்குறளுக்குப் பின்னரெழுந்த இலக்கிய இலக்கண உரைகளில் திருக்குறளின் சாயல்களும் மேற்கோள்களும் காணப்படுதல் குறளின் செல்வாக்கைப் புலப்படுத்தும். இச்செய்தியைத் 'திருக்குறள் மேற்கோள் விளக்கம்' என்னும் இந்த நூல் தெளிவாக வகைசெய்து காட்டுகிறது. இந்த மேற்கோள்களின் அடிப்படையில் எவ்வகை ஆய்வுகளைச் செய்யலாமென்பதும் இந்நூலின் முன்னுரையில் விரிவாக ஆராயப் பட்டுள்ளது. இவைபோன்ற செய்திகளையெல்லாம் இப்பிரிவில் ஆராய்தல் வேண்டும்.

வாய்மொழி இலக்கியங்களும் எழுத்துமொழி இலக்கியங்களும் நெருங்கிய தொடர்புடையனவாதலின் குறட் கருத்துக்கள் சிலவற்றிற் கேனும் பழமொழிகள் மூலங்களாக அமைந்திருக்கலாம். இதுபோலவே திருக்குறட் கருத்துக்களிலிருந்தும் பழமொழிகள் சில உருப்பெற்றிருக்க வாய்ப்புண்டு. இக்கருத்தை மனதிற்கொண்டு ஆராயும் பொழுதுதான் குறட்பாக்கள் சில பழமொழிகள் போல அமைந்திருப்பதன் உண்மை விளங்கும்.

பன்மொழி ஒப்புமை தகுதியுடையவர்களால் மேற்கொள்ளப்பட வேண்டியதொரு பணியாகும். சமஸ்கிருதம், பிராகிருதம், பாலி முதலிய மொழிகளின் இலக்கியங்களுக்கும் திருக்குறளுக்கும் உள்ள பொருத்தங்களைப் பி.எஸ். சுப்பிரமணிய சாஸ்திரி, எஸ்.வையாபுரிப் பிள்ளை முதலியோர் எடுத்துக்காட்டியதோடு அக்குறிப்புக்களைத் தங்கள் ஆராய்ச்சியிலும் பயன்படுத்தியுள்ளனர். இவற்றுள் பல கருத்துக்கள் ஒரு சாராரால் மறுக்கப்பட்டுள்ளன. எனினும் ஒப்புமைப் பகுதிகளனைத்தும் அறிவியல் முறைப்படி இதுவரை இருதரப்பினராலும் ஆராயப்படவில்லை. மேலும் சுபாஷிதம் போன்ற பிற்கால சமஸ்கிருத இலக்கியங்களிலும் தமிழகத்தில் உருவான சமஸ்கிருதப் படைப்புக் களிலும் திருக்குறளின் கருத்துக்கள் காணப்படுவதாக வடமொழி

வல்லுநர்கள் ஊகிக்கின்றனர். இவையெல்லாம் திருக்குறளின் கால வரையறைக்கும், கருத்து வளர்ச்சிக்கும் தக்கக் குறிப்புக்களை வழங்கக் கூடும். எனவே தமிழையும் சமஸ்கிருதம், பாலி முதலிய மொழி களையும் நன்கறிந்த ஆய்வாளர்களிடம் மட்டுமே இப்பன்மொழி ஒப்புமைப் பணி ஒப்படைக்கப்படுதல் விரும்பத்தக்கது.

திருக்குறளை ஒத்த விவிலிய வேதம், திருக்குர்ஆன், பழைய சீன இலக்கியங்கள் ஆகியவற்றையும் ஆராய்ந்து ஒப்புமைப் பகுதிகளைத் தெரிந்துகொண்டால் திருக்குறளை அனைத்துலகும் போற்றுதற்குரிய அடிப்படைக் காரணம் தெளிவாகும். இவ்வாறு ஒப்பிட்டாராயும்போது கருத்துக்களின் அசற்பண்பும் நகற்பண்பும் புலப்பட வாய்ப்புண்டு. உலகப் பொது மறைகளை ஒப்புநோக்குவது போலவே குறளுக்கு எழுந்த மொழிபெயர்ப்புக்களும் ஒப்புநோக்கப்பட வேண்டும். ஏறத் தாழ இருபது மொழிகளில் திருக்குறள் மொழிபெயர்க்கப்பட்டுள்ளது. இவைகளை மூலத்தோடு ஒப்பிட்டு, மொழிபெயர்ப்பால் மூலக் கருத்துக்கள் அடையும் மாற்றங்களைத் தெளிவுபடுத்த வேண்டும். இந்த ஆராய்ச்சி மொழிபெயர்ப்பாளர்கட்கு மட்டுமன்றித் திருக்குறள் ஆய்வாளர்கட்கும் துணைசெய்யக்கூடியதாகும்.

### சமூகவியலாய்வு

திருக்குறளின் பொருள் விளக்கத்திற்குச் சமூகவியல் பேருதவி புரியும். தமிழர்களின் சமுதாய வரலாறு, சமய வரலாறு, குடும்ப அமைப்பு, பொருளாதார நிலை, தொழில் முறை, விழா வகைகள் ஆகியவற்றை ஆராய்ந்தால் குறட்பாக்களின் பொருள் விளக்கம் மேலும் சிறக்கு மென்பது ஒருதலை. வள்ளுவர் காலத்து மக்கள்தொகை, அவர்களின் அகவாழ்க்கை நெறி, தலைவன், தலைவி, தோழி, பாங்கன், களவு, கற்பு போன்ற அகவாழ்வின் அமைப்புமுறை, மக்களின் கல்விமுறை ஆகிய துறைகளில் சிலர் ஆராய்ந்துள்ளமை கருதத்தக்கது. இவைகளனைத்தும் சமூகவியல், மானிடவியல் அடிப்படையில் நன்கு ஆராயப்பட்டால் திருக்குறளின் உண்மைப் பொருள் மேன்மேலும் விளக்கமுறும்.

### அரசியலாய்வு

சமூகவியலோடு தொடர்புடையது அரசியலாய்வு. வள்ளுவர் காலத் திற்கு முன்பு நிலவிய அரசியல் கொள்கைகளைச் சங்க இலக்கியங்களின் அடிப்படையிலும் வள்ளுவர் காலத்தில் நிலவிய அரசியல் கொள்கை களைத் திருக்குறளைக் கொண்டும் வரையறை செய்துகொள்ள வேண்டும். அவ்வாறு வரையறுத்துக் கொண்டால் பொருட்பாலில் உள்ள அதிகாரங்கள் பலவற்றைத் தெளிவாக விளங்கிக்கொள்ள இயலும்.

**அறவியலாய்வு**

இறுதியாகவுள்ள அறவியலாய்வை விரிவாகச் செய்தல் வேண்டும். வள்ளுவத்திற்கு முன்பு தமிழகத்தில் வழங்கிய அறக் கோட்பாடுகள், வள்ளுவத்திற்குப் பின்னரெழுந்த அறக் கொள்கைகள், தத்துவ விளக்கங்கள், திருக்குறளில் கூறப்பட்டுள்ள அறவியற் கொள்கைகள் ஆகியவற்றைத் தெளிவாக முறைப்படுத்திக்கொள்ள வேண்டும். இம்மூன்று பகுதிகளிலும் அறக் கருத்துக்களின் வளர்ச்சி எவ்வாறு அமைந்துள்ளது? இவற்றின் அறவியற் கோட்பாடுகளில் காணப்படும் ஒற்றுமை வேற்றுமைகள் யாவை? என்பவையும் ஆராயப்பட வேண்டும். அறவியற் கருத்துக்களின் வளர்ச்சியில் சமயங்களின் செல்வாக்கு என்ன? சமயங்களின் தோற்ற வளர்ச்சியில் மேற்கூறிய அறக் கொள்கை களின் பங்கு என்ன? என்பவையும் நடுநிலையில் முடிவு செய்யப்பட வேண்டும். அதன்பின்னர் பி.வி. காணே தொகுத்துள்ள 'தர்ம சாஸ்திரங்களின் வரலாறு' என்ற நூலோடு ஒப்பிட்டுத் திருக்குறளின் தனித்தன்மையை உலகுக்கு எடுத்துக்காட்டி நிலைநிறுத்த வேண்டும். இங்குக் குறிப்பிட்ட திருக்குறள் ஆய்வுமுறைகளை வரைபடத்தில் காணலாம்.

மேலே கூறிய ஆய்வுமுறைகள் ஒன்றையொன்று தழுவிச் செல்வன. சிலவற்றை ஓரிருவர் செய்யக்கூடும்; பலர் பல ஆண்டுகள் உழைத்து நிறைவேற்ற வேண்டிய குழுப் பணிகளும் இவற்றுள் சில உண்டு. இங்கு நான் குறிப்பிட்டுள்ள பிரிவுகளின் கீழ் திருக்குறளின் ஆய்வு நெறிகள் அனைத்தும் அடங்கி முடிவுபெற்றுவிடுமெனக் கருதிவிடக் கூடாது. ஆராய்ச்சியில் ஈடுபடுவோர் வேறுபல புதிய துறைகளில் ஆய்வு நிகழ்த்தும் தேவையை அவ்வப்போது உணரக்கூடும். இத்தகைய விரிவான திருக்குறள் ஆய்வுகட்கும் அவற்றின் முடிவுகளை வெளியிடு தற்கும் தேவைப்படும் பொருட்செலவு கணிசமானதென்பது உண்மை தான். ஆனல் தமிழ் வாழுமட்டும் வாழக்கூடிய பேரிலக்கியமாகிய திருக்குறளுக்கு இத்தகைய ஆராய்ச்சிகளைச் செவ்வையாகச் செய்ய வில்லையென்றால் அந்நூலின் ஏற்றத்திற்கு நாம் முயலவில்லையென்ற குற்றச்சாட்டிற்கு ஆளாகிவிடுவோம்.

சொற்சுருக்கத்தை வற்புறுத்திய வள்ளுவத்திற்கு நீண்டதொரு அணிந்துரை எழுத நேர்ந்ததேயென்று தயக்கமும் உண்டு. ஆனால் நான்காண்டுகட்கு முன்னர் 'திருக்குறள் மேற்கோள் விளக்கம்' பற்றிய தனது திட்டத்தை என்னிடம் கூறிய அ.தாமோதரன் அப்பணியைத் திறம்பட நிறைவேற்றிக் காண்பித்த பூரிப்பால் இத்தகு நீண்ட அணிந் துரையை எழுதிவிட்டேன். இந்த மேற்கோள் விளக்கம் திருக்குறள் ஆய்வுகட்குரிய அடிப்படை முன்னேற்பாட்டுப் பணிகளுள் ஒன்று

என்பதைத் தமிழுலகம் நன்குணரும்; இதன் அருமையறிந்து பயன் படுத்திக்கொள்ளுதல் கற்றறிந்தார் கடனாகும்.

முனைவர் அ.தாமோதரன் அவர்களுடைய திருக்குறள் மேற்கோள் விளக்கம் என்ற நூலுக்குக் குறள் ஆய்வு முறைகளை விளக்கி எழுதப்பட்ட ஆராய்ச்சி அணிந்துரை.

# முஸ்லிம் இலக்கியங்கள்

தமிழ் இலக்கியத் துறைக்கு முஸ்லிம்கள் ஆற்றிய பணி வெகுவானது; பலதிறப்பட்டது. காவியத் துறையிலும், பிரபந்தங்களைச் செய்வதிலும், உரைநடை நூற்களை யாத்தலிலும் அவர்கள் வல்லவர்களாக இருந்திருக்கின்றனர். ஆட்சிசெய்த முஸ்லிம் அரசர்கள் போதிய அளவு ஆதரவு காட்டவில்லையாயினும், பெரும்பான்மையான தமிழர்கள் இந்துக்கள் ஆகையால் அவர்களது பாராட்டுதலை வேண்டிய அளவு பெறவில்லையாயினும், முஸ்லிம் புலவர்கள் நிலைபேறான இலக்கியங்களைச் செய்யப் பின்னிற்கவில்லை. தற்போதுகூட அந்தச் சமுதாயத்தில் தலைசிறந்த தமிழறிஞர்கள் சிலர் இருப்பது நாம் அறிந்ததே.

வட இந்தியாவிற் போலன்றி, தென்னகத்தில் முஸ்லிம் ஆட்சி ஒரு சில நூற்றாண்டுகளே நிலவியது. ஆனால், இதற்கு முன்னரே தமிழர்களுக்கு முஸ்லிம் தேசங்களுடன் வாணிபத் தொடர்பிருந்தது. அராபியத் தலைவர்கள் காயல் முதலிய துறைமுகப் பட்டினங்களில் குதிரை விற்பனைக்காக, விற்பனை அதிகாரிகளை நியமித்தது நாமறிந்ததே. வஸ்ஸாப் என்ற யாத்ரீகர் ஆண்டொன்றுக்கு சுமார் 10000 குதிரைகள் வரை இங்கு விற்பனைக்காகக் கொண்டுவரப்பட்டன என்று குறித்துள்ளார். மேற்குக்கரையில் அராபிய மக்கள் தொகுதியாகக் குடியிருந்ததும் நமக்குத் தெரிந்த செய்திதான். இவ்வாறு தமிழகத்தில் வாழ்ந்த அராபியர்களின் முக்கிய நோக்கு வாணிபமாகும். பண்டைத் தமிழ் இலக்கியங்கள் அவர்கள் இருப்பை மட்டும் கூறிச் செல்கின்றன. ஏனைய குடிமக்களிடமிருந்து விலகி வாழ்ந்து வாணிபம் ஒன்றிலேயே கண்ணாக இந்த அராபியர்கள் இருந்தார்கள் போலும். எனவே, இவர்களைச் சுற்றி வாழ்ந்த குடிமக்கள் அதிகமாக இவர்களோடு தொடர்பு கொண்டிருந்தார்கள் என்று கூறுவது இயலாது.

துருக்கியிலுள்ள சும்ப்லா நகர் அமீர் தன்னுடைய அதிகாரத்தைத் துறந்து அவுலியாவானதும் இந்தியாவிற்கு இஸ்லாமிய மதத்தைப் பரப்ப வந்தார் என்று முஸ்லிம் மக்கள் நம்புகின்றனர். அவர் திருச்சிராப்பள்ளியில் குடியேறினார் என்றும் அங்கே கி.பி. 900இல் இறந்தார் என்றும் அவருக்கு அங்கே ஒரு நினைவுச்சின்னம் எழுப்பப்பட்டது என்றும் கூறப்படுகின்றது.

ஆனால், கி.பி. 1311இல் மாலிக்காபூர் தமிழகத்தின் மீது படை யெடுத்த பின்னர்தான் முஸ்லிம்களோடு தமிழர்களுக்கு நெருங்கிய தொடர்பு ஏற்பட்டது. அவரது படையெடுப்பு எதிர்பாராமல் நிகழ்ந்த

நிகழ்ச்சி ஆகும். சோழப் பேரரசு, தொடர்ந்து நடத்திய கடும் போர்கள் பலவற்றால் தளர்ந்து மெலிந்து இருந்தது. பாண்டியன் குலசேகரனின் மக்கள் இருவரும் பட்டத்திற்காகத் தமக்குள் போர்புரிந்து வந்தனர். இவை இரண்டும் மாலிக்காபூரின் படையெடுப்புக்கு ஏற்ற சூழ்நிலை யைத் தோற்றுவித்தன. தென்னகத்தின் செல்வச் செழிப்பில் மோக முற்று மாலிக்காபூர் படையெடுத்தார். எளிதில் தமிழகத்தை வென்றார். கி.பி.1324இல் இரண்டாம் முறையும் படையெடுத்துப் பாண்டிய நாட்டை அடிமைப்படுத்தினார். பாண்டிய நாடு டெல்லி சுல்தானுடைய சாம்ராஜ்ஜியத்தின் ஒரு பகுதியாயிற்று. 1335இல் (கி.பி.) ஜலாலுதீன் அசன்ஷா டெல்லியோடு உள்ள தொடர்பைத் துண்டித்து மதுரையைச் சுதந்திரமான முஸ்லிம் அரசாக மாற்றினார். இது கி.பி.1378ஆம் ஆண்டு வரை நீடித்தது. அந்த ஆண்டில் விஜய நகர இளவரசன் இரண்டாம் கம்பணன் இந்த முஸ்லிம் அரசைத் தோற்கடித்தான். எனினும் சுற்று வட்டாரங்களின் மீது ஆட்சி செலுத்த மதுரையின் அருகாமையிலும் கண்ணனூரிலும் முஸ்லிம் படைகளின் முகாம்கள் தொடர்ந்து இருந்தன. கி.பி.1646இல் விஜயநகர சாம்ராஜ்யம் நிலைகுலைந்த சமயத்தில் முஸ்லிம்கள் மீண்டும் தலைஎடுத்தனர். தஞ்சையும், செஞ்சியும் முஸ்லிம் களின் ஆளுகைக்கு உட்பட்டிருந்தன. மதுரை அரசர் முஸ்லிம்களின் ஆதிக்கத்திற்கு உள்ளடங்கிய மன்னரானார். இந்தக் காலத்தில் உள்நாட்டுத் தலைவர்கள் விளைவித்த குழப்பங்கள் மிகப் பலவாகும். அமைதி மிகக் குலைந்து ஆட்சிமுறை வலுவற்றிருந்தது. நாயக்க மன்னர்களின் ஆட்சி யின் இறுதியில் மதுரை இராணி மீனாட்சி தன்னுடைய எதிரிகளை எதிர்க்கத் துணை செய்யுமாறு தாவுத்கானை வேண்டிக்கொண்டார். அந்த வேண்டுகோள் இராணியின் சிம்மாசனத்தில் வீற்றிருக்கும் வேண்டு கோளாக மாறியது. அதுமுதல் மதுரை முஸ்லிம்களின் அதிகாரத்தின் கீழ்நேரடியாகவோ, மறைமுகமாகவோ, பிரிட்டிஷ் கம்பெனிக்காரர்கள், பிரெஞ்சுக்காரர்களையும் திப்பு சுல்தானையும் 1800இல் (கி.பி.) தோற் கடிப்பது வரை இருந்து வந்தது.

வெற்றி கொண்ட நாட்டில் ஆட்சியைச் செம்மைப்படுத்தி நெடுநாள் வைத்திருக்க வேண்டுமென்பது முஸ்லிம்களின் நோக்கமன்று. பெரும் செல்வத்தைத் திறையாகப் பெற வேண்டுமென்பதே அவர்கள் எண்ணம். நீண்ட நாள் தமது ஆளுகைக்குக் கீழ் கொண்டுவர வேண்டுமென்று சில நாடுகளில் செய்த சீரமைப்புகளும் தவறான முறைகளில் அமைந்தன. அவற்றின் விளைவாகக் குழப்பமே பெருகியது. எனினும் நிலை பேறான ஒரு நன்மை ஏற்பட்டது. தமிழகம் முழுவதும் பலர் முஸ்லிம் மதத்தைத் தழுவினர். அவர்கள் தமிழ் இலக்கியத்திற்கும் மொழிக்கும் செய்த தொண்டு குறிப்பிடத் தகுந்ததாகும். தமிழ்ப் புலவர்களைப் போற்றிய புரவலர்கள் அந்தச் சமுதாயத்தில் இருந்தனர். அவர்களுள்ளே

சீதக்காதியை முக்கியமாகக் குறிப்பிட வேண்டும். 17ஆம் நூற்றாண்டில் வாழ்ந்த இந்துப் புலவர்களும், முஸ்லிம் புலவர்களும் அவரைப் பலபடியாகப் பாராட்டியிருப்பது நாமறிந்ததே. அவர் காலத்தில் முஸ்லிம்கள் தமது மதக் கோட்பாடுகளைக் கூறும் காவியங்கள் இல்லாததால் இராமாயணம், மகாபாரதம் போன்ற காவியங்களை விரும்பிக் கேட்டனர். இதைக் கண்டு விசனமுற்ற சீதக்காதி நபிநாயத்தின் மீது காவியம் இயற்ற வல்ல புலவர் ஒருவரைத் தேடிக்கொண்டிருந்தார். இறுதியில் உமறுப்புலவர் இந்த விருப்பத்தை நிறைவேற்றி வைத்தார்.

17ஆம் நூற்றாண்டின் இறுதியில் எட்டையாபுரத்தில் உமறுப் புலவர் பிறந்தார். எட்டையாபுர அரண்மனைப் புலவர்களாகிய சேது முதலியார், கடிகைமுத்துப் புலவராகிய இருவரிடமும் இவர் கல்வி பயின்றார். இளவயதிலேயே இவருக்குத் தமிழ் இலக்கிய இலக்கணங் களில் நல்ல பயிற்சி ஏற்பட்டது என்று கூறுவர். வடநாட்டிலிருந்து வந்த வாலைவாருதி என்ற பண்டிதரை வாதத்தில் வென்றார் என்றும் தெரிகின்றது. இந்த நிகழ்ச்சி இவருக்குப் புகழைத் தேடித் தந்தது. இதன் விளைவாக எட்டையாபுர அரண்மனைப் புலவராக இருவரும் ஆயினர். இந்தச் சமயத்தில்தான் சீதக்காதி, உமறுப்புலவரை அழைத்துத் தனது பெருவிருப்பத்தைத் தெரிவித்தார். உமறுவும் அதற்கிசைந்தார். நபிநாயத்தின் சரித்திர நுணுக்கங்களைக் கூறும் கிரந்தங்களை அராபிய மொழியிலிருந்து பெயர்த்துக் கூறுவதற்கு உரிய ஆசிரியர் ஒருவர் தமக்குத் தேவை என்று சீதக்காதியிடம் வேண்டினார். வள்ளலும் இலப்பை அலி ஹாஜியார் என்பவரிடம் உமறுவை அனுப்பினார். இந்து ஒருவரைப் போன்று ஆடை அணி முதலிவற்றை அணிந்திருந்த தால் உமறுவுக்கு நபிநாயத்தின் புனிதக் கதையைக் கூற ஹாஜியார் முதலில் மறுத்துவிட்டார். நபிநாயகம் ஹாஜியார் கனவில் அன்றிரவே தோன்றி உமறுவுக்குத் தன் கதையைக் கூறுமாறு பணித்தார். ஹாஜி யாரும் முதலில் தாம் மறுத்தமைக்கு வருந்தித் தமிழிலும், அராபிய மொழியிலும் வல்லவரான, பரங்கிப்பேட்டையில் வாழும் தமது தம்பியிடம் உமறுவை அனுப்பினார். உமறு பரங்கிப்பேட்டையில் அராபிய கிரந்தங்களை நுணுக்கமாகக் கற்றுக் காவியப் பணியில் ஈடுபட்டார்.

புராணம் முடிவதற்கு முன்னே சீதக்காதி காலமானார். எனவே, அதனுடைய அரங்கேற்றம் பரங்கிப்பேட்டை வள்ளலான அப்துல் காசீம் மரக்காயர் ஆதரவில் நிறைவேறியது. அரங்கேற்று நடந்தபோது நிகழ்ந்த ஒரு நிகழ்ச்சியைச் சீறாப்புராணத்தின் பெருமையை விளக்கக் கூறுவது வழக்கம். புலவர், புராணத்தை விளக்கி வரும்போது அதில் ஈடுபட்ட மரக்காயருடைய மனைவியார் பால் குடிக்கும் தனது பசலைக்

குழந்தையை மறந்துவிட்டாரென்றும், அதன் விளைவாக அளவுக்கு மீறி மார்பிலிருந்து பால் பாய்ந்ததால் குழந்தை இறந்துவிட்ட தென்றும் கூறுவர். குழந்தை இறந்த செய்தியை உடனே தெரிவித்தால் அரங்கேற்றம் நின்றுவிடுமோ என்று அஞ்சிய அம்மையார் அந்தச் செய்தியைக்கூட உடனே வெளியிடாமல் மறைத்தார் என்றும் சொல்லுவர்.

அராபிய உருவமான 'சீரத்' என்பதே 'சீறா' என்று தமிழுருப் பெற்று, சீறாப்புராணமானது. சீரத் என்பது வாழ்க்கை எனப் பொருள்படும். இந்தப் புராணத்தில் நபிநாயகத்தினுடைய வாழ்க்கையும், அவர் நிகழ்த்திய அதிசயச் செயல்களும் கூறப்படுகின்றன. ஏனைய இந்துப் புராணங்களின் அமைப்பு முறையையே இதுவும் கொண்டிருக்கிறது. இது மூன்று காண்டங்களை உடையது; விலாதத்துக் காண்டம், நுபுவத்துக் காண்டம், கிஜரத்துக் காண்டம்.

கடவுள் வாழ்த்துடன் தொடங்கும் விலாதத்துக் காண்டத்தில் அராபிய நாட்டின் வருணனைகளும், நகர வருணனைகளும் விரிவாக அமைந்து இருக்கின்றன. அந்த வருணனைகளில் அராபிய நாட்டுப் பரந்த பாலைவனங்களைக் காண இயலாது; குவிந்த மணல் மேடு களைக் காண இயலாது. வளம் கொழிக்கும் தமிழகத்தின் மருதநில நகரங்களையும், பேராறுகளையுமே காண முடியும். அராபியாவில் காணும் ஈச்சமர வருணனையன்று அதில் காணப்படுவது. தமிழகத்தில் வளர்ந்தோங்கும் வாழையும், தென்னையும், பலாவும், மாவும் காணப் படுகின்றன. இடையிடையே கம்பனின் சொல்லோவியங்களும், சீவக சிந்தாமணியின் உவமை நயங்களும், திருக்குறளின் அறக்கருத்துக் களும் இலங்குவதைக் காணலாம். கதிஜா கனவில் கண்ட படலத்தில் அராபியப் பெண்கள் நெற்றியில் திலகம் அணிந்து தோன்றும் காட்சியை உமறு கூறுகின்றார்.

நுபுவத்துக் காண்டத்தில் நபிநாயகம் ஞானபோதம் பெறுவது குறிக்கப்பட்டிருக்கிறது. இறுதியிலுள்ள கிஜரத்துக் காண்டம், மக்காவி லிருந்து மதீனாவிற்கு நபிநாயகம் குடிபெயர்ந்து செல்வதைக் குறிக் கிறது. நன்கு திட்டமிடப்பட்டுச் சிறப்பாக உருவாகிய காவியமாக இது அமைந்திருக்கிறது. ஐயாயிரத்து இருபத்தாறு (5026) பாக்களைக் கொண்ட இந்தக் காவியமே முஸ்லிம்கள் தமிழ் இலக்கியத்திற்குச் செய்த பணியில் தலையானது எனலாம். தமிழர்களுக்கு எளிதாகத் தோன்றுவதற்கென அராபிய ஆட்பெயர்களும், இடப்பெயர்களும் தமிழ் உருப்பெற்றிருக்கின்றன. நல்ல முறையில் விரிவான விளக்கங் களுடன் இந்தப் புராணம் இதுவரைப் பதிப்பிக்கப்பெறாததால் அது பெறுதற்குரிய சிறப்பிடத்தை இதுவரை பெறவில்லை. இதற்குத்

தமிழக முஸ்லிம்களே ஓரளவு பொறுப்பாவர். காவியப் போக்கிலும், உவமை நயத்திலும், கதை கூறும் ஆற்றலிலும் அதே காலத்தில் தோன்றிய பரஞ்சோதி முனிவருடைய திருவிளையாடல் புராணத்தைப் போன்ற பெருமை உடையது இந்நூல்.

இஸ்லாம் மதத்தின் கோட்பாடுகளை விட்டு விலகி இந்துக்களின் பழக்க வழக்கங்களை உமறு மேற்கொண்டிருக்கிறார் என்று சிலர் கூறுவர். புலவர்கள் தாம் வாழ்ந்த காலத்தையும், சூழ்நிலையையும் மறந்து வாழ்தல் இயலாது. இந்து ஆசிரியர்கள் இருவரிடம் உமறு பயின்றார் என்பதை முன்னர் கண்டோம். உமறுவின் காலத்தில் வாழ்ந்த மக்களிற் பெரும்பாலோரும் இந்துக்கள் என்பதும் இங்கே நினைவிற்கொள்ள வேண்டும். எனவே, அவர்களுடைய மதிப்பைப் பெற வேண்டுமாயின் அவர்களுக்கு அறிமுகமான பழக்க வழக்கங் களையும் புலவர் கூறக் கடமைப்பட்டிருக்கிறார். மற்றொன்றும் இங்கே கவனிக்கத்தக்கது. 17, 18ஆம் நூற்றாண்டுகளில் தமிழகத்தில் மத அடிப்படையில் இந்துக்களுக்கும் முஸ்லிம்களுக்கும் வேற்றுமை உணர்ச்சியோ, பகைமை உணர்ச்சியோ இருந்ததில்லை. இரு மதத்தினரும் அமைதியுடன் வாழ்ந்தனர்; அன்போடு வாழ்ந்தனர். இதன் விளைவாக அறிந்தோ, அறியாமலோ இந்துக்களின் பழக்க வழக்கங்கள் இப்புராணத்தில் இடம்பெற்றன எனலாம். வேற்று நாட்டில் நடந்த கதை ஒன்றிற்கு இவை அனைத்தும் நம் நாட்டுத் தோற்றத்தை அளிக்கின்றன. எனவே, இவற்றைக் குறை என்று கூறுவதைவிட நிறையென்றே கொள்ளல் வேண்டும்.

சுருக்கமாகச் சொன்னால் முஸ்லிம்கள் தமிழுக்குச் செய்த தொண்டு களில் சீறாப்புராணம் தலைசிறந்ததாகும். தமிழ் மொழியும், முஸ்லிம் சமுதாயமும் இந்தப் புராணத்தால் பெருமை அடையலாம்.

19ஆம் நூற்றாண்டில் பத்றுதீன் புலவர் இயற்றிய முகைதீன் புராணம் மற்றொரு முக்கியமான நூலாகும். சமஸ்கிருதத்திலும், மலையாளத் திலும் இவர் புலமை உடையவர் என்று தெரிகின்றது. 2000 பாக்களை உடைய இந்த நூல் 40 உப பிரிவுகளை உடையது. இந்தப் புலவரின் ஆழ்ந்த படிப்பையும், கதை கூறும் ஆற்றலையும் இந்நூலிற் காண முடியும். இந்நூல் ஒன்று இருக்கின்றது என்ற செய்தியே சிலருக்குத் தான் தெரியும்.

ஏனைய முஸ்லிம் இலக்கியங்கள் சிற்றிலக்கியங்களாகும். அவற்றை அம்மானை, அந்தாதி, பிள்ளைத்தமிழ், கோவை எனப் பகுக்கலாம்.

சீதக்காதியின் மீது உமறுப்புலவரே ஒரு கோவை பாடியிருக்கிறார். 1713ஆம் ஆண்டில் உமறுவின் மகனான கவிக்களஞ்சியப் புலவர் நபிநாயகத்தின்மீது ஒரு அம்மானை பாடினார். கலீபா அலி மீது

'பாப்பரத்தியார் அம்மானை' என்ற நூல் சையத் மீராப் புலவர் 18வது நூற்றாண்டின் ஆரம்பத்தில் பாடினார். சீறாப்புராணத்திலிருந்து இக்கதை எடுக்கப்பட்டது. இதன் நடை எளிதாகவும், இனிதாகவும் அமைந்திருக்கிறது. மற்றொரு குறிப்பிடத்தகுந்த அம்மானை சித்திரக் கவி சயத் இமாம் பாவலர் எழுதிய 'திருமதீனத்தம்மானை' யாகும். ஏறத்தாழ 200 செய்யுள் நூற்களுக்கு இவர் ஆசிரியர் என்றும் கூறுவர். இவர் இயற்றிய அந்தாதி ஒன்றும் உண்டு. அதன் பெயர் திருமதீனத்தந்தாதி. இது மதீனா நகரத்தைப் பற்றியது. இதன் நடை திட்பமானதாக இருக்கின்றது. இவ்வாசிரியர் ஆழ்ந்த இலக்கண ஞானம் உடையவரென்றும் கூறுவர். இவர் நூற்களில் அராபிய வார்த்தைகள் மிகக் குறைந்த அளவிலேயே காணப்படுகின்றன. சில பாக்கள் புலவர் களுக்கு இரும்புக் கடலையாக அமைந்திருக்கின்றன. இதைப்போன்று கடினமான மற்றொரு அந்தாதி நாகையந்தாதியாகும். இதனைப் பாடியவர் செய்கு அப்துல் காதர் நயினார் லப்பை ஆலிம் ஆவர். நாகூர் பள்ளி மிகப் பிரபலமானது என்பது நாமறிவோம். இந்த அந்தாதி அந்நகரத்தைப் பற்றியதே. இதற்கு ஒரு உரையும் அந்த ஆசிரியரே எழுதியுள்ளார். புலமைத் திறத்தைச் செய்யுள் மூலம் வெளிக்காட்ட வேண்டும் என்ற எண்ணம் நிலவிய காலத்தில் இப்புலவர் வாழ்ந்ததால் மடக்கும், யமகமும், திரிபும் இதில் நிறைந்திருக்கின்றன. குலாம் காதிரு நாவலர் எழுதிய திருமக்காத் திரிபு அந்தாதி இந்த வகையைச் சாரும்.

முஸ்லிம் பிள்ளைத்தமிழ் இலக்கியங்களும் தமிழகத்தில் பெரிதும் பாராட்டப்படுகின்றன. சையத் மீரா இலப்பை எழுதிய நபிநாயகம் பிள்ளைத்தமிழும், முகையிதீன் கவிராயர் எழுதிய முகையிதீன் பிள்ளைத் தமிழும் புகழ்பெற்றவை. முதல் நூல் நபிநாயகத்தின் குழந்தைப் பருவத்தை உருக்கமாக விவரிக்கின்றது. இரண்டாவது நூல் முகையிதீன் ஞானியின் பிள்ளைப்பருவத்தைக் குறிப்பது. இரண்டிலும் இந்து மதக் கோட்பாடுகள் பல இடம்பெற்றுள்ளன. பாற்கடலைத் தேவர்களும் அசுரர்களும் கடைந்த சமயத்தில் தோன்றிய இலக்குமியைப் போன்று, அராபியத் தாய்மார்கள் இருந்தனர் என்று நபிநாயகம் பிள்ளைத்தமிழில் புலவர் கூறுகிறார். குபேர நகரத்தையும், சுவர்க்க லோகத்தையும் இந்துப் புலவர்கள் வருணிப்பது போன்று அராபிய நாட்டு நகரங்களை முஸ்லிம் புலவர்கள் கற்பனை நயத்துடன் விவரிக் கின்றனர். சில சமயங்களில் இவ்வருணனைகள் பொருத்தமற்றும் இருக்கின்றன. குழந்தையாக உருவகிக்கப்பட்ட தலைவரின் பிள்ளைப் பருவ விளையாட்டுகளும், மழலைச் சொல்லும், தாலும், ஓலும், குழந்தைச் செல்வத்தின் பெருமையும் இவ்விரு நூற்களிலும் சிறப்பிக்கப் பட்டிருக்கின்றன. நபிநாயகம் பிள்ளைத்தமிழில் சமஸ்கிருதச் சொற் களும் அராபியச் சொற்களும் மிகவும் இடம்பெற்றிருக்கின்றன.

சவ்வாதுப் புலவர் பேச்சுத் தமிழில் ஆண்டவர் பிள்ளைத் தமிழை யாத்தார். கற்பனை நயத்தில் இது நபிநாயகம் பிள்ளைத்தமிழைப் பார்க்க இரண்டாம் தரமானது. சவ்வாதுப் புலவரும், அவருடைய அத்தை மகன் சர்க்கரைப் புலவரும் நகைச்சுவை பொருந்திய பல தனிப்பாடல்கள் இயற்றி இருக்கின்றனர். சர்க்கரைப் புலவர் மதீனா நகரத்தைப் பற்றிய அந்தாதி ஒன்றினுடைய ஆசிரியருமாவார்.

முஸ்லிம் புலவர்கள் இயற்றிய ஆற்றுப்படைகளுள் ஒன்றே ஒன்று தான் இப்பொழுது கிடைத்துள்ளது. 20ஆம் நூற்றாண்டின் தொடக்கத்தில், சங்கம் இருந்த மதுரையில் தற்போதுள்ள மதுரைத் தமிழ்ச் சங்கம் நிறுவப்பெற்றது. இதனைக் குலாம் காதிரு நாவலர் தமது புலவராற்றுப் படையில் சிறப்பித்திருக்கிறார். புலவன் ஒருவனைப் புகழ்பெறுவதற் காக மதுரைத் தமிழ்ச் சங்கத்திற்கு வழிகாட்டுவதைக் கூறுவதே இந்நூல். இந்தப் புலவர் காலத்தில்தான் தென்னிந்தியாவிற்கு இரயில் வந்தது. இதனை நகைச்சுவை ததும்ப மரவட்டையொன்றிற்குப் புலவர் உவமிக்கிறார். மேகம் இடியுடன் விரைந்து செல்வது போல் இரயில் எஞ்ஜினும் விரைந்து ஏகுவதாகவும் ஒப்பிட்டுள்ளார். இந்நூலாசிரியர் இலக்கண ஆசிரியருமாவார். தற்போதுள்ள தமிழ்ச் சங்கத்தின் முதல் வெளியீடு அவர் எழுதிய பொருத்த விளக்கமாகும்.

காவியங்களும், பிரபந்தங்களும் கற்றறிந்த தமிழருக்கே இன்பந் தருவன. கல்லாதவர்களுக்கும் இன்பம் பயத்தற்காக முஸ்லிம் புலவர்கள் எளிய இசைப் பாட்டிலக்கியங்கள் பல செய்தனர். இவற்றுள் முக்கியமானது 'மாலை' என்பதாகும். பூமாலையைப் போல் இதன் கண்ணிகள் தொடர்புடையனவாக இருக்கும். முப்பதுக்கு மேற்பட்ட மாலைகளை முஸ்லிம்கள் யாத்திருக்கின்றனர். முதுமொழி மாலையை உமறு செய்தார். நபிநாயகத்தின் பெருமையை இது சிறப்பித்துக் கூறுகின்றது. முஸ்லிம்களின் நோன்பு நாட்களில் பாராயணம் செய்வ தற்காக ரசூல்மாலை என்பதும் செய்யப்பட்டது. 1735ஆம் ஆண்டில் செய்துக் காதிப் புலவர் இயற்றிய அபுசகுமாமாலையில் கலீபா உமறின் நியாய நெறி சிறப்பிக்கப்பட்டிருக்கிறது. தனது சொந்த மகன் நெறி நீங்கிச் சென்றமையால் உமறே அவனுக்குக் கொலைத் தண்டனை விதித்தமையைக் கூறுவது இந்நூல். நபிநாயகத்தின் வாழ்க்கை வரலாற்றைக் கூறும் மற்றொரு நூல் பொன்னரியமாலையாகும். இதுவும் முஸ்லிம்களிடையே செல்வாக்குப் பெற்றிருந்தது.

முஸ்லிம் புலவர்கள் சிந்து இலக்கியங்களும் செய்திருக்கின்றனர். காளை அசன் அலி புலவர் எழுதிய பூவடிச்சிந்து மிகப் பிரபலமானது. சில முஸ்லிம் சித்தர்களும் சிந்து முறையைக் கையாண்டு இலக்கியம் செய்துள்ளனர். சிந்து இலக்கியங்கள் ஆண் மக்களால் பாராட்டப்

பட்டதுபோல் முஸ்லிம் பெண்கள் கும்மி இலக்கியத்தை விரும்பினர். கும்மிகளில் திருக்காரணச் சிங்காரக் கும்மி முக்கியமானது. நாகூர் ஞானியான சாகுல் ஹமீது ஒலியுல்லா என்பவரை இந்நூல் சிறப்பிக் கின்றது. இதைச் செய்தவர் மதுரகவி மதார் என்பவர். இலங்கைக் கவிஞர் முகமது காசிம் புலவர் எழுதியுள்ள ஒலியுல்லா அலங்காரக் கும்மி என்பதும் முஸ்லிம்களிடையே பாராட்டைப் பெற்றுள்ளது.

முஸ்லிம் புலவர் கீர்த்தனைகளும் செய்திருக்கின்றனர். கன்னியா குமரி மாவட்டத்தைச் சார்ந்த கோட்டாற்றில் வாழ்ந்த சையத் அபுபக்கர் புலவர் நபிநாயகத்தின் புகழைக் கூறும் சீறாக் கீர்த்தனையை 1811இல் பாடினார். ஆனந்தக் களிப்பு, திருப்புகழ் முதலிய இசை இலக்கியங் களையும் முஸ்லிம்கள் போற்றினர். காயல்பட்டினத்தில் வாழ்ந்த காசிம் புலவர் எழுதிய திருப்புகழ் முஸ்லிம்களிடையே பிரபலமடைந்த ஒரு நூலாகும். நாடோடிப் பாடல் முறைகளும் முஸ்லிம் புலவர்களால் பின்பற்றப்பட்டன. ஏசல், தெம்மாங்கு, தோழிப் பெண்பாட்டு முதலிய நாடோடிப் பாடல் முறைகளைப் பின்பற்றிய முஸ்லிம் புலவர்கள் பலராவர். ஒரு பெண், தலைவனைப் பழிக்கும்போது மற்றொரு பெண் அவனைப் புகழ்வதே ஏசல் என்ற இலக்கியத்தின் அமைப்பு. வழக்குத் தமிழில் அமைந்த நபிநாயகம் பேரில் ஏசல் கண்ணிகள் என்னும் நூலை சாகுல் ஹமீது புலவர் செய்தார். அகமது இலப்பை என்பார், ஒரு பெண் அலங்காரம் செய்துகொண்டு பொது இடங்களில் ஆண்களின் ஆசையைத் தூண்டுவது அறமா என ஒரு தாயும் மகளும் விவாதிப்பதை, ஏசலாகப் பாடியுள்ளார்.

பேரிலக்கியங்களைவிடவும் சிற்றிலக்கியங்களை அந்தக் கால முஸ்லிம்கள் விரும்பிப் பாராட்டினர். இதைப்போலவே, அந்தக் காலத்தில் வாழ்ந்த இந்துக்களும் சிற்றிலக்கியங்களைப் போற்றினர் என்பது இலக்கிய வரலாற்றால் புலனாகின்றது. உள்நாட்டுக் கலகங் களும், தமிழகத் தலைவர்களிடையே நடந்த பூசல்களும் பெருகிய காலத்தில் புலவர்கள் தமது ஆதரவுக்குப் பொதுமக்களை நம்பி யிருந்தனர். அரசியல் வாழ்வு இலக்கியச் சரித்திரத்தை எவ்வளவு தூரம் பாதிக்கும் என்பதை இந்நூற்றாண்டில் தோன்றிய இலக்கியங்கள் விளக்குகின்றன.

மேலே குறிப்பிட்ட இலக்கிய முறைகளைத் தவிர ஐந்து வகையான புதிய துறைகளையும் முஸ்லிம் புலவர்கள் தோற்றுவித்தனர். இவற்றுள் படைப் போர் என்பதும் ஒன்றாகும். இது போர் பற்றிய இலக்கிய மாகும். இதன் செய்யுள் அம்மானைச் செய்யுள் போல் இயங்கும். ஐந்து படைப் போர் என்ற நூல் இத்துறையில் முக்கியமானதாகும். இஸ்லாம் மதம் பிறந்ததும் வேற்று மதத்தினருக்கும், இஸ்லாம் மதத்தினருக்கும்

நடைபெற்ற ஐந்து போர்களைப் பற்றி அசன் அலிப் புலவர் இதில் குறிக்கின்றார். நபிநாயகத்தின் மருகரான அலி என்பாரே இந்தப் படைப் போரின் தலைவராவார். மிக விரிவாகவும், விளக்கமாகவும் போர்முறைச் செய்திகள் இதில் குறிக்கப்படுகின்றன. 1797இல் திருவிதாங்கூரைச் சேர்ந்த குஞ்சுமூசுப்புலவர் என்பார் செய்தத்துப் படைப் போர் என்ற நூலைச் செய்தார். செய்தத்து இளவரசி, போரில் அப்துல் ரஹ்மானின் பக்கத்து நின்று செய்த வீரச் செயல்களை இது கூறுகின்றது.

மற்றொரு முஸ்லிம் புதிய இலக்கிய முறை முனாஜாத் ஆகும். அதாவது, அல்லாவையும், அவருடைய தொண்டர்களையும் வணங்கி வாழ்த்துவதாகும். அபுபக்கர் இலப்பை எழுதிய சுரதின் முனாஜாத் இத்துறை இலக்கியங்களில் முன்னிற்கின்றது.

ஒரு கதையைக் கூறுவதை, அராபிய மொழியில் கிஸ்ஸா என்று சொல்வர். மதாரு சாகிப் புலவர் என்பார் யூசுப் நபியின் கதையை யூசுப் நபி கிஸ்ஸா என்ற நூலில் விளக்குகிறார். செய்த்தூன் இளவரசி மீது பாடப்பட்ட கிஸ்ஸா பலராலும் பாராட்டப்பட்டுள்ளது. இளவரசி தன்னைப் போரில் தோற்கடிக்கும் ஆடவனை மட்டுமே மணப்பதாகச் சூளுரைத்ததும், மகமது ஹனீபா அவளைத் தோற்கடித்ததும் இறுதியில் அவளை அவன் மணந்ததும் இந்தக் கிஸ்ஸாவின் கதைப் பொருளாகும். இதனைப் பாடியவர் அப்துல் காதர் சாகிப். எளிய நடையில் அமைந்த இது, இடையிடையே உரைநடையையும் கொண்டிருக்கிறது.

கேள்வியும், பதிலுமாக அமைந்த மசாலா என்ற புது வகை இலக்கியத்தையும் முஸ்லிம்கள் தோற்றுவித்தனர். நூறு மசாலா என்ற நூலில் நூறு கேள்விகளும் அவற்றிற்குரிய விடைகளும் இருக்கின்றன. இதன் ஆசிரியர் யாரென்று தெரியவில்லை. மதுரையில் வாழ்ந்த வண்ணப் பரிமளப் புலவர் என்பார் இயற்றிய ஆயிரம் மசாலா மூலம் இஸ்லாம் மதக் கோட்பாடுகள் பல தெளிவாகின்றன.

வரலாற்று முறையில் அமைந்த இலக்கியத்தை நாமா என்பர். முஸ்லிம் புலவர்கள் இந்தப் புதிய முறையிலும் இலக்கியம் செய்தனர். மதாரு சாகிப் புலவர் நபிநாயகம் விண்ணுலகு அடைந்ததை விவரிக்கும் மிகராஜ்நாமா என்ற நூலை 18ஆம் நூற்றாண்டில் செய்தார். காயல் பட்டினத்தில் வாழ்ந்த சையத் அகமது மரக்காயர் என்பார் எழுதிய முக்கியமான நூல் நூறு நாமா என்பதாகும். இதில், காயல்பட்டினம், எகிப்து தலைநகரான கெய்ரோ போன்றதென்றும், முஸ்லிம் பள்ளி களில் கூறப்படும் துதிகளைக் கிளிகள் கேட்டு மீண்டும் மீண்டும் பணிவுடன் கூறுகின்றன என்றும் நயமாகக் குறித்துள்ளார்.

மேற்குறித்த புது வகை இலக்கிய முறைகளைத் தற்போது முஸ்லிம் களும் பின்பற்றுவதில்லை. இந்துப் புலவர் எவரும் பயன்படுத்துவதும் இல்லை.

முஸ்லிம் புலவர்களுள்ளே முஸ்லிம் சித்தர்களுக்கு மிகவும் மதிப்பிடம் உண்டு. 19ஆம் நூற்றாண்டில் வாழ்ந்த குணங்குடி மஸ்தான் சாகிபின் பாடல்கள் எல்லோராலும் விரும்பிப் படிக்கப்படுவன. திருச்சியில் வாசனைப் பொருட்களை விற்றவர் அவர். இந்து மதக் கோட்பாடுகளும், கொள்கைகளும் அவர் பாடலில் மிகுதியாகக் காணப்படுகின்றன. அவர் இயற்றிய மனோன்மணிக் கண்ணி என்ற நூலின் இறுதிக் கண்ணியில் உமை, சிவன், கணபதி, நந்தி, வாலை மனோன்மணி ஆகிய இந்துமதத் தெய்வங்களை வணங்குகிறார். அவர் இயற்றிய முகைதீன் சதகம், ஆனந்தக் களிப்பு முதலியவை பரம் பொருளின் பெருமையையும், ஆன்மாவின் அழிவையும், தன்னைத் தானே உணர்வதால் கிடைக்கும் பேரானந்தத்தையும் விளக்குவன வாகும். மஸ்தான் சாகிபின் பாடலால் எழுச்சியுற்ற ஐயாசாமி முதலியார் என்ற மற்றொரு புலவர் பதிற்றுப்பத்து அந்தாதி என்ற நூலில் அவரைத் துதித்துள்ளார். பின்னொரு புகழ்பெற்ற முஸ்லிம் சித்தர் காலங்குடி மச்சரேகைச் சித்தன் ஆவர். தொழிலால் மருத்துவரான இவர் திருக்குரானிலும், உபநிஷத்துக்களிலும் ஆழ்ந்த படிப்புடையவர். மத அடிப்படையிலோ சாதி அடிப்படையிலோ தோன்றும் வேறுபாடுகளை இவர் கண்டிக்கிறார். உயர்ந்த மக்களிடையே இந்தக் குறுகிய எண்ணம் இடம்பெற இயலாது என்று இவர் கூறுகிறார். முஸ்லிம் மதக் கோட்பாடுகளும், இந்து மத உண்மைகளும் இவருடைய நூற்களில் மிகுதியாகக் காணப்படுகின்றன. இவருடைய நடை, சற்றுக் கடினமா யிருக்கின்றது. அராபிய மொழி வார்த்தைகளும், தொகைகளும் பல்கிக் காணப்படுகின்றன.

தென் திருவிதாங்கூரைச் சேர்ந்த தக்கலையில் வாழ்ந்த பீர்முகமது சாகிபு மற்றொரு குறிப்பிடத்தக்க சித்தராவர். அவர் இயற்றிய ஞான மாலையும் நவரத்தினக் குறவஞ்சியும் மதப் பொறுமையைக் கூறி, தத்துவக் கோட்பாடுகளை நுணுக்கமாக ஆராய்வனவாகும். இவர் களைத் தவிர, முஸ்லிம் புலவர்கள் செய்த ஏனைய பல இலக்கியங் களிலும் இந்த மனப்பான்மையின் சாயல் தென்படுகின்றது. தமிழகத்தில் நிலவும் இந்து முஸ்லிம் ஒற்றுமைக்கு இவை வழிவகுத்தன எனலாம்.

முஸ்லிம் மதச் சம்பிரதாய நூற்களும் பல தோன்றின. பெரிய நூஹு என்பார் செய்த வேத புராணம் என்ற நூலில் தொழுகை நோன்பு முதலிய முஸ்லிம் மதச் சம்பிரதாயங்களைப் பற்றிக் கூறப்பட்டிருக்கின்றது. ஈமான் பிரிவினைச் சேர்ந்த சம்பிரதாயங்கள் 'சுஅபில்ஈமான்' என்ற

நூலில் குறிக்கப்பட்டிருக்கின்றன. இது அராபிய லிபியில் அச்சாகி இருக்கிறது. அப்துல் மஜீத் எழுதிய ஆசாரக்கோவை முஸ்லிம்களிடையேயும், முஸ்லிம் அல்லாதாரிடையேயும் புகழிடம் பெற்றிருக்கிறது. அறக்கருத்துக்கள் பல இதில் கூறப்பட்டிருக்கின்றன. திரிகடுகம், சிறுபஞ்சமூலம் போல உடம்பிலும் உள்ளத்திலும் தோன்றும் நோய்களுக்குரிய மருந்துகளை, இது கூறுகின்றது. பீர்முகமது சையத் 1594இல் எழுதியதாகக் கூறப்படும் மிகப் பழைய நூல் ஒன்றில் முஸ்லிம்களுடைய ஆசாரங்கள், பழக்கவழக்கங்கள், சட்ட திட்டங்கள் ஆகியவை காணப்படுகின்றன. இதில் முஸ்லிம்களின் மணமுறை, மணவிலக்கு முறை முதலிய செய்திகளும் காணப்படுகின்றன.

செய்யுளைப் போல உரைநடைக்கு முஸ்லிம்கள் செய்த தொண்டு அவ்வளவு முக்கியமானதன்று. மதக் கண்டனங்கள் இவற்றிற் பெரும்பாலானவற்றின் பொருளாகும். இலக்கியப் பொருளைப் பற்றி மிகச் சிலவே பேசுகின்றன. சில நூற்கள் அராபிய இலக்கியங்கள் அல்லது பெர்ஷிய உருதுமொழி இலக்கியங்களின் பெயர்ப்புக்களாக இருக்கின்றன. முஸ்லிம் அத்வைத மூலமொழி என்ற நூல் முக்கியமானது. ஒரே கடவுளை உடைய முஸ்லிம் மதத்தைப் பற்றி இது பேசுகின்றது. நெல்லிக்குப்பத்தைச் சேர்ந்த அப்துல் ரஹ்மான் இதன் ஆசிரியராவார். முஸ்லிம்களில் ஒரு பகுதியினர் இந்நூலையும், சையத் முகமது ஆலிம் எழுதிய உலூமுத்தீன் என்ற நூலையும் கண்டித்தனர். மதச்சார்பற்ற சில நூற்களும் உரைநடையில், முஸ்லிம்களால் எழுதப்பெற்றன. இதில் *காசியார்க்கும் கள்ளனுக்கும் நடந்த கிஸ்ஸா* என்னும் நூல் முக்கியமானது. நீதிபதிக்கும் கள்ளன் ஒருவனுக்கும் நடந்த வாக்குவாதத்தை நகைச்சுவை ததும்ப ஆசிரியர் அமைத்திருக்கின்றார். கேள்வி ஞானம் மிகவுடைய கள்ளன் ஒருவன் கல்வியறிவில்லாமலேயே நீதிபதியை வாதத்தில் மடக்கி வெற்றி பெறுவதை இந்நூல் குறிக்கிறது. அபுநவாஸ் என்ற விகடனுடைய கதைகளைத் திரட்டிக் கூறுவது மீரான் சாகிபினுடைய அபுநவாஸ் என்ற நூலாகும். முஸ்லிம் மதத்தலைவர்களுடைய வாழ்க்கைச் சரிதங்களில் பெரும்பாலானவையும் உருது மொழியிலிருந்து பெயர்க்கப்பட்டவையாகும். இவற்றுள் சாகுல் ஹமீது இலப்பை எழுதிய மவுலானா ரூமி ஜீவிய சரித்திரம் என்ற நூல் குறிப்பிடத்தகுந்தது. சரித்திர நிகழ்ச்சிகளைப் பொருளாகக் கொண்டு அமைந்த உரைநடை இலக்கியங்களும் உண்டு. சிரியா நாட்டின் மீது படையெடுத்து வெற்றி பெற்றதைப் புத்தூகுச்சாம் என்ற நூல் குறிக்கின்றது. இதைப்போல் கலீபா உமார் எகிப்து மீது படையெடுத்ததைப் புதூகுல்மிசிர் என்ற நூல் குறிக்கின்றது. இதனைச் செய்தவர் மகுதூம் மகமதுப் புலவர் ஆவர். பொதுப் பொருட்களில் அமைந்த சில உரைநடை நூற்களும் அச்சாகி இருக்கின்றன.

முஸ்லிம்களின் சட்டங்களைப் பற்றிய தமிழ் உரைநடை நூற்களும் அராபி லிபியில் வெளியாகி இருக்கின்றன. முஸ்லிம் புலவர்கள் இயற்றிய சுமார் 30 தமிழ்ச் செய்யுள் இலக்கியங்களும் உரைநடை நூல்களும் அராபிய லிபியில் இருக்கின்றன என்பதை நாம் இங்கே அறிய வேண்டும். தமிழ் இலக்கியங்களில் பல ஏட்டுருவில் தெலுங்கு எழுத்திலும் மலையாள லிபியிலும் இருக்கும் செய்தி புதிதன்று. இதனைச் சென்னையிலும் திருவனந்தபுரத்திலும் அமைந்திருக்கும் கையெழுத்துப் பிரதி நூல் நிலையங்களில் இன்றும் காணலாம்.

முஸ்லிம்களின் இலக்கியச் செல்வத்தினது வளப்பத்தையும் வகையையும் மேலும் விரிவாகக் காண வேண்டுமாயின் எம்.எஸ். பூரணலிங்கம் பிள்ளை எழுதிய நபிநாயகமும்-கவிவாணர்களும், வித்தியானந்தன் எழுதிய இலக்கியத் தென்றல், கா. சுப்பிரமணிய பிள்ளை எழுதிய தமிழ் இலக்கிய வரலாறு, எம்.எம். உவைஸ் என்பார் ஆங்கிலத்தில் மிக அழகாக எழுதிய முஸ்லிம் கான்டிரிபுசன் டு தமிழ் லிட்ரேச்சர் ஆகிய நூற்களைப் பார்க்க.

முஸ்லிம் தமிழ் இலக்கியங்களால் மற்றொரு வகையில் தமிழ் மொழிக்கு நன்மை ஏற்பட்டது. உருதுச் சொற்களும் அராபியச் சொற்களும் புதிய பொருள்களையும் கருத்துக்களையும் தெரிவிக்கத் தமிழ் மொழியில் வந்து கலந்தன. தமிழ் மொழி பெற்ற அராபியச் சொற்கள் மிகச் சிலவாகும். அவற்றை உருது மூலமாகத் தமிழ் பெற்றது எனலாம். சுமார் 1500 உருது, அராபியச் சொற்கள் தமிழ்மொழி யில் இடம்பெற்றுள்ளன. மொழித் தூய்மையில் பற்றுள்ளவர்கள்கூட இவற்றை நீக்கிவிட இயலாதபடி வேரூன்றிவிட்டன. அன்றாடப் பேச்சு வழக்கிலும் இவை நிலைத்துவிட்டன. பதில், மாதிரி, மகசூல், பாலம், கிராக்கி முதலிய சொற்கள் தனித்தமிழ்ச் சொற்களைப்போல பெரு வழக்குப் பெற்றிருக்கின்றன. இவை உருதுச் சொற்கள் என்ற செய்திகூட பல அறிஞர்களுக்குப் புதுமையாக இருக்கும். உருதுவிலிருந்து கடன் பெற்ற சொற்களைக் கீழ்வரும் வகையில் பிரித்துக்கொள்ளலாம்.

1. சட்ட சம்பந்தமான சொற்கள்:
   அர்ஜி, ராஜி, வக்கீல், வஜா, ஜப்தி முதலியவை.

2. இசைச்சொற்கள்:
   கஞ்சிரா, தண்டோரா முதலியன.

3. நிலப்பாகுபாடு சம்பந்தமான சொற்கள்:
   ஜில்லா, தாலுகா, மாகாணம் முதலியன.

4. நில வரி சம்பந்தமான சொற்கள்:
   கிஸ்தி, ரயத்து, ஜமாபந்தி முதலியவை.

5. உணவு பானங்கள் பற்றியன:
   அரக்கு, மிட்டாய், பூந்தி, சர்பத் முதலியவை.
6. வாசனைத் திரவியங்கள் பற்றியன:
   அத்தர், வத்தி முதலியவை
7. வீட்டுத் தளவாடங்கள் பற்றியன:
   அண்டா, கூஜா முதலியவை.
8. மனக்குறிப்புச் சொற்கள்:
   உஷார், ஜல்தி, பேஷ், சபாஷ் முதலியவை.
9. பலவகைச் சொற்கள்.
   கப்சா, உடான் (பொய்), அல்க்கா, சவுடால் முதலியவை.

கடன் பெற்ற சொற்களைக் கலந்த கலைச் செல்வத்தின் அடையாள மாக மொழியியல் அறிஞர்கள் கருதுவர். இந்தச் சொற்களை நுணுகி ஆராய்ந்தால் உருதுவிலிருந்து பெற்ற கலைச் செல்வங்களை நாம் தெளிவாகக் கூற இயலும்.

சுருக்கமாக, நாம் இதுவரை பார்த்தமட்டில் தமிழ் இலக்கிய வளர்ச்சிக்கு முஸ்லிம்கள் பெரிதும் உதவி இருக்கின்றனர். அவர் களுடைய இலக்கியப் படைப்புகளிற் சில தமிழ் மொழியிலுள்ள உயர்ந்த இலக்கியங்களுடன் ஒப்பிடத்தக்க பெருமை உடையன. இந்த இலக்கியங்களின் தரத்தை ஆராயும்போது நாம் 17ஆம் நூற்றாண்டு முதல் 19ஆம் நூற்றாண்டு வரையிலுள்ள தமிழகத்தின் வரலாற்றையும் மனதிற்கொள்ள வேண்டும். அரசியல் குழப்பம் நிறைந்த இந்த நாளில் உயரிய இலக்கியங்கள் தோன்றுவது இயலாததாகும். புலவர்களைப் புரக்கும் புரவலர்களும் மிகக் குறைவாக இருந்தனர். சிற்றிலக்கியங்கள் பெருகித் தோன்றியதற்கு இதுவே காரணமாகும்.

சென்னை மாகாணத்தில் சுமார் நூற்றுக்கு எட்டுப் பேர் (1951 - ஜனத் தொகைக் கணக்கின்படி) முஸ்லிம்களாவர். சென்னைப் பட்டினத் திலும், ஆந்திரக் கரையோரத்திலும் வாழும் முஸ்லிம்களைத் தவிர ஏனையோர் வீட்டில் தமிழையே தாய்மொழியாகக் கொண்டுள்ளார்கள். ஆனால் 1951இல் நடந்த ஜனத்தொகைச் சேகரிப்பில் சென்னை மாகாணத்தில் சுமார் ஐந்து லட்சம் முஸ்லிம்கள் உருதுவைத் தம் தாய்மொழியாகக் கூறியிருக்கின்றனர். ஜனத்தொகைப் பதிவு நூலின் இரண்டாம் புத்தகத்தின் முதற் பகுதியில் கீழக்காணும் செய்தி காணப்படுகிறது:

'இந்த முஸ்லிம்கள் அராபிய மொழியில் திருக்குரானைப் படிப்பது உண்மைதான். எனினும் அவர்களுடைய தாய்மொழி உறுதியாகத் தமிழாகும். ஆனால், அவர்கள் உருது அல்லது இந்துஸ்தானியைத் தமது

தாய்மொழியாகக் கூறுகின்றனர். ஒவ்வொருவரும் கூறும் விடையை அவ்வாறே பதித்துக்கொள்ள வேண்டுமென்று சேகரிப்பாளர்களுக்கு உத்தரவிட்டதால் உருதுவைத் தாய்மொழியாகப் பதித்துள்ளனர்.'

பல முஸ்லிம்களிடையே நிலவும் வருந்தத்தக்க இந்த மனநிலையும் அவர்கள் மூதாதையர்கள் தமிழ் இலக்கியத்திற்கு விட்டுச்சென்ற இலக்கியப் பெருஞ் செல்வத்தின் தரத்தை அறியாமையும் முஸ்லிம் இலக்கியங்கள் முக்கிய இடம் பெறாமல் போவதற்குரிய காரணங்களாகக் கூறலாம். எனினும் தமிழ் மொழி மீது அடங்கா விருப்பமுடைய முஸ்லிம் பெருமக்கள் இருந்தனர்; இருக்கின்றனர். அவர்களுள்ளே சமீபத்தில் காலமான கோட்டாற்றுச் செய்குத்தம்பிப் பாவலரைக் குறிப்பிட வேண்டும். முஸ்லிம் இளைஞர்களிடையே தோன்றியுள்ள தமிழ் மொழிப் பற்றும் முஸ்லிம் இலக்கிய அபிமானமும் வருங் காலத்தில் பல நல்ல இலக்கியங்கள் தோன்றுவதற்குரிய வாய்ப்பைத் தோற்றுவிக்கும் என்று நாம் நம்புமாறு செய்கின்றன.

## இலக்கிய வரலாற்றுக்கு ஒரு துவக்கவுரை

சிறப்பு ஆய்வாளர் டாக்டர் சிவத்தம்பி பல தலைப்புக்களில் அறிஞர் கருத்தையறியும் கருத்தரங்கிற்குப் பதிலாக தமது கருத்தைப் பிற அறிஞர் மதிப்பீடு செய்யும் கருத்தரங்கு ஒன்றால் தமது சிந்தனைகளைத் தெளிவாக்க இருக்கிறார். இலக்கிய வரலாறு, வரலாற்றிலக்கியம் ஆகிய கருத்துக்களை அவர் தெளிவாக்கும்போது பார்வையாளர் சிந்தனையை ஒருமுகப்படுத்துவதோ அல்லது பிறழச் செய்வதோ என் நோக்கமன்று. ஆனால் கருத்தரங்கின் முதற்பொருளோடு தொடர்புடைய ஒன்றிரண்டு கதிர்களை மட்டும் நான் சுட்ட விரும்புகிறேன்.

உலக மொழிகளில் கிரேக்க இலக்கியம் மிகப் பழமையானது. கி.மு. 1600 முதல் என்று கணக்கிடப்பட்டுள்ளது. அதனை அடுத்து இலத்தீன் இலக்கியம். இதில் கிரேக்க அம்சங்கள் பல கலந்துள்ளன. இவை ஏறத்தாழ கி.மு. நானூறு ஆண்டுகளுக்கு முன் தோற்றம் பெற்றன. இந்தோ ஈரானிய இலக்கியமாகிய அவஸ்தா ஏறத்தாழ கி.மு.1600 ஆண்டுகளுக்கு முன்னர் தோன்றியது என்பர். தமிழ்ச் சங்க இலக்கியம் கி.மு. இரண்டாம் நூற்றாண்டு முதல் துவங்கியது எனக் கூறுவதற்குச் சான்றுகள் கிடைத்துள்ளன.

இந்த ஐந்து மொழி இலக்கியங்களிலும் மூன்று வகையான படைப்புக்கள் இடம்பெற்றுள்ளன.

1. தனிக் கவிகள் செய்த படைப்புகள்: ஹோமர், வியாசர், சரத்துதிர்ஷ்டா (அவஸ்தாவின் ஆசிரியர்), இளங்கோ. இவர்கள் தனி மனிதக் கவிகள்

2. சமுதாயத்தின் பல நிலைகளில் வாழ்ந்த கவிஞர்கள் கூட்டாகவோ அல்லது பலர் செய்ததைத் தொகையாகவோ செய்த தனி மனித சமூகக் கவிதை.

3. பாடியவர்கள் பெயர் அறியப்படாத சமுதாயக் கவிதைகள் – நாட்டுப்புறப் பாடல்கள், இது மூன்றாவது பிரிவைச் சாரும்.

எல்லா இலக்கியப் படைப்புகளின் தொடக்கம் சமுதாயக் கவிதைகள் – நாட்டுப் பாடல்கள் என்று சொல்ல இயலாது. ஏனெனில் ரிக்குவேதம் போன்றவை, படித்த மதகுருக்கள் நெட்டுருச் செய்த மந்திரங்கள் ஆகும். ரிக்கு வேதத்தின் எட்டு மண்டலங்களில் இரண்டாவது மண்டலம் முதல் ஏழாவது வரை தனித்தனி ரிஷிகளோ அல்லது ரிஷிக்

குடும்பங்களோ தோற்றுவித்து மனப்பாடம் செய்து வந்தனவற்றைப் பின்னர் தொகுத்ததாக ஆய்வாளர் கூறுகின்றனர். எனவே, படித்த புரோகிதர்களிற் சிலர் செய்த முதலிலக்கியம் என்று ரிக்கு வேதத்தைக் கூற இயலும்.

கிரேக்க இலக்கியம் துவக்கத்தில் சமூக இலக்கியமாக, பின்னர் ஹோமர் முதலிய தனிமனிதக் கவிஞர்களால் ஆரம்பித்து, பெருங் காப்பியமாக்கப்பட்டது. சமுதாயக் கவிதை தனியார் கவிதையாகப் பின்னர் உருப்பெற்றது.

இலத்தீனில் தனியார் படைப்புகள்தாம் ஆரம்ப முதலே தலைதூக்கி நின்றன. எல்லா கிரேக்க, இலத்தீன் இலக்கியங்களிலும் செய்யுளும் உரைநடையுமுண்டு. வேதங்களில் ஒன்றான யசுர் வேதம் உரைநடை கலந்தது. ஏனையவை பாவுருவில் அமைந்துள்ளன. சரத்துதிர்ஷ்டா செய்த அவஸ்தா பாவுருப்பெற்ற உரைநடையால் அமைக்கப்பட்டிருக் கிறது. ஆனால் தமிழர்களின் சங்க இலக்கியங்கள் பாவுருவில் ஏறத்தாழ 449 புலவர்கள் 150 வருடங்களாகப் புனைந்த கவிதைத் தொகுப்பின் கூட்டமாகும். அவர்கள் அனைவரும் சமுதாயத்தின் பல நிலையைச் சார்ந்தவர்கள். பல தொழில் செய்து வாழ்ந்த புலவர்கள். அரசர்களும், வணிகர்களும், உழவர்களும், சோதிடர்களும், ஆடவரும், பெண்டிரும் சங்க இலக்கியப் புலவர்களாக இருந்திருக்கின்றனர்.

சங்க இலக்கியத்தின் அடித்தளம் நாட்டுப் பாடல்களாக இருந்திருக் கலாம் என்று ஊகிக்கின்றவர்கள் சிலர் உண்டு. ஆனால் நாட்டுப் பாடல்களில் காணப்படும் வட்டார மொழி வேற்றுமையும், தொழிற் பாடல்களும் சங்க இலக்கியத்தில் காணப்படவில்லை. இதை நாம் மறந்துவிடலாகாது.

மொழி, தரம் பெறுவது எழுத்துருவால். கிரேக்க இலக்கியம் எழுத்துருவால் தரம் பெற்றது. மத ஈடுபாட்டால் மனப்பாடம் செய்து தரம் பெறுவது மற்றொரு முறை, இம்முறையால் ரிக்கு முதலிய வேதங்கள் தரப்பட்டன. உச்சரிப்புப் பிழை ஒரு குழந்தையைக் கொலை செய்வது போன்றது என்று கருதினர். எனவே எழுத்துரு, மத ஈடுபாட்டால் மனப்பாடம் ஆகிய தரம் பெறும் இரண்டு முறைகளில் கிரேக்கர்கள் பின்பற்றிய எழுத்துரு நெறியைத் தமிழர் பின்பற்றியிருக்க வேண்டும். ஆனால் கிரேக்க இலக்கியங்கள் ஒன்றிரண்டு மையங்களில் மட்டும் உருவெடுத்தவை. தமிழகத்தின் பல மூலை முடுக்குகளிலிருந் தெல்லாம் – இன்றுள்ள கேரளம், தென் கர்நாடகம், ஆந்திரப் பிரதேசத்தி லுள்ள நெல்லூர் வரையிலும் பரவியிருந்த புலவர்கள் மொழி நிலையில் குறைந்த அளவே வேறுபாடுகளுடன் பாடியிருக்கிறார்கள். பல தொழில் செய்வோர், பல சாதியினர், ஆண்பாலர், பெண்பாலர், குழந்தைகள்,

முதியவர்கள் அனைவரும் தரமான தமிழ் நடையில் பாடியிருப்பது உலக விந்தைகளில் ஒன்று என்று கூறத் தோன்றுகிறது.

போக்குவரவு வசதிகள் குறைந்த காலத்தில் இந்தத் தரமான கவிதை அகன்ற நிலப்பரப்பில் உருவெடுத்திருக்கின்றது. மொழி இவ்வாறு தரப்படுத்தற்குச் சங்கங்களாகப் புலவர் கூடி ஆய்ந்தது ஒரு காரணமாக இருக்கலாம். சிந்து நதி முதல் கங்கை வரை – அதாவது லஷ்மணபுரி முதல் கல்கத்தா வரை சமஸ்கிருதம் தரப்படுவதற்கு மதச்சார்பும், புனிதத் தன்மையும் காரணங்களாக அமைந்தன. ஆனால் சங்க இலக்கியம் மதச் சார்பற்றது. ஒரு கூட்டத்தினருக்கு மட்டும் உரியதன்று. எனவே சங்க அமைப்பும் எழுத்துருவும் தமிழ் இலக்கியத் தரத்திற்குக் காரணமாக அமைந்தன என்று ஊகிக்க இயலும். தனிமனித சமுதாயத்தின் படைப்பு சங்க இலக்கியம் என்பதையும் மறந்துவிடலாகாது.

மார்க்சீயக் கொள்கை இந்த நூற்றாண்டில் தலைதூக்கியதும் சோவியத் இரஷ்யாவில் மார்க்சீயச் சிந்தனையடிப்படையில் அரசு உருவானது. இதன் விளைவாக மக்கள் சமுதாய ஆய்வு, வரலாற்றிலும், இலக்கியப் படைப்புக்களிலும், மொழியியலிலும் முக்கிய இடம் பெற்றது. சமுதாய மொழியியல் முதலில் உருப்பெற்றது அமெரிக்காவில் அன்று; சோவியத் நாடுகளில் என்பதை மொழியியலாளர் அறிவார்கள். அலிகார் பல்கலைக்கழகத்தில் பேராசிரியர் ஹபீப் தலைமையிலான புதுமை வரலாற்றாசிரியர்கள் கூட்டம் (நியோ-ஹிஸ்டோரியன்ஸ்) அரசர் வரலாற்றையும், போர் நிகழ்ச்சிகளையும் ஆராயாது மக்கள் சமுதாய முன்னேற்றத்தை, மாறுபாட்டை, பரிணாமத்தை ஆராய முற்பட்டதும் பல வரலாற்றா சிரியர்களை உருவாக்கியதும் மார்க்சீயச் சிந்தனையின் விளைவாகும்.

ஒப்பிலக்கணத்தின் தந்தையாகிய கிரிம் பேச்சு வழக்கை மொழி ஆய்வுக்கு முதன்முதலிற் பயன்படுத்தினார். இலக்கிய வழக்கை அவர் கண்ட முடிவுகளை உறுதி செய்யப் பயன்படுத்தினார். அவருடைய உடன் பிறப்பாளர் மக்கள் இலக்கியத்தைப் பத்தொன்பதாம் நூற்றாண்டில், ஜெர்மனியில் திரட்டினார். அதன் விளைவாக ஐரோப்பா முழுவதிலும் மக்கள் இலக்கியத்தைத் திரட்டும் இயக்கம் பரவியது. சமுதாயத்தை இந்தப் படைப்புக்களிலிருந்து அறியும் ஆழ்ந்த ஆய்வு மார்க்சீயச் சிந்தனையால் ஐரோப்பாவில் முதலிலும், பின்னர் ஏனைய நாடுகளிலும் பரவின.

இதனால் தனிமனிதக் காவியத்தில் காணும் உயர்வுநவிற்சி, உருத்திரிபு, மறைவு முதலியவற்றை நீக்கி, சமுதாய இலக்கியத்தில் காணும் உண்மையான மனித இயல்புகள் வரையறை பெற்றன. இலக்கிய அடிப்படையில் காணப்பட்ட சமூக இயலைவிட நாட்டுப் பாடல்களில்

காணும் சமூக இயல் நம்பகமானதாக மதிப்பிடப்பெற்றது. சங்க இலக்கியங்கள் தனிமனித சமூக இலக்கியமாகையால் அவற்றிற் காணும் தனிமனித இயல்புகளும், சமுதாய வர்ணனைகளும் உயர்வு நவிற்சி இன்றி பிற இலக்கியங்களைவிட உண்மைத் தெளிவுடன் படித்தற்குத் துணை நிற்கின்றன.

டாக்டர் சிவத்தம்பி இலக்கிய வரலாற்றைத் தனிமனிதர், தனிமனித சமுதாயம், சமுதாயம் ஆகிய மூன்று நிலைகளிலும் பார்க்கிறார் என்று நம்புகிறேன். அதற்கு என் துவக்கவுரை அனுசரணையாக இருக்கும் என்றும் கருதுகிறேன்.

# இலக்கிய வரலாற்றை வகை செய்வது

மொழி வரலாற்றை வகை செய்து திட்டப்படுத்துவது 1.உயிரின வளர்ச்சி முறையைப் பின்பற்றி இளமை, நடுநிலை, மூப்பு என்று பகுப்பது 2. வரலாற்று அரசர்களால் ஆல்பிரிடியன், எலிஸபெத்தன் என்று ஆங்கில இலக்கியத்திலும், மார்த்தாண்ட வர்மாவின் காலம் என்று மலையாள இலக்கியத்திலும், சோழர் காலம், பாண்டியர் காலம் என்று தமிழ் இலக்கியத்திலும் வகை செய்வது 3. முக்கியமான ஆசிரியர்கள் பெயரால் – கன்னசன்மார், எழுந்தச்சன் என்று மலையாளத் திலும், இளங்கோ, கம்பர் காலம் என்று தமிழிலும் – வகை செய்வது 4. குறிப்பிடத்தக்க ஒலிமாற்றம், சொற்பிரயோகம் முதலியவற்றை வேறுபடுத்தும் வரைகளால் (ஐசோகுளோசிஸ்) வகை செய்வது என்று நான்கு முறைகளை மேற்கொள்வர். முன்குறித்த மூன்றில் – அதாவது உயிரின வளர்ச்சி முறை, வரலாற்று அரசர்கள், ஆசிரியர்கள் ஆகிய மூன்றில் – மறைந்துள்ள அடிப்படை மொழி மாற்றத்தை வேறு படுத்தும் வரைகளே; முன்கூறிய மூன்றும், இலக்கிய காலப் பகுப்பைச் சுட்டுவதற்கு இலாவகமாகக் கையாளப்பட்ட பெயர்கள் ஆகும்.

உயிரின வளர்ச்சி முறையை பி. கோவிந்தப்பிள்ளை மலையாள இலக்கிய வரலாற்றிற்கு மேற்கொண்டார். (முன்கால மலையாளம் கி.மு. 600 முதல் கி.பி. 800 வரை, நடுநிலை மலையாளம் கி.பி. 800 முதல் 1500 வரை, நவீன மலையாளம் கி.பி. 1500 முதல்) சங்கரன் நம்பியார் (முன் காலம் கி.பி. 1300, நடுநிலைக் காலம் கி.பி. 1300 முதல் 1600 வரை, நவீன காலம் கி.பி. 1600 முதல்) ஆற்றூர் கிருஷ்ண பிஷாரடி (பழைய மலையாளம் கி.பி. 1250க்கு முன்னர், கலப்புக் காலம் கி.பி. 1425 வரை, தூய மலையாளம் அதன் பிறகு) இராஜஇராஜவர்மா (தொடக்க காலம் கி.பி. 825 முதல் கி.பி. 1625 வரை, நவீன காலம் 1625க்குப் பிறகு) எல்.வி. இராமசாமி ஐயர் (மலையாளத் தொடக்கம் கி.பி 1100, பழைய மலையாளத்தில் கீழ்வரும் சிறு பிரிவுகளுடன் அ.பழைய மலையாளம் கி.பி 1200 முதல் 1300 வரை, ஆ. பழைய மணிப்பிரவாளப் பிரிவு கி.பி. 1400 முதல், இ.சம்புக் காலம் கி.பி. 1600 வரை, நவீன மலையாளம் கி.பி. 1600 முதல் இன்று வரையும். அதில் கீழ்வரும் இரு பிரிவுகளைச் செய்யலாம். 1.மாறுபடும் நவீன மலையாளம். எழுத்தச்சன் காலம் 2.பழைய நவீன மலையாளம், பூந்தானம், கேரளவர்மா (கி.பி 1600-1700) இளநிலை நவீன மலையாளம், குஞ்ஞன் நம்பியார், உண்ணாயி வாரியர், இராமபுரத்து, கொல்லேங் குளங்கரா, ஈ. பின்னரெழுந்த நவீன

மலையாளம், வலிய கோயில் தம்புரான் முதல் இன்று வரை (கி.பி.900 முதல் 1941 வரை).

உயிரின வளர்ச்சி முறையைச் சற்று மாறுபடுத்திப் பிற மொழிகள் மலையாளத்தில் ஆதிக்கம் செலுத்தியதை அடிப்படையாகக் கொண்டு ஆர்.நாராயண பணிக்கர் கீழ்வருமாறு வகை செய்துள்ளார்: (அ) மிகவும் பழைய காலம் கி.பி. 800, ஆ. திராவிடத் தாக்குதல் காலம் கி.பி. 1400 முதல் 1700 வரை, இ.நவீன காலம் கி.பி. 1700 முதல் இன்று வரை.

மேலே குறிப்பிட்ட மலையாள இலக்கிய வரலாற்று ஆசிரியர் களிடையே காணப்படும் வேறுபாடு உயிரின வளர்ச்சி முறை அடிப் படையில் பகுக்கும் முயற்சியின் குறைபாடாகும். அரசியல் வரலாறு, இலக்கிய வளர்ச்சியையும் போக்கையும் எப்போதும் பாதித்திடாது. பெயர் பெற்ற ஆசிரியர்கள்கூட மொழியையும் இலக்கியப் பொருளை யும் மாற்றமின்றிப் பல காலகட்டத்தில் கையாண்டுள்ளனர். ஆசிரியர் பெயர் அறிய இயலா இலக்கியங்கள், நாட்டுப் பாடல்கள், கல்வெட்டுக்கள் முதலியவற்றை இந்தக் காலப் பகுப்பில், உரிய இடத்தில் வைத்திட இயலவில்லை.

ஒலிமாற்றம், சொற்றொடர் முதலியவற்றின் அடிப்படையில் உருவாகும் வேறுபடுத்தும் வரைகளை இணைத்து, இலக்கிய வரலாற்றின் ஒரு காலகட்டத்தை வரையறை செய்திட முடியாது. அந்த வரைகள் குறிப்பிட்ட காலகட்டத்தின் பின்னும், முன்னும் சிதறிக் கிடக்கும் நிலையை ஆய்வாளர் உணர்வர். சில இடங்களில் பல நூற்றாண்டுகள் கழித்து அவை மீண்டும் தலைதூக்கி நிற்கும். ஏனைய காலப்பகுப்பைக் குறை கூறுபவர்கள் இந்தக் குறையையும் சுட்டியுள்ளனர். தன்மைப் பன்மைச் சுட்டாகிய 'யாம்' பலர் குறிப்பிட்ட காலத்திற்கு முன்னரே கன்னடத்தில் காணப்படுவதாக எம்.பி.எமனோ குறிப்பிட்டுள்ளார். 'ந்த்' என்ற மெய்யெழுத்து 'ந்ந்' ஆவதை மலையாளத்தில் ஏ.சி.சேகர் குறிப்பிட்ட காலத்திற்கு முன்னரே காணப்படுவதாக அண்மையில் இரண்டு ஆய்வாளர்கள் குறித்துள்ளனர். வேறுபாட்டு வரைகளுக்கு அடிப்படையாகக் குறிப்பிட்ட தெளிவுகள் உருவாகும்போது, போதிய அளவு செய்திகளை ஆய்வு செய்யாமை அல்லது பகுத்தாய்ந்து கருத்தை வெளியிட்ட பின்னர் புதுத் தெளிவுகள் தோன்றியமை முதலியவற்றால் கால வேறுபாட்டை மறுக்கும் அல்லது மாற்றும் நிலை ஏற்படும்.

பழைய இலக்கியங்கள் வரலாற்றிற்கு அடிப்படையாக அமை கின்றன. அவற்றின் மொழி பலதரப்பட்டவை. பூகோளரீதியிலும் அவை பல இடங்களைச் சார்ந்தவை. அவற்றின் ஆசிரியர்கள் பலரானால் அவற்றில் காணும் மாறுபாடு கணிசமாக இருக்கும். விதிகளுக்கு மாறான எடுத்துக்காட்டுகள், சொல்லுருவங்கள் முன்காலகட்டங்களில்

நிறையக் கிடைப்பதும் பிற்காலங்களில் குறைவாகக் கிடைப்பதும் அவற்றின் நேர்மாறான நிலையும், இந்தத் துறையில் ஆய்கின்றவர் களுக்கு அனுபவப்படும் நிலையாகும். மீட்டுரு அளிக்கும் ஆய்வாளர்கள் (ரீகன்ஸ்ட்ரக்ஸன்) உருவங்களை மட்டும்தாம் மீண்டெடுக்க முடியும். ஏதாவது சொல் வழக்கு வீழ்ந்துவிட்டால் அதனை மீட்டுரு அளிக்கும் முயற்சியால் நாம் வரலாற்றில் மீண்டும் பெற இயலாது. எனவே வேறுபாட்டு வரையின் அடிப்படையில் அமையும் காலப் பகுப்பும் பழமையுடையதாக மாறும் வாய்ப்புடையது. எடுத்துக்காட்டாக மூக்கினம் வல்லின மெய்க் கூட்டம் மூக்கினமாக மாறும் நிலை எழுத்திலக்கியத்திலும் ஆவணங்களிலும் நாட்டுப் பாடல்களிலும் எவ்வாறு வரலாற்றில் வந்துள்ளன என்று ஆராய்ந்துள்ளோம்.

மலையாள இலக்கியம், ஆவுணம், நாட்டுப் பாடல்கள் முதலிய வற்றிலிருந்து 200 சொற்கள் புதிதாகத் திரட்டி ஆராயப்பட்டுள்ளன. மூக்கினம் இன வல்லொற்று மூக்கினம் மூக்கினமாகவும் மூக்கின இன வல்லொற்றுக்களாகவும் மாறுகின்றன.

nn

NS<ns

ஆனால் இத்தகைய ஒத்திசை ஒலிமாற்றம் (அஸ்ஸிமிலேசன்) முழுமை யாக நடைபெறவில்லை. இயற்கையான திராவிடச் சொற்களில் சில இடங்களில் ஒத்திசை மாற்றம் நிகழாது முன்போலவே சில சூழ்நிலை களில் தொடர்கின்றது. சமஸ்கிருதத்திலிருந்து கடன் பெற்ற சொற்களால் பெரும்பாலும் மூக்கினமும் இனஒற்று மாறுபாடின்றி நிற்கின்றன. அந்த உருவங்கள் மூக்கினம் இனவொற்று உருவத்தை (NS) காக்கிறது. எனவே ஒத்திசை மாற்றத்திற்கு எதிராக மூக்கினம் இனவொற்று ஆகியவை மிகுதியாகின்றன. அடுத்த பக்கத்திலுள்ள பட்டிகை இதனைத் தெளிவாக்கும். இதில் காணப்படும் மலையாள இலக்கியக் காலம், 'மலையாள காவிய இரத்னாகரம்' என்று நூலிலிருந்து எடுக்கப்பட்டது.

கீழ்வரும் பட்டிகையில் மொழியின் மாறுபட்ட புள்ளி விவரம் தெளி வாகும். புள்ளி விவர எண் இரண்டை அடிப்படையாகக் கொண்டால் லீலா திலக உரை வரை ஒரு காலமாகவும் மற்றுள்ளவற்றை மற்றொரு காலகட்டமாகவும் கணித்திட வேண்டும். புள்ளி விவர எண் மூன்றை யும் அதற்கு மேலும் அடிப்படையாகக் கொண்டால் மழமங்கலம், பூந்தானம், எழுத்தச்சன் ஆகியவர்கள் ஒரு காலகட்டத்தில் அடங்குவர். மற்றுள்ளவர்கள் பழைய காலகட்டத்தில் உட்படுவர். அதைப்போன்று நவீன காலகட்டத்தில் உட்பட்டவர்கள், மற்றொரு காலகட்டத்தில் அடங்கிநிற்பர். அதனால் தொடர்பற்ற இடையீட்டு நிலையை நாம் உணர முடியும். மூக்கின மாற்றம் நாளாவட்டத்தில் பெருகுகிறது

| நூற்பெயர் | மூக்கினம் இனவொற்று மூக்கினம் | மூக்கினம் |
|---|---|---|
| | N.S | NN |
| 1. பாஷா கௌடிலீயம் | 3.1 | 1 |
| 2. இராமசரிதம் | 2.5 | 1 |
| 3. கல்வெட்டுக்கள் (கி.பி. 10 முதல் 19ஆம் நூற்றாண்டு வரை ) | 2.5 | 1 |
| 4. உண்ணுநீலி சந்தேசம் | 2.2 | 1 |
| 5. லீலா திலக உரை | 2 | 11 |
| 6. கண்ணச இராமாயணம் | 1 | 1 |
| 7. கிருஷ்ண காதா | 1.5 | 1 |
| 8. புனம் (இராமாயணச் சம்பு) | 1 | 1 |
| 9. மழமங்கலம் (நைஷதச் சம்பு) | 1 | 1.5 |
| 10. பூந்தானம் (ஞானப் பானை) | 1 | 5 |
| 11. எழுத்தச்சன் (இராமாயணம்) | 1 | 3 |
| 12. குஞ்ஞன் நம்பியார் (கதளீவனம்) | 1 | 1.5 |
| 13. கேரள கௌமுதியின் தலைப்புரை | 1 | 1.3 |
| 14. நாட்டுப் பாடல்கள் | 1 | 1.1 |

என்ற கருத்தும், இதனால் மறுக்கப்படுகிறது. ஒரு காலகட்டத்தில் வேறுபடும்வரை ஒன்றின் அடிப்படையில் ஏற்படும் பிரச்சினைகள் பலவாகும்.

இலக்கிய மொழி வரலாற்றில் ஏற்படும் இத்தகைய பிரச்சினைகள் வழக்கு மொழியை இனங்கண்டு வேறுபடுத்தலிலும் ஏற்படுகின்றன. அவற்றின் விளைவாக வழக்கு எல்லைகளைப் புறக்கணிப்பதையும் அல்லது வழக்கு எல்லைகள் ஒன்றோடொன்று மயங்கி நிற்கும் நிலையையும் தோற்றுவிக்கின்றன. எல்லைகள் மயங்குவதால் வேறுபடுத்தும் வரைவுகளின் இணைவு ஒரு வழக்கைச் சுட்டும் என்ற கொள்கையும் இதனால் மறுக்கப்படுகிறது. ஜப்பானிய வழக்கியல் ஆய்வில் வருகைப் புள்ளிவிவரப் பட்டிகையைப் (ஃப்ரீகுவன்சி) பயன்படுத்தி மேலே குறிப்பிட்ட பிரச்சினைகளைக் குறைக்க முயன்றது இந்தக் காரணத்தால்தான்.

எனவே இலக்கிய மொழி வரலாற்றில் செய்திக் கூறுகளைப் பயன்படுத்தும் பழக்கத்தைக் கைவிட வேண்டும் அல்லது வருகைப் புள்ளி விவரப் பட்டியலைப் பயன்படுத்த வேண்டும். பின் முறையை ஒப்புக் கொண்டால் இலக்கியம் அல்லது மொழி வரலாறு என்பது பட்டிகைகள், வரைபடங்கள் முதலியவையே வரலாற்று விவரணமாக மாறும்.

**நூலோதி**

அ. உள்ளூர் பரமேஸ்வர அய்யர், கேரள சாகித்ய சரித்திரம், முதல் தொகுதி, பக்கம் 76.

ஆ. சி.எல். அன்றொணி, பாஷா கத்தியம், சாகித்ய சரித்திரம் கே.எம் ஜியார்ஜு தொகுத்தது, என்.பி.எஸ். 1958, பக்கம் 690-91.

இ. கே.எம். ஜியார்ஜு, பாஷயும் சாகித்யமும், சாகித்ய சரித்திரம், பக்கம் 70, என்.பி.எஸ். 1958.

சூரநாட்டு குஞ்ஞன் பிள்ளை தொகுத்த மலையாள காவிய இரத்னாகரம், சாகித்ய அகாதமி, புது டெல்லி, 1962.

# ஜப்பான் நாடும் திராவிட ஆய்வும்

அகில இந்திய திராவிட மொழியியற் கழகத்தின் பத்தாவது ஆண்டு விழா டெல்லியிலுள்ள குசராத்தி பவனில் 1980ஆம் ஆண்டு சிறப்பாக நடந்தேறிய சமயம் ஜப்பான் நாட்டு வரலாற்றறிஞர் டாக்டர் நபரு கரோஷிமா தமது நூலுக்கு அளித்த பரிசைப் பெற வந்திருந்தார். ஜப்பான் மொழி திராவிடப் பிறப்புடையது என்று பேராசிரியர் ஓனோ வாதம் ஒன்றை மிக விளம்பரத்துடன் அந்நாட்டில் பரப்பியிருந்தார். அதனால் ஜப்பான் நாட்டில் திராவிடத்தில் - குறிப்பாகத் தமிழாய்வில் - விருப்பம் மேலோங்கி இருந்தது. அதைப் பற்றி டாக்டர் கரோஷிமா விடம் உசாவும்போது, 'தாங்கள் மூன்று மாதமாவது அங்கு வர இயலுமா?' என்று கேட்டார். வெளியூர் செல்லும் மனநிலையில் அன்றிருந்ததால் தக்க அழைப்பு கிடைப்பின் அங்கு வரச் சம்மதம்தான் என்று கூறியது நினைவிருக்கிறது.

மூன்று நான்கு மாதங்களுக்குள் ஜப்பானிய அறிவியல் முன்னேற்ற அறநிலையம் (ஜப்பான் சொசைடி ஃபார் த பிரமோசன் ஆஃப் சயின்ஸ்) அழைப்பு ஒன்று எனக்கு அனுப்பியது. அதை நான் எதிர்பார்க்கவில்லை. போக்கு வரவிற்கும் நாட்செலவிற்கும் போதிய பணம் ஒதுக்கி யிருந்தனர். கடந்த பல வருடங்களாக அந்நிலையத்தில் இருந்து பெற்ற தகமையாளர்கள் யார்? யார்? என்ற பட்டியலில் நோபல் பரிசு பெற்ற இரு விஞ்ஞானிகளின் பெயரும் இருந்தன. எனவே தரக்குறைவான அழைப்பல்ல என்று கண்டதால் கேரளப் பல்கலைக்கழகத்தின் ஒப்புதலை நாடினேன். சிறிய தொகை ஒன்றை ஆகாய விமானத்திற்குச் செலுத்தினால் தகமையாளர் தனது மனைவியையும் அழைத்து வரலாம் என்று விதியிருந்ததால் அவரும் என்னுடன் வந்தார். இருவரும் 1981ஆம் ஆண்டு மே மாதம், பதினாறாம் நாள், டோக்கியோ போய்ச் சேர்ந்தோம். அடுத்த நாள் முதல் அந்தத் தகமை செயல்படுத்தப்பட்டது. அன்று முதல் செப்டம்பர் முதல் நாள் வரை அது நீடித்தது.

தகமையை ஏற்றபோது அவர்கள் விதித்திருந்த நிபந்தனைப்படி நான், தகமையின் முடிவில் பணி அறிக்கை ஒன்றைக் கொடுத்திட வேண்டும். அதில்,

1. கல்வி நிறுவனங்களைக் காணல்
2. பல்கலைக்கழகங்களைப் பார்வையிடல்
3. ஜப்பானிய ஆய்வாளர்களுடன் ஆய்வு பற்றி உரையாடல்

4. திராவிட மொழி வகுப்புக்கள், கருத்தரங்குகள் முதலியவற்றில் பங்கேற்றல்

5. முதிய அறிஞர்களும் இளைய மாணவர்களும் கேட்டுக்கொண்டால் ஆய்வு முறைகளைப் பற்றிக் கருத்துக் கூறி ஊக்குவித்தல்

6. நூல் நிலையத்தைப் பயன்படுத்தல்

7. நான் அங்கு ஆய்ந்தவற்றை வெளியீட்டிற்குச் செப்பஞ்செய்தல்

என்ற ஏழு முனைகளில் அறிக்கை ஒன்றைக் கொடுத்தேன். அந்த அறிக்கை முழுமையும் இங்கே வெளியிடுவது அலுப்பைத் தோற்று விக்கும். சுருக்கக் கருத்தையாவது இந்திய நாட்டு அறிஞர்கள், சிறப்பாகத் தமிழர்கள், தெரிந்திட வேண்டும் என்ற எண்ணத்தால் கீழே தந்துள்ளேன்.

டோக்கியோ பல்கலைக்கழகத்தின் இலக்கிய வளாகத்தைச் சார்ந்த வரலாறு, தத்துவம், மொழியியல், ஜப்பானிய மொழி ஆகிய துறை களுடன் நெருங்கிய தொடர்பு ஏற்படுத்திக்கொண்டேன். டோக்கியோவி லுள்ள பிற பல்கலைக்கழகங்கள், ஆய்வு நிறுவனங்கள் முதலிய வற்றுடனும் தொடர்பு உருவானது. சிறப்பாகத் தேசிய ஜப்பானிய இலக்கிய நிறுவனம் (நேசனல் இன்ஸ்டியூட் ஃபார் ஜாபனீஸ் லிட்டரேச்சர்), தேசிய ஜப்பானிய மொழி நிறுவனம் (நேசனல் இன்ஸ்டியூட் ஃபார் லாங்குவேஜ்), பிறநாட்டு ஆய்வுக்கான டோக்கியோ பல்கலைக்கழகம் (டோக்கியோ யுனிவர்சிடி ஃபார் ஃபாரின் ஸ்டடீஸ்), பன்னாட்டு கிறித்துவப் பல்கலைக்கழகம், கியோட்டாவிலுள்ள சமஸ்கிருதம், தத்துவம் ஆகிய வற்றின் துறைகள், பிறநாட்டு ஆய்விற்கான ஓசகா பல்கலைக்கழகத்தின் இந்திய மொழிகள், வரலாறு ஆகியவற்றின் துறைகள், பண்பாடு பற்றிய தேசிய காட்சியகம் (த நேசனல் மியூசியம் ஃபார் எத்னோலஜி), நகோயாப் பல்கலைக்கழகத்தின் வரலாறு, தத்துவம் முதலிய துறை களையும் சென்று காண முடிந்தது. அந்தத் துறைகள், நிறுவனங்கள் ஆகியவற்றின் ஜப்பானிய ஆய்வாளர்கள் செய்யும் ஆய்வுப் பணியை அறியவும் பல மணி நேரம் திராவிட இந்தோ-ஆரிய மொழிகள் பற்றி உரையாடவும் வாய்ப்புகள் பல ஏற்பட்டன. கொரிய மொழியும் ஆல்டெயிக் மொழிக் குடும்பமும் திராவிட மொழிகளுடன் உறவுடையன. எனவே அவை பற்றிய நுண்ணாய்வு இருமுறை டோக்கியோவில் நடந்தது. திராவிட மொழி பெயர்ப்பு எந்நிலையில் ஜப்பானில் உள்ளது? அதனை வளர்ப்பது எப்படி? என்பதனைப் பற்றியும் திருவனந்தபுரத்தி லுள்ள பன்னாட்டுத் திராவிட மொழியியல் நிறுவனத்தில் ஜப்பானியப் படிப்பை எவ்வாறு உருவாக்குவது என்பது பற்றியும் அவ்வப்போது ஆய்வாளர்களுடன் ஓய்வு வேளைகளில் உரையாட நேர்ந்தது. அவர் களுடைய பெயர், முகவரி அனைத்தும் இங்கே கொடுப்பது அலுப்பைத் தோற்றுவிக்கும்.

டாக்டர் கரோஷிமாவின் முயற்சியால் தென்னிந்திய ஆய்விற்கென ஜப்பான் கழகம் ஒன்று டோக்கியோவில் இயங்குகின்றது. அதன் கூட்டம் ஒன்றில் (20-5-81ஆம் நாள்) 'திராவிட மொழியியல் படிப்பின் இன்றைய நிலை'யைப் பற்றிய ஆய்வுரை நிகழ்ந்தது. டோக்கியோப் பல்கலைக்கழகத்தின் ஆசிரியர் அறை ஒன்றில் ஏறத்தாழ இருபது பேர் கூடியிருந்தனர். ஆய்வுரையினை அடுத்துச் சுவையான வாதப்பிரதி வாதம் நிகழ்ந்தது. பிறநாட்டு ஆய்வுக்கென அமைந்த டோக்கியோப் பல்கலைக்கழகத்தில் 'வரலாற்று ஆய்விற்கு மொழியியல் ஒரு கருவி' என்ற தலைப்பில் ஆய்வுரையொன்று 15-6-81இல் நிகழ்ந்தது. ஏறத்தாழ பன்னிரண்டு முதிய ஆய்வாளர்கள் வந்திருந்தனர். ஊகநிலையில் அமைந்த சில கருத்துக்களை, ஜப்பானிய ஆய்வாளர்கள், அமெரிக்கப் பேராசிரியர்கள் மறுத்துள்ளதைக் கூறித் தாமும் மறுப்பதாகக் கூறினர். 'நாட்டுக் கலைப்படைப்புக்களும் இந்திய அகழாய்வுக் கண்டுபிடிப்புக் களும்' என்ற தலைப்பில் இந்திய இயல் பற்றிய ஜப்பானியக் கழகத்தில், 2-6-81இல் விரிவான உரையொன்று நிகழ்ந்தது. அதில் ஏறத்தாழ 30 பார்வையாளர்கள் கலந்துகொண்டனர். அவர்களில் சிலர் நகோயா, ஓசகா முதலிய நகரங்களிலுள்ள பல்கலைக்கழகத்திலிருந்து வந்திருந் தனர். 'தமிழில் காணும் புத்தமத இலக்கிய இலக்கணம்' பற்றிய சொற்பொழிவு டோக்கியோப் பல்கலைக்கழக இந்தியத் தத்துவத் துறையில் நடைபெற்றது. சொற்பொழிவாளர்களைப் பெருமைப் படுத்துவதற்கு மதிய விருந்தும் பரிசு ஒன்றும் தந்து சிறப்பித்தனர். அவ்வாறு செய்வது ஜப்பானிய மரபு என்றனர்.

'திராவிடத்திற்கும் இந்தோ ஐரோப்பிய மொழிக்கும் உள்ள உறவை'ப் பற்றி கியோட்டா பல்கலைக்கழக இலக்கியத் துறையில் 10-7-81இல் நடந்த சொற்பொழிவு மனதிற்கு நிம்மதி தந்தது. ஏறத்தாழ 12 அறிஞர்கள் தாம் வந்திருந்தாலும் அவர்களுக்கு அந்தத் துறையில் ஆழமான அறிவு இருந்தது.

டோக்கியோப் பல்கலைக்கழக ஆசிரியர் கிளப்பில் (ஃபாகல்டி கிளப்) இந்திய இயல் பற்றிய ஜப்பான் கழகத்தின் சார்பில் 'தமிழ்ச் சங்க இலக்கியம்' பற்றிய விரிவுரை ஒன்று 21-8-81இல் நடந்தேறியது. எட்டு மாணவர்கள் பயிலும் டோக்கியோப் பல்கலைக்கழகத் தமிழ் வகுப்பில், 'தமிழ் இலக்கியமும் அதன் தற்காலப் போக்கும்' என்ற பொருளில் சொற் பொழிவு ஒன்றும் 'இந்தியாவின் மொழிப் பிரச்சினை' என்ற பொருளில் வரலாற்று மாணவர்கள் அடங்கிய வகுப்பில் சொற்பொழிவொன்றும் நடந்தன. அரை மணிக்கூர் முன்னர்தான் இரண்டாவது சொற்பொழி வினை நடத்துமாறு வேண்டினர். அந்த அறையில் முப்பதிற்கும் மேற்பட்ட மாணவர்கள் இருந்தனர். அவர்கள் கேட்ட கேள்விகள்

எழுச்சியூட்டின. ஒரு சொற்பொழிவு ஆற்றுமுன், ஆங்கிலத்தில் அந்தச் சொற்பொழிவின் முக்கியக் கருத்துக்கள் அடங்கிய வரைவை நிழற்படி எடுத்துக் கொடுப்பது வழக்கம். இறுதியில் உள்ள சொற்பொழி விற்கு மட்டும் அது இயலாது போயிற்று. இந்தியாவிலிருந்து நான் எடுத்துச் சென்ற நூல்கள், ஆவணங்கள் முதலியவற்றின் சுருக்க விவரங் களும் நிழற்படி எடுத்து வழங்கப்பட்டன. என்னுடன் உரையாடும் ஆய்வாளர்கள் விரும்பிக் கேட்டதால் முழு ஆவணங்கள் நிழற்படி எடுத்துக் கொடுக்கப்பட்டன. சொற்பொழிவுகளின் இறுதியில் எழுப்பிய வினாக்களும் அவற்றிற்களித்த விடைகளும் ஒளிவுமறைவின்றி அமைந் திருந்தன. எதுவும் மறைக்கப்படவில்லை; எதுவும் அளவிற்கு அதிக மாகப் புகழவோ இகழவோ செய்யப்படவில்லை. சொற்பொழிவுகள் முடிந்ததும் பக்கத்திலுள்ள உணவு விடுதியில் நடக்கும் மதிய உணவு அல்லது இரவு உணவு விருந்திலும் அந்த ஆய்வுச் சல்லாபம் தொடர்ந்தது.

ஜூலை எட்டாம் நாள் வரை டோக்கியோப் பல்கலைக்கழகத்தில் தொடர்ந்து நடந்த தமிழ் வகுப்பிற்குத் தவறாமல் சென்று கலந்துரை யாட முடிந்தது. பெரும்பாலும் டாக்டர் கரோஷிமாதான் அதனை நடத்தினார். சில சமயம் நான் நடத்தினேன். புத்திக் கூர்மையுள்ள மாணவர்களும் அந்த வகுப்பிலிருந்தனர்.

இரு வாரத்திற்கு ஒருமுறை வியாழனன்று நடக்கும் தென்னிந்திய நாட்டுக்கலைப் பற்றிய கருத்தரங்கிலும் நான் கலந்துகொண்டேன். பன்னாட்டுக் கிறித்துவப் பல்கலைக்கழகம் ஆகஸ்ட் இரண்டாம் நாள் நடத்திய சமுதாய மொழியியல் பற்றிய கருத்தரங்கிலும் முற்பகல் மட்டும் கலந்துகொள்ள நேர்ந்தது.

நான் பணி செய்த அறையில் ஆய்வாளர்களில் இளையவர்களும் முதியவர்களும் என்னைக் கண்டு உரையாடியது மிகவும் பயனுள்ளதாக அமைந்தது. தென்னிந்தியாவில் ஆய்வு செய்வதற்கு உறுதி பூண்டுள்ள மாணவர்களுள் இருவர், நான் சென்ற நாள் முதல் இறுதி வரை என்னைப் பயன்படுத்திக்கொண்டனர். ஏ. ஹயாஷி விஜய நகர வரலாறு பற்றி ஆராயத் திட்டமிட்டிருந்தார். மற்றொரு பெண் (அவயோ) தென்னக நாட்டுக் கதைகள் பற்றி ஆராய விரும்பினார். பின்னுள்ளவர் மலையாளமும் படிக்க விரும்பியதால் என் மனைவி அதற்குத் துணை நின்றார். தமிழ், திராவிடம், ஆல்டெயிக் முதலிய மொழிகளின் சொற் பிறப்பைப் பேராசிரியர் முரயாமாவுடன் விரிவாக விவாதிக்கப்பட்டது. ஒவ்வொரு செவ்வாய்க்கிழமையும் பிற்பகல் அவர் வருவார். சுமார் இரண்டு மணி நேரம் அந்த விவாதம் நடக்கும். அத்தகைய நிகழ்ச்சி ***25-8-81***ஆம் நாள் வரை தொடர்ந்தது.

ஒவ்வொரு பல்கலைக்கழக ஆசிரியர் அறையிலும் பல நூல்கள் முறையாக அடுக்கி வைத்திருப்பர். குறிப்பாக வரலாறு, தத்துவம், மொழியியல் முதலிய துறைகளிலும் அரிய நூல்கள் பல இருந்தன. டோக்கியோப் பல்கலைக்கழக நூல் நிலையத்திலும் நூல் சேகரத்தைச் சிறப்பாகச் செய்திருந்தனர். ஜப்பான், சைனா, திபெத்து முதலிய நாடுகளில் புத்தமதம் இந்தியாவிலிருந்து பரவிய வரலாறும், ஜப்பானிய மொழி, பண்பாடு பற்றியும் பல நூற்களிலிருந்து செய்தி சேகரிக்க எனக்கு முடிந்தது. தேசிய ஜப்பான் மொழி நிறுவனத்திற்குச் சென்று இரு நாட்கள் முழுவதும் வழக்கியல் ஆய்வு பற்றிய அரிய நூற்கள் சிலவற்றை நான் படித்துக் குறிப்பெடுத்துக்கொண்டேன். பிறநாட்டு ஆய்வுக்கான டோக்கியோ பல்கலைக்கழக நூல் நிலையமும் ஓரளவு பயன்படுத்தப்பட்டது. ஜப்பான் பவுண்டேஷன் நூல் நிலையத்திற்கு நண்பர் ஒருவர் அழைத்துச் சென்றார். அங்குக் கிடைத்த பல நூல்கள் என் ஆய்விற்கு மிகவும் துணை செய்தன. நான் ஊர் திரும்பும் ஓரிரு வாரங்களுக்கு முன்னர்தான் அந்த நூல் நிலையத்திற்குச் செல்ல நேர்ந்தது. எனவே பகல் முழுவதும் அங்குச் செலவு செய்து, குறிப்பு எடுத்துக் கொண்டேன். ஜப்பான் நாட்டு வரலாறு, மொழி முதலிய தலைப்பில் கிடைக்கும் ஆங்கில நூற்களை விலைக்குப் பெற்றுச் சேகரித்துக் கொண்டேன். நிழற்படி எடுத்துப் பலவற்றைச் சேகரித்துக் கொண்டேன். ஜப்பான் நாட்டில் நடந்த என் சொற்பொழிவுகளுக்கு ஆதார ஆவணங்களாக அவற்றில் பல பயன்படுத்தப்பட்டன. இந்தியா விற்குத் திரும்பியதும் எழுதும் ஆய்வுக் கட்டுரைகளுக்கும் நூலுக்கும் உதவுவதற்கும் பல தொகுக்கப்பட்டன. என்தகமைக் காலத்தில் மிகவும் மனமகிழ்ச்சியளித்த பகுதி இந்த நூலில் நிலையப் பயன்பாடாகும். ஒவ்வொரு நூலிற் காணும் அரிய கருத்துக்கள் – ஜப்பானிய நண்பர்கள் கூறாத பல நுண் செய்திகள் – இங்கு நான் தொகுத்தது என் மனதிற்கு நிறைவைத் தந்தது.

தகமை பெற்ற மூன்று மாதக் காலத்தில் அங்கு நிகழ்த்திய எட்டுச் சொற்பொழிவுகளை வெளியிடுவதற்கு உகந்ததாகத் திருத்தியமைத்த வரைவும் ஆர்.ஏ.மில்லர் எழுதிய 'ஜப்பானிய மொழியின் தோற்றம்' என்ற நூலின் சீர்தூக்கு வரைவும், 'ஜப்பான் நாட்டு மொழியும் பண்பாடும்' என்ற தலைப்பில் நான் எழுதத் திட்டம் செய்திருந்த ஒரு பொதுநிலை நூலின் வரைவும், அங்கு உருவாயின.

ஜப்பானிய மொழியியலாளர்கள், இந்திய இயல் ஆய்வாளர்கள், தத்துவ அறிஞர்கள், பண்பாட்டறிஞர்கள் முதலியவர்களுடன் கலந்துரை யாடியதின் பயனாகவும், நூல் நிலையங்களில் காணும் திராவிட இயல் பற்றிய நூற்களைப் பயின்றதாலும் அறிஞர் குழாத்துடன் உசாவி

அறிந்ததாலும் திராவிட இயல் படிப்பின் நிலையும் அதன் தேவையும் நன்கு தெளிவாயின. சமஸ்கிருதப் படிப்பிற்கும் ஏனைய இந்தோ ஆரிய மொழிகளான இந்தி, வங்காளம் முதலியவற்றின் நுணுகிய படிப்பிற்கும் திராவிட மொழிகளின் தேவையை, ஜப்பானிய அறிஞர்கள் உணராமல் இல்லை. இந்தியாவில் ஏறத்தாழ 25 சதமானம் பேர் திராவிட மொழி பேசுவோராகையால், இந்திய இயல் படிப்பில் திராவிட இயலைப் புறக்கணிக்க முடியாத நிலையையும் ஜப்பானிய அறிஞர்கள் உணருகின்றனர். திராவிட மொழி பேசுவோர் தென்கிழக்காசியாவிலும் பசிபிக் பெருங்கடல் தீவுகளிலும் ஆப்பிரிக்காவிலும் பெருமளவில் குடியேறி வாழ்வதால் திராவிடப் படிப்பின் இன்றியமையாமையைச் ஜப்பானியர் தெரிந்துள்ளனர்.

திராவிடயியல் படிப்பிற்கு எனத் தனித் துறையொன்று பல்கலைக் கழகங்களில் தோன்றினால்தான் அப்படிப்பில் கணிசமான முன்னேற்றம் காண இயலும் என்று உணர்ந்தாலும் புதிய ஆய்வாளர்களுக்குரிய இருக்கையினைத் தோற்றுவிக்கப் பெரும் பணம் தேவை; அதற்கு இப்போதுள்ள பொருளாதார நிலையில் இயலாது என்பதே அவர்கள் வருத்தத்துடன் கூறிய காரணம். தனி நிலையில் ஆய்வாளர்கள் பலர் ஆய்வுத் தலைப்பாகத் திராவிட இயலை எடுத்துள்ளனர். திராவிட மொழி பேசும் நாடுகளில் அவர்கள் தங்கள் ஆய்வுத் திட்டத்தைச் செயல்படுத்துகின்றனர். சில ஆண்டுகள் கழித்து திராவிட இயல் ஆய்வுத் திட்டங்கள் அனைத்தும் முற்றுப்பெற்றதும் அந்த இயலுக்கு எனப் பல்கலைக்கழகங்களில் தனித் துறைகள் தோன்ற வாய்ப்புத் தோன்றும் என்பதே அவர்களின் கருத்தாக இருக்கிறது: நடைமுறைக்கு ஏற்ற கருத்தாகவும் அது அமைந்துள்ளது.

டாக்டர் கரோஷிமாவின் வீட்டிலுள்ள சொந்த நூல் நிலையத்தில் திராவிடவியல் – குறிப்பாகத் தமிழியல் – பற்றிய பல நூல்கள் சேகரிக்கப் பட்டுள்ளன. பல்கலைக்கழகத் துறை நூல் நிலையங்களில் மிகக் குறைவாகவே திராவிடயியல் பற்றிய நூல்கள் காணக் கிடைக்கின்றன. கியோட்டா பல்கலைக்கழகத்திலும் நிலை அதைப் போன்றதே.

இரு இலக்கணங்களை – தொகுநகா செய்த தமிழ் இலக்கணமும், ஈதோ யாத்த மலையாள இலக்கணமும் – பிற நாட்டுப் படிப்பிற்கான டோக்கியோப் பல்கலைக்கழகம் வெளியிட்டுள்ளது. எட்டு மாணவர்கள் அடங்கிய தமிழ் வகுப்பை டாக்டர் கரோஷிமா டோக்கியோப் பல்கலைக்கழகத்தில் நடத்தி வருகிறார். நான் தங்கியிருந்த காலத்தில் தவறாமல் அந்த வகுப்புகளுக்குச் சென்றிருந்தேன். ஈதோ நடத்தும் மலையாள வகுப்பில் நான்கு பேர் படிப்பதாகக் கூறினார். ஓசகாப் பல்கலைக்கழகத்தில் தொகுநகா நடத்தும் தமிழ் வகுப்பில் ஒரு மாணவர்

பாடம் கேட்பதாக அவர் கூறினார். வேறு எந்தப் பல்கலைக்கழகமும் திராவிட மொழிகளில் பயிற்சியளிப்பதாகத் தெரியவில்லை. ஒரு மாணவர் தன் முயற்சியால் என் உதவியுடன் தெலுங்கிலும் கன்னடத் திலும் ஓரளவு பயிற்சி பெற்றார். டோக்கியோப் பல்கலைக்கழகத் தமிழ் மாணாக்கர்கள் தமிழ்ச் சொற்களைத் திருத்தமாக எழுதக் கற்றுள்ளனர். வினை இலக்கணத்தையும் சிறப்பாகத் தெரிந்துள்ளனர். மாணவர்கள் அனைவரின் கூட்டு உச்சரிப்பு குற்றமற்றதாக இருந்தது. தனித்தனியாக மாணாக்கர்கள் தமிழ்ச் சொற்களை உச்சரிக்கும் போது ல, ள, ழ, ற, ட ஆகியவையும் மெல்லொற்றாகிய ந, ன, ண ஆகியவையும் உருமாறிக் குழப்பம் ஏற்படுத்துகின்றன. தென்னிந்தியக் கிறித்துவச் சங்கத்தினர் தொகுத்த பாட நூற்களும் இலக்கணமும் பல பிழைகள் உடையன. இலக்கண நூலிற் காணும் விதிகள் குறை யுடையன. மாற்று நூற்கள் அங்கு இல்லாததால் பலவாண்டு அந்த நூற்களே பயன்படுத்தப்படும் என்று தோன்றுகிறது. டோக்கியோ பல்கலைக்கழகத் தமிழ் வகுப்பு ஆரம்பநிலையில் உள்ளது. அதில் மாணவர்கள் ஆசிரியர்களிடம் ஊக்கத்துடன் பயில்கின்றனர். ஆசிரியர் களும் விருப்பத்துடன் படிப்பிக்கின்றனர். அதனைப் பாராட்ட வேண்டும். அந்த ஆரம்பநிலைப் படிப்பை அடுத்து நடுத்தர நிலை, முதுநிலை என்ற மூன்று நிலைகளாக வகுப்புகள் நடத்தத் திட்டம் தீட்டியுள்ளனரா? என்று எனக்கு அறிய இயலவில்லை. இந்தியிலும் வங்காள மொழி யிலும் பல வேறுபட்ட பிரிவுகளில் வகுப்புகள் நடைபெறுகின்றன. பலவாண்டுகள் அவை நடைபெறுவதால் அவற்றின் தரம் சற்றுக் கூடுதலாகக் காணப்படுகின்றது.

நான் தகமை பெற்றுப் பணியைத் துவங்கியதும் ஜப்பானிலுள்ள ஆய்வாளர்களுக்குக் கேள்விப்பட்டியல் ஒன்றை அனுப்பி, அவர்கள் நடத்தும் திராவிடப் பயிற்சி வகுப்பு, நூல் நிலையத்தில் காணும் நூல்கள், திராவிட இயல் பற்றிய ஆய்வாளர்கள் மேற்கொண்ட ஆய்வுத் திட்டம், திராவிட ஆய்வில் விருப்பமுள்ள ஆய்வாளர்கள், மாணவர்கள் முதலியவர்களின் பெயர்களும், முகவரியும் கேட்டு எழுதியிருந்தேன். நான் அனுப்பிய பதினெட்டுக் கடிதங்களுக்கு இருவர் மட்டுமே 'இல்லை' 'இல்லை' என்று எதிர்மறையான விடை அனுப்பியிருந்தனர். அவ்வாறு கேள்விப்பட்டியலுக்கு விடை எழுதும் பழக்கம் ஜப்பானிய ஆய்வாளர்களிடையே இல்லை என்று நண்பர்கள் முன்னரே எச்சரித் திருந்தனர். அதனால் எனது ஏமாற்றம் பெரிதாகப் படவில்லை.

ஆகஸ்ட் 18, 19 நாட்களில் மலை சார்ந்த ஊர் ஒன்றில் நண்பர் சிலருடன் திராவிட ஆய்வு ஜப்பானில் சிறப்படையும் வழிமுறைகளைப் பற்றி இரு நாள் விவாதிக்கப்பட்டது. திராவிட இயலுக்குத் தனித் துறை

அமைக்க இயலுமா? அல்லது இந்திய இயல் துறையில் திராவிட இயல் படிப்பை ஒரு துணைப் பாடமாக ஆக்கிட இயலுமா? ஆய்வுத் திட்டங் களை வகுத்துத் திராவிட மொழி பேசும் நாடுகளில் செயல்படுத்த இயலுமா? முதலிய கேள்விகளும் அவற்றிற்குரிய விடைகளும் திராவிட இயல் படிப்பு பரவும் வழிவகைகளை வகுத்திட மிகவும் துணை செய்தன.

ஏறத்தாழ எழுபது ஆய்வாளர்கள் ஜப்பானில் திராவிட ஆய்வில் ஈடுபட்டுள்ளதாக நான் கணித்துள்ளேன். அவர்களிற் பலர் ஆய்வுத் திட்டங்களுக்காகத் தென்னாடு சென்று திரும்பியவர்கள்; சிலர் தென்னகப் பல்கலைக்கழகங்களில் சமஸ்கிருதம், தத்துவம் அல்லது வரலாறு படித்தவர்கள். பிறநாட்டு ஆய்வு மேற்கொள்ளும் டோக்கியோப் பல்கலைக்கழகம் செயல்படுத்தும் ஊர்ப்புற ஆய்வு தென்னிந்தியா விலும் ஸ்ரீலங்காவிலும் இன்றும் தொடருவதால் ஜப்பானுக்கும் தென்னிந்தியாவிற்கும் உள்ள உறவு நெருக்கமுற்றுள்ளது. அந்தத் திட்டம் பற்றிய வெளியீடுகளும் டாக்டர் கரோஷிமா வெளியிட்டுள்ள கல்வெட்டுச் சொல்லடைவும் (மூன்று தொகுதிகள்) தென்னாட்டில் பெரும் வரவேற்பைப் பெற்றன. தொகுநகா செய்த தமிழ் இலக்கணமும், ஈதோ தொகுத்த மலையாள இலக்கணமும் ஜப்பானிய மொழியில் யாத்த மொகஞ்சதாரோ பற்றிய நூலும் இந்திய வரலாறு பற்றிய தொகுப்பும் தென்னிந்தியாவுடன் ஜப்பானியர்கள் கொண்டுள்ள தாத்பரியத்தைக் காட்டுகின்றன. வரலாற்று முறையில் நோக்கினால் தமிழ் ஒலிக்கணம் பற்றி 1957இல் சுசுமக்கோனோ என்ற இளைஞர் மலாய்த் தமிழர்களின் பேச்சு அடிப்படையில் வரைந்த கட்டுரைதான் முதலில் தோன்றிய தமிழ் ஒலிக்கண விளக்கம். அந்த முயற்சி பின்னர் ஏனோ தொடர்ந்து நடைபெறவில்லை. அதற்கு முன்னர் வெளியான முர்ரே பவுலரின் ஒலிக்கண வரைவு வடமொழி கலந்த வழக்கை அடிப்படையாகக் கொண்டது. எனவே சுசுமக்கோனோவின் கட்டுரை இன்றும் சிறப்பிடம் வகிக்கின்றது.

டோக்கியோவிலும் ஓசகாவிலும் நடக்கும் தமிழ், மலையாள வகுப்புகள் தென்னாட்டிற்கு வரும் மாணவர்களுக்கு மிகவும் உதவுவன. பிறநாட்டுப் படிப்பிற்கான டோக்கியோப் பல்கலைக்கழகம் தெலுங்கு வகுப்பு நடத்துவதாக அறிவித்திருந்தாலும் அது பயிற்றுவிக்கப் படுகின்றதா என்று தெரியவில்லை. கர்நாடக மாநிலத்தில் பயின்ற ஒரு மாணவர், நபரு ஹிமாகா இப்போது நாராவில் புத்த மத ஆலயத்தில் புத்தமத பிக்குவாக இருக்கிறார். அவர் மட்டும்தான் கன்னடம் பேசத் தெரிந்த ஜப்பானியர். எந்தப் பல்கலைக்கழகத்திலும் கன்னட வகுப்பு நடப்பதாகத் தெரியவில்லை. நாட்டுப் பாடல்கள், பண்பாடுகள் பற்றிய டோக்கியோப் பல்கலைக்கழகக் கருத்தரங்கு, இள மாணாக்கர்களைத் தென்னிந்தியாவிற்குச் செல்ல மிகவும் தூண்டின.

தென்னிந்தியாவில் கள ஆய்வு செய்தவர்கள், தென்னிந்திய மொழிகளில் ஆய்வு உள்ளம் கொண்டவர்கள் அனைவரையும் ஜப்பான் தென்னிந்தியக் கழகம் என்ற நிறுவனம், இப்போது இணைத்து வருகிறது. இந்திய நாட்டுக் கலை பண்பாடு அகழாய்வு பற்றிய ஜப்பான் கழகத்திலும் தென்னிந்திய ஆய்வில் தாத்பரியம் உடைய பல உறுப்பினர்கள் இருக்கிறார்கள்.

ஜப்பானையும் இந்தியாவையும் இணைக்கும் பெரிய தங்கச் சங்கிலி புத்தமதமாகும். கொரியா, சைனா முதலிய நாடுகளிலிருந்து ஜப்பானுக்கு அம்மதம் பரவியது. காஞ்சிபுரத்திலிருந்து இளவரசன் ஒருவனால் இந்நாடுகளில் புத்தமதம் பரவியது என்பது வரலாறறிந்த செய்தி. நாலந்தா போன்று காஞ்சிபுரமும் புத்தமதப் படிப்பிற்கு ஒரு பெயர் பெற்ற பீடமாக இயங்கியது. சீன யாத்ரீகரான ஹுயன் சாங் காஞ்சிபுரத்தைப் பற்றிப் புகழ்ந்து குறித்துள்ளார். இலங்கையில் பரவியுள்ள ஹீனயான புத்தமதத்தைப் பரப்பிய புத்த பிக்குகளுள் பலர் திருநெல்வேலி, மதுரை, புத்த மங்கலம், காஞ்சிபுரம் முதலிய இடங்களைச் சார்ந்தவர்கள். புத்தமதக் காப்பியமான மணிமேகலை (நான்காம் நூற்றாண்டு), வீரசோழியம் என்ற இலக்கணம் (11ஆம் நூற்றாண்டைச் சார்ந்தது), மேலும் சில புத்த நூற்களும் தமிழகம் புத்தமதத்திற்கு அளித்த கொடையாகும். பாலி, சமஸ்கிருதம் ஆகிய மொழிகளை நீக்கினால் தமிழ்தான் இன்றும் பழமையான புத்த இலக்கியங்களைக் காத்து வருகிறது. உலகம் பாராட்டும் தர்க்க வல்லுநன், திக்நாகன், தர்மகீர்த்தி முதலியவர்கள் காஞ்சிபுரத்தைச் சார்ந்தவர்கள், நாலந்தாப் பல்கலைக்கழகத்தில் பேராசிரியராகவும் அதன் துணை வேந்தராகவும் இருந்தவர்கள். மகாயான புத்தநெறியைத் தோற்றுவித்த நாகார்ஜுனன் ஆந்திர நாட்டைச் சார்ந்தவன். அவன் தாய், தந்தையர் காஞ்சிபுரத்தி லிருந்து இடம்பெயர்ந்து சென்றதாகக் குறிப்புண்டு. எனவே ஜப்பான் நாட்டு புத்தமத ஆய்வாளர்கள் தென்னிந்தியாவை, சிறப்பாகத் தமிழையும் தமிழ்நாட்டையும் புறக்கணிக்க இயலாது. வடநாட்டில் புத்த மதம், இந்து, சைன அரசர்களால் ஒடுக்கப்பட்டபோது தென்னாடுதான் அதனை ஓம்பிக் காத்தது.

சமஸ்கிருதப் படிப்பு நுணுக்கமாக நடைபெற வேண்டுமாயின் திராவிட ஞானம் இன்றியமையாதது. சொற்பிறப்பும் இலக்கணமும் நுணுகித் தெரிந்திட திராவிட மொழியறிவு மிகவும் தேவை. தற்காலத்தில் வரலாற்று முறை திராவிட மொழி ஆய்வில் முன்னிற்கும் நால்வர் சமஸ்கிருதப் பேராசிரியர்கள்தாம். டி. பர்ரோ (பிரிட்டிஷ்காரர்), எம்.பி. எமனோ (அமெரிக்கர்), எவ்.பி.ஜெ. கைப்பர் (டேனிஷ்காரர்), ஜெ.பிலயோசா (பிரெஞ்சுக்காரர்) முதலியவர்களைக் குறிப்பிட

வேண்டும். கமீல் ஸ்வலபில்கூட துவக்கத்தில் சமஸ்கிருத ஆய்வாளராகத் தான் பணி செய்தார்.

தத்துவத் துறையைச் சார்ந்த ஜப்பானியப் பேராசிரியர்கள் கீழ்வரும் செய்தியை நன்கு அறிவர். சங்கரர் கேரள நாட்டினர்; இராமானுஜர் தமிழ் நாட்டினர்; வல்லபர் ஆந்திராவில் பிறந்தவர்; மாத்துவர் கர்நாடகத்தில் பிறந்தவர். அவர்கள் நால்வர் செய்த நூல்கள் சமஸ்கிருதத்திலிருப்பினும் அவர்கள் பிறந்த நாட்டிற் காணும் தத்துவக் கருத்துக்கள் அவர்கள் உருவாக்கிய தத்துவத்தில் பிரதிபலித்துள்ளன. தென்னக மொழிகளிலும் பண்பாட்டிலும் அவர்களுடைய தாக்கம் இன்றும் காண இயலும். பக்தி இயக்கம் தென்னகத்தில் தோன்றி வடநாட்டில் பரவியது. அமெரிக்க ஆய்வாளர்கள் இப்போது விறு விறுப்பாக ஆயும் 'கோயில் பண்பாட்டை' அறிய வேண்டுமாயின் தென்னாட்டை முதலில் ஆய வேண்டும். கர்நாடகத்தில் தோன்றிய வீர சைவம், தமிழகத்தில் வேரூன்றிய சைவ சித்தாந்தம், ஆந்திராவில் வலுப்பெற்ற வீர வைணவம் முதலியவற்றை அறிந்தாலன்றி இந்தியத் தத்துவத்தை முழுமையாக அறிந்ததாகக் கருத இயலாது.

இந்திய வரலாற்று அறிவிலும் தென்னிந்தியப் படிப்பு முக்கிய இடம் பெறுகிறது. மொகஞ்சதாரோ கலாச்சாரம் ஆரியரல்லாதது; திராவிடரது என்ற நிலை இன்னும் மறுக்கப்படவில்லை. பல்லவர் களும், சோழர்களும் கடல் கடந்து சாம்ராஜ்யம் நிறுவியதை இங்கே நினைவிற் கொள்ள வேண்டும். சையாம், கம்போடியா, சுமாத்ரா, பர்மா முதலிய நாடுகளில் பிராமண இந்து மதம் பரவ வழி செய்தனர். பழைய ஆங்கில வரலாற்று ஆசிரியர்கள் அந்தச் செய்தியை மறந்தாலும் அல்லது மறைத்தாலும் தென் கிழக்காசிய நாடுகளின் வரலாற்று ஆசிரியர்கள் அதனை மறக்க இயலாது.

இப்போது ஜப்பானியர் மேற்கொண்டுள்ள ஊர்ப்புற ஆய்வும் இந்திய வரலாற்றில் தென்னகத்தின் முக்கியத்துவத்தைத் தெளிவாக்கும். தொடர்ந்து அரசர்களிடையே போர் ஏற்பட்டு, அரசாங்கம் நலிந்த போதிலும், ஊர்ச் சபைகள் தென்னகத்தின் பண்பாட்டையும் சமுதாய மரபையும் காத்தற்கு எவ்வாறு உதவின என்பதைத் தெளிவதற்கு, அந்தச் சபைகள் மிகுந்த தென்னகத்தைத்தான் முதலில் ஆராய வேண்டும்.

தற்கால இந்தியாவின் வரலாற்றை ஆராய்கின்றவர்கள் அதன் மக்கள் தொகையைப் புறக்கணிக்க இயலாது. இந்தியாவின் மொத்த மக்கள் தொகையில் 25 சதமானம் திராவிட மொழி பேசும் மக்களாகும். ஏறத்தாழ பதினெட்டு இலட்சம் திராவிட மக்கள் இலங்கையில் வாழ்கின்றனர். மலேசியா, சிங்கப்பூர், பர்மா, இந்தோனேஷியா, தென்ஆப்பிரிக்கா, மௌரிஷியஸ், பசிபிக் தீவுகள் முதலியவற்றில்

கணிசமான அளவு திராவிடர்கள் குடியேறியுள்ளனர். அவர்களுள் பெரும்பாலோர் தமிழர்கள் ஆவர். அடுத்துத் தெலுங்கர்கள்; பின்னர் மலையாளிகள் ஆவர். குடிபெயர்ந்த திராவிடர்கள் அண்மைக்காலத்தில் சென்றவர்களல்லர். கி.பி. ஏழாம் நூற்றாண்டுக்குச் சற்று முன்னர் இடம்பெயரத் தொடங்கினர். சில நாடுகளில் இடம்பெயர்ந்த திராவிடர்கள் மிக்க சக்தி வாய்ந்த சிறுபான்மையினராக இயங்கு கின்றனர். ஸ்ரீலங்கா, சிங்கப்பூர், மலேசியா முதலியவை குறிப்பிடத் தக்க நாடுகள். அங்கே சிறுபான்மையினர் அரசியலில் பங்கு பெற்று முன்னேறுவது எல்லோரும் அறிந்ததே.

சங்க இலக்கியம் தமிழில் தோன்றிய பழைய இலக்கியங்களின் தொகுதி. அதன் ஆசிரியர்களில் பலர் கேரளத்திலிருந்தும் ஆந்திரப் பிரதேசத்திலுள்ள நெல்லூரின் தெற்கே இருந்தும் வந்தவர்கள். எனவே சங்க இலக்கியம் திராவிடர்களின் இலக்கியம் என்று கூறுவது மறுக்க இயலாத ஒன்று. வேதங்கள் போலல்லாமல் சங்க இலக்கியங்கள் மதச்சார்பற்றவை. சிற்றரசர்கள், விவசாயிகள், வணிகர்கள், படை யாளிகள், குயவர்கள் முதலிய பலதர மக்களைப் பற்றிச் சங்க இலக்கியம் பாடுகிறது. வேதங்களைப் போன்று பிராமணர்களைப் பற்றியும் தெய்வங்களையும் முனிவர்களையும் பற்றியுமல்ல. எனவே சமுதாய வரலாற்றிற்கும் அரசியல் வளர்ச்சிக்கும் இலக்கிய வளத்திற்கும் சங்க இலக்கியம் ஆய்வாளர்களால் புறக்கணிக்க இயலாத ஒன்றாக அமைந்துள்ளது.

ஜப்பானிய மொழியும் திராவிட மொழிகளும் உறவுடையன என்று அண்மையில் பூசிவாராவும் ஓனோவும் கூறிய கருதுகோள் முன்னர் ஹுபர்ட் என்பார் கொரியனுக்கும் தமிழுக்குமுள்ள நெருங்கிய உறவை 1905இல் சுட்டிக் கூறியதை அடியொற்றியது. கார்ல் மெஞ்சஸ் ஜப்பானிய மொழிக்கும் ஆல்டெயிக் மொழிக்கும் உள்ள உறவை 1977இல் கூறிய கருத்தோடு நெருங்கிய தொடர்புடையது.

மொழியின் வரலாற்றுப்பூர்வ நிலையை ஆராய முற்படுபவர்கள் அனைவரும் இணைந்து செயல்பட்டால் ஜப்பானியத் திராவிடத் தொடர்பு மேலும் உறுதிபெறும். உலக மொழிகளைப் பற்றிப் பூர்வ வரலாற்றை அறிவதற்கு அந்த முயற்சி மிகவும் துணை செய்யும்.

முன்குறித்த கருத்துக்களில் பெரும்பாலானவை ஜப்பானிய அறிஞர்கள் அறிந்தவைதாம். இருப்பினும் திராவிடப் படிப்பை நுணுக்கமாக – தீவிரமாக மேற்கொள்ளத் தயங்குவதாகத் தெரிய வருகிறது. அதற்குக் காரணம் புத்தமத ஆய்விற்கும் இந்திய இயல் ஆய்விற்கும் ஏனைய துறைகளுக்குமிடையே காணப்படும் இடைவெளி ஒரு முக்கியக் காரணம். அதைப் போன்று, சமஸ்கிருதத்திற்கும் திராவிட மொழிகளுக்கும்

கொலேரிய மொழிகளுக்கும் உள்ள இடையீடு மற்றொரு காரணமாகக் கருதலாம். கல்வி நிலையங்களுக்குப் போதிய அளவு நிதி வழங்காமை மற்றொரு காரணமாகலாம். எனினும் திராவிட ஆய்வு அங்கிங்காக ஜப்பானில் நடைபெறாமல் இல்லை. ஆனால் அத்தகைய முயற்சிகள் மிகக் குறைவாகத்தான் காணப்படுகின்றன.

ஜப்பான் தென்னிந்தியக் கழகத்தை மையமாகக் கொண்டு இயங்கும் ஆய்வாளர்கள் தென்னிந்தியா பற்றிய ஆய்வை வலுப்படுத்தக் கருத்தரங்குகள், ஆய்வுத் திட்டங்கள் முதலியவற்றைப் பெருக்கி ஊக்கமுடன் செயல்படுத்தலாம்.

தென்னிந்தியாவில் இப்போது ஆய்வுப் பணி புரியும் இளைய ஆய்வாளர்களைத் தமது வாழ்நாள் முழுவதும் திராவிட ஆய்வில் முனைந்து உழைக்குமாறு ஊக்குவிப்பது இரண்டாவதாக மேற்கொள்ளலாம்.

இந்தி இலக்கியத் துறையிலும், டோக்கியோ, கியோட்டோ பன்னாட்டுக் கிறித்துவப் பல்கலைக்கழகத்திலும் இயங்கும் மொழியியல் துறைகளிலும் திராவிட மொழியாய்வை ஊக்குவிக்க அடுத்து முயலலாம். அவற்றின் விளைவாகப் பல ஆய்வாளர்கள் உருவாவர். அவர்களால் திராவிட இயல் படிப்பு வலுப்பெறும். பல்கலைக்கழகங்கள் அதன் பின்னர் நிதி ஒதுக்கீடு செய்யவும் தனித் துறை தோற்றுவிக்கவும் தயங்க மாட்டா.

ஜப்பானிய நூல் நிலையங்களில் மிகக் குறைவாகவே திராவிட இயல் பற்றிய நூல்கள் தொகுக்கப்பட்டுள்ளன. திராவிட ஆய்வு வலுப்பெற நூல் நிலையங்களில் இந்தியாவில் வெளியான நூல்களைச் சேகரிக்க வேண்டும். வரலாறு, மொழி, சமுதாய இயல், மக்கள் அளவீட்டு விவரம் முதலியவை பற்றி மேல்நாட்டாராகிய அமெரிக்கர்களும் ஆங்கிலேயர்களும் எழுதிய நூற்களை மட்டும் சேகரிப்பது போதுமானதன்று. மேனாட்டு அறிஞர்களை நம்பி, திராவிட இனமக்களைப் பற்றிய கருதுகோள்களை உருவாக்குவது அபாயகரமானது. கள ஆய்வாலும் அதனைத் தழுவிய வெளியீடுகளாலும் திராவிட இயல் கருதுகோள்களை உருவாக்கி உறுதிசெய்திட வேண்டும். சமஸ்கிருத ஆய்வாளர்கள், புத்தமத விற்பன்னர்கள், இந்தி இலக்கியம், தத்துவம் முதலிய துறைகளைச் சேர்ந்த ஆய்வாளர்கள் அனைவரும் திராவிட இயல் செய்திகளையும் உட்தழுவித் தமது ஆய்வை முழுமிக்குமாறு ஊக்குவிக்கலாம். அவ்வாறு செய்யின் ஒரு பத்தாண்டுக்குள் திராவிடயியல் படிப்பு, ஜப்பானில் வலுப்பெற்று, சில பல்கலைக்கழகங்களிலாவது தனித் துறைகள் அமைக்கும் தகுதியைப் பெற்றுவிடும்.

திராவிட இயல் படிப்பை வளப்பமுறச் செய்வதற்கு மற்றொரு வழி ஜப்பான் மொழி, பண்பாடு பற்றிய துறைகளைத் தென்னிந்தியப் பல்கலைக்கழகங்களில் தோற்றுவிப்பதாகும்; ஜப்பானிய முயற்சியும் தென்னிந்திய முயற்சியும் ஒன்றை ஒன்று தழுவித் துணை நிற்கும். திருவனந்தபுரத்திலுள்ள பன்னாட்டுத் திராவிட மொழியியற் கழகத்தில் இப்போது பணியாற்றும் நரஹிக்கோ உச்சிடா தமிழிலும் கன்னடத்திலும் நன்கு பயிற்சி பெற்றவர். டெல்லி ஜவஹர்லால் நேரு பல்கலைக்கழகத்தில் பணிபுரியும் ஜப்பானிய ஆசிரியர்கள் மூவரும் தென்னிந்தியாவைச் சேர்ந்தவர்கள் (திருமதிகள் சாவித்ரி விசுவநாதன், பாலாம்பாள், ராஜலெக்ஷ்மி). அவர்களையும் பயன்படுத்தி, ஜப்பானிய மொழியும் பண்பாடும் பயிற்றுவிக்கும் ஒரு மையத்தை உருவாக்க வேண்டும். இந்தியாவிலுள்ள நூல் நிலையங்களில் ஜப்பானிய ஆய்வு நூல்களைத் தொகுக்க வேண்டும். பன்னாட்டுத் திராவிட மொழியியல் நிறுவனத்தில் சிறிய தோதிலாவது இதனை நிறைவேற்ற முயல்வேன். நான் நாடு திரும்பியதும் தென்னக அரசுகளுக்கு, ஜப்பான், கலாச்சாரப் பயிற்று மையம் ஒன்றை, அந்த நிறுவனத்தில் தோற்றுவிப்பது பற்றி ஓர் அறிக்கை சமர்ப்பித்திடத் திட்டமிட்டுள்ளேன்.

முதுநிலை, இளநிலைத் தகமைகளை ஜப்பானிய ஆய்வாளர்களுக்கும் வழங்குவது வழி மேலும் திராவிட ஆய்வு வலுப்பெறும். ஜப்பானியப் பல்கலைக்கழகங்களில் தென்னிந்திய மாணவர்களை அனுமதிப்பது பற்றியும் ஜப்பானியப் பல்கலைக்கழகங்கள் மறுபரிசீலனை செய்யலாம். ஐக்கிய அமெரிக்கா நடத்தும் பல்கலைக்கழகத்திற்குரிய தேர்வு போன்று ஜப்பானியப் பல்கலைக்கழகங்களோ அல்லது வேறுள்ள நிறுவனங்களோ ஒரு தேர்வை நடத்தி மாணவர்களைப் பல்கலைக்கழகங்களில் பயில அனுமதிக்கலாம். அதன் வழித் தேச உறவு மிகவும் விரைவாக வலுப்பெறவும் வாய்ப்பு ஏற்படும். பல கோடி என்கள் (ஜப்பான் நாணயம்) மானியமாகப் பிற அரசுகளுக்கு வழங்குவதைவிட இந்த முறையால் தேச உறவு நிலை மேம்பாடு அடைய வழி பிறக்கும்.

எனக்குத் தகமையளித்துச் சிறப்புச் செய்த அறிவியல் ஆக்கத்திற்குரிய ஜப்பானியக் கழகத்திற்கு நான் மிகவும் கடப்பாடுடையேன். அந்த மூன்று மாத முதுநிலைத் தகமையால் ஜப்பானிய நூல் நிலையங்களில் நூல்களைத் தேடிப்பிடித்து ஆழ்ந்து படிப்பதற்கு வாய்ப்பு ஏற்பட்டது. பல புகழ்பெற்ற ஆய்வாளர்களுடன் தொடர்பு கொள்ளவும் அதனால் முடிந்தது. எனினும் ஒரு சில வளர்ச்சிக் கருத்துக்களைத் தெரிவித்திட அனுமதி வேண்டுகிறேன்.

1. தகமை பெற்று ஜப்பான் வந்து சேரும் ஆய்வாளர்களுக்கு ஜப்பானிய மொழியைக் குறுகிய காலத்தில் படித்திட வழி செய்ய வேண்டும்.

டோக்கியோச் செய்தித்தாள் ஒன்றில் நாளொன்றுக்கு எட்டு மணி வீதம் பதினொரு நாளில் ஜப்பான் மொழியைக் கற்றுத் தருவதாக ஒரு விளம்பரம் கண்டேன். இதுதான் மிகக் குறுகிய கால அளவில் மொழி பயிற்றும் முயற்சி.

2. தகமையில் நூல் வாங்குவதற்கும் நிதி ஒதுக்கீடு செய்வது நன்று. ஆய்வாளன் நூற்களை விரும்புகிறவன். அந்த நூற்களைப் பயன் படுத்தித் தனது ஆய்வைச் செப்பஞ்செய்பவன். எனவே நூலுக்கு நிதி ஒதுக்கீடு செய்வது மிகவும் தேவை.

3. தகமைத் தொகையை முதல் நாளே மொத்தமாகக் கொடுப்பதை விட மாதாமாதம் கொடுத்தால் ஆய்வாளன் சீராகத் தனது பணத்தைச் செலவு செய்து வாழ்க்கை நடத்துவான். இல்லையேல் இறுதி நாளில் பொருள் முட்டுப்பாட்டால் தவிப்பான்.

4. எல்லாத் தகமையாளரையும் அழைத்து டோக்கியோவிலோ அல்லது ஓசகாவிலோ ஒன்றிரண்டு நாள் தமது கருத்தும் அனுபவமும் பரிமாற ஓராண்டில் இருமுறையாவது கூடுவதற்கு ஏற்பாடு செய்வது உதவியாக இருக்கும். ஐக்கிய அமெரிக்க நல்கை நிறுவனங்கள் இந்த முறையை மேற்கொள்கின்றன.

5. பல்கலைக்கழகங்களில் விருந்தினர் விடுதிகளிருக்குமாயின், அங்கே தகமையாளர்களைத் தங்க வைத்தல் நன்று. தனியார் வீடுகளில் அல்லது அறைகளில் தங்குவது ஆய்விற்கு அனுசரணையானதன்று.

6. ஜெ.எஸ்.பி.எஸ். நிறுவனத்தினர், தகவமையாளர்களுடன் தனி மனிதத் தொடர்பு கொள்வது நன்று. அறிவு வளர்ச்சியுடன் தேச அன்னியோன்யத்திற்கும் அது துணை செய்யும்.

தகமை முடிந்து தமது சொந்த நாடு திரும்பிய பின்னர், தகமை யாளர்கள் அளித்த அறிக்கையைப் பின்பற்றி என்ன என்ன செய்துள்ளனர் என்று உசாவித் தெரிதல் நன்று. முதிய தகமையாளருக்கு நூல்களும் ஆய்வுக் கருவிகளும் சில பொழுது தக்க இள ஆய்வாளர்களையும் அனுப்பி உதவலாம். இராக்கிபெல்லர் அறநிலையம் அத்தகைய செயல்பாடுகளை ஓரிரு ஆண்டுகள் மேற்கொண்டிருந்தது. இப்போது அவற்றைக் கைவிட்டுவிட்டது என்று தோன்றுகிறது.

'பணி செய்யும் பண்பாடும்', 'கலை மனநிலையும்' குடும்ப மரபைக் காத்தலும் ஜப்பானின் தனித்துவக் கூறாகப் பல பார்வையாளர்களும் குறிப்பிட்டுள்ளனர். ஜப்பானின் முன்னேற்றமும் அதன் வெற்றியும் அதன் கல்வித்தர வளர்ச்சியில் பிரகாசிப்பதாக நான் கருதுகிறேன். கல்வியின் எல்லா நிலைகளிலும் தாய்மொழியாகிய ஜப்பான் மொழி பயன்படுத்தப்படுகிறது. கல்வியறிவு நூறு சதமான மக்கள் பெற்று விட்டதாகப் புள்ளி விவரம் தெரிவிக்கிறது. உயர்நிலைப் பள்ளியில்

காணப்படும் ஒழுங்கு முறையும் உயர் ஆய்விலும் கற்பிப்பதிலும் காணப்படும் நுணுக்கமும் செய்திவளமும் ஆய்வாளர் ஒருவருக் கொருவர் தமக்குள் வாதித்து வேறுபடுவதும் பொது நலத்திற்காக மாறுபட்டவர்கள் ஒன்றுபட்டுச் செயலாற்றுவதும் ஜப்பானில் காணும் புதுமை. குடியரசு நாடான இந்தியா அந்த முறையில் ஜப்பானைத் தனது முன்மாதிரியாகக் கொள்ள வேண்டும்.

இந்திய இயல் பற்றி ஆங்கில மொழியில், இந்திய வெளியீடுகள் பல வெளிவந்திருக்கின்றன. ஆனால் ஜப்பானில் மேல்நாட்டார் வெளியீடு களே இந்திய இயலைப் பற்றி விரும்பிப் படிக்கின்றனர். கல்வித் துறையில் காணும் ஒரு குறையாகவே அதனை நான் கருதுகின்றேன். இந்தியாவிலுள்ள சிறிய மொழிகள், பண்பாடுகள் ஆகியவற்றிற்கும் ஆய்வாளர்கள் மதிப்பிடம் கொடுக்க வேண்டும் என்று பரிந்துரை செய்கிறேன்.

ஜப்பான் நாடு மின்னணுக் கருவிகள், கணிப்பொறிகள் முதலிய வற்றை உருவாக்குவதில் முதலிடம் பெற்றுள்ளது. உலகம் முழுவதும் பல மொழி பேசப்படுவதால் கருத்துப் பரிமாற்றத்திற்குக் கணிப்பொறி வழி மொழிபெயர்ப்புச் செய்து வெற்றி கண்டால் உலகில் மொழிகள் ஒரு பாரமாக மாறமாட்டா. உலக மக்கள் அனைவரும் பயன்பெறுவர். புற்று நோய்க்கு மாற்று மருந்தைக் கண்டுபிடித்து, உலக மக்களை நோய்த் தொல்லையிலிருந்து விடுவிப்பதைவிட மிக உதவும் முயற்சி யாக அதனை உலகோர் வரவேற்பர். மொழிப் பன்மையை நேரிட கணிப்பொறி வழி மொழிபெயர்ப்பே மாற்று வழி. அதற்கு ஜப்பான் முயலலாம். ஒசகா நகரிலுள்ள பண்பாட்டுக் காட்சியகத்தில் கணிப் பொறி ஒன்று ஜப்பான் மொழியை ரோமன் லிபியிலும், தமிழிலும் மலையாளம் முதலிய மொழிகளிலும் வாக்கியங்களைத் தனது காட்சித் தட்டில் காட்டுவதைக் கண்டு மகிழ்ந்தேன். எனவே ஜப்பான் நாடுதான் உலக வளர்ச்சிக்கு இந்தக் கணிப்பொறி வழி மொழிபெயர்ப்புக்கு முயற்சி செய்ய முடியும் என்ற நம்பிக்கையில் அதனைக் குறித்துள்ளேன். ஜெ.எஸ்.பி.எஸ். நேரடியாகவும் மறைமுகமாகவும் அதற்கு உதவலாம்.

ஜெ.எஸ்.பி.எஸ்ஸுக்கும் என்னை ஜப்பானுக்கு அழைத்த டாக்டர் கரோஷிமாவுக்கும் ஏனைய ஆய்வாள நண்பர்களுக்கும் நான் பட்ட கடப்பாட்டில் ஒரு சிறு பகுதியைக்கூடத் திரும்பச் செலுத்த முடியாதா யினும் சிறிய தோதில் இந்தியாவில் ஜப்பானிய மொழியையும் பண்பாட்டையும் இந்தியர்கள் பயில, நான் வழிகோல முடியும் என்ற உறுதிமொழி அளிப்பதில் எனக்கு மனமகிழ்ச்சியுண்டு. நான் உருவாக்க நினைத்துள்ள கட்டுரைகளும் நூலும் அதற்குத் துணையாக அமையும் என்று நம்புகிறேன்.

●

# அமெரிக்க நாட்டில் தமிழ்ப் படிப்பு

ராக்பெல்லர் தர்ம நிலையம் மொழியியல் படிப்பிற்கு மட்டும் எனக்கு உபகாரச் சம்பளம் நல்கியிருப்பதாக அறிவித்திருந்தாலும், அமெரிக்க நாட்டில் நான் வாழுங் காலத்தில் தமிழ்மொழிப் படிப்பு எவ்வாறு அந்தத் தேசத்தில் நடைபெறுகிறது என்பதைக் கண்டறிய வேண்டுமென உறுதிகொண்டிருந்தேன். அதற்கு மறைமுகமாகத் துணை செய்வது போல் அமெரிக்க நாடு முழுவதும் சுற்றிப் பார்ப்பதற்கும் அந்நிலையம் பண உதவி அளித்தது; கீழைக் கரை ஓரத்திலிருக்கும் நியூயார்க் நகரம் முதல் மேலைக் கரையோரத்திலிருக்கும் சான்பிரான்சிஸ்கோ நகரம் வரை சென்று பார்ப்பதற்கு வசதியாகப் பொதுநலச் சங்கங்களும், நண்பர்களும் மிகவும் உதவினார்கள். ஒவ்வொரு நகரில் இறங்கியதும் அங்குள்ள பல்கலைக்கழகங்களில் மொழியியல் கற்பிக்கும் ஆசிரியரைச் சந்தித்துப் பேசுவது; அவர் மூலம் வடமொழி ஆசிரியரோ, திராவிட மொழி ஆசிரியரோ இருக்கின்றனரா என்று தெரிந்துகொள்வது; அவரவர்களைப் பார்த்துத் திராவிட மொழி – சிறப்பாகத் தமிழ்ப் படிப்பு – எவ்வாறு நடைபெறுகிறது என்று கேட்டுத் தெரிவது; இவ்வாறு உசாவுவதே என் வழக்கமாக இருந்தது.

அமெரிக்க மொழியியல் பள்ளியின் ஒரு பிரிவு சிக்காகோ நகரில் அப்போது நடைபெற்று வந்ததால், முதலில் அந்நகருக்குச் சென்றேன். அந்நகரில் வசிக்கும் இந்திய மாணாக்கர்களில் பெரும்பாலோரும் அங்குள்ள அகில தேசிய விடுதியில் தங்குவதால், அந்த இடத்திலேயே எனக்கும் நண்பர்கள் அறை அமர்த்தியிருந்தார்கள். அங்குதான் ஏறக் குறைய மூன்று மாதங்களுக்குப் பிறகு சென்னையிலிருந்து வந்த இரு மாணாக்கர்களுடன் தமிழில் பேச முடிந்தது.

அடுத்த நாள் மொழியியல் பள்ளியின் தலைவரைக் கண்டேன். அன்பாக வரவேற்ற அவர், அந்தப் பல்கலைக்கழகத்தின் வடமொழிப் பேராசிரியராக இருக்கும் திரு. பொப்ரின்ஸ்காயிடம் என்னை அழைத்துச் சென்றார். அவரது பருத்த மேனியையும் மொட்டைத் தலையையும் கண்டவுடன், அவர் ரஷ்யராகத்தான் இருக்க வேண்டும் என ஊகித்தேன். அது உண்மையாயிற்று. புரட்சிக்குப் பின் நாடு விட்டோடிய பல வெள்ளை ரஷ்யர்களில் பொப்ரின்ஸ்காயும் ஒருவர். வடமொழியில் நல்ல ஞானமுடையவர். அதிகமான நூல்களை வெளியிட்டதில்லை. ஆனால், ஆசிரியர்களாலும் மாணாக்கர்களாலும் மிகவும் மதிக்கப்படுபவர். ‘வாருங்கள். தமிழகத்தில் இருந்துதானே வருகிறீர்கள்? அங்கிருந்து வரும் *தமிழ்ப் பண்பாட்டை* (Tamil culture) நான்

தவறாது படித்து வருகிறேன். அது நல்ல சேவை செய்து வருகிறது' என்று பாராட்டினார். இச்சொற்கள் என் செவியைக் குளிர்வித்தன.

'வடமொழியை நன்றாக அறிய வேண்டுமெனில், திராவிட மொழி களில் ஒன்றையேனும் அறிந்திருக்க வேண்டுவது மிகவும் அவசியம் என்கிறார்களே, அது உண்மையா? அவ்வாறாயின், வடமொழிக்கு அமெரிக்காவில் பேராதரவு இருக்கவும், ஏன் திராவிட மொழிகளுக்கு இல்லை?' என்றேன்.

புன்முறுவலுடன் அவர் பதில் சொன்னார்: 'வடமொழியின் சொல் அமைப்பைத் தெரிவதற்கும், இந்தியக் கலையின் நிலையை அறிவ தற்கும் திராவிட மொழிப் படிப்பு மிக அவசியமானதுதான். ஆனால், நீங்கள் ஒன்றைத் தெரிந்துகொள்ள வேண்டும். வடமொழி, இந்தோ-ஐரோப்பிய மொழிகளுடன் தொடர்புகொண்டுள்ளது. எனவே, ஆங்கில நாடாகிய இங்கு, வடமொழிப் படிப்பிற்கு ஓரளவு ஊக்கம் கிடைக் கிறது. திராவிட மொழி அறிவு வடமொழி ஞானத்திற்கு எவ்வளவு இன்றியமையாதது என்பதை இதுவரை இந்நாட்டினர் உணரவில்லை. அதற்குக் காரணம், உங்கள் இலக்கியங்களின் நல்ல மொழிபெயர்ப்பு இல்லாததே. நீங்கள் வெளியிடும் ஆராய்ச்சிகள், பெரும்பாலும் உங்கள் மொழியில் இருக்கின்றன. ஆங்கிலத்தில் வெளியாகும் சில நூற்களும் காரணகாரியம் காட்டாது ஊக அடிப்படையில் எழுதப்பட்டனபோல் தோன்றுகின்றன. முதல் தரமான ஆராய்ச்சிகளை ஆங்கில மொழியில் வெளியிடுங்கள். தானாகவே அமெரிக்க மாணவர்கள் திராவிட மொழிப் படிப்பிற்கு வருவார்கள்' என்று திடமாகச் சொன்னார்.

சிறிது நேரம் மொகஞ்சோதாரோ நாகரிகம் பற்றியும் நாங்கள் பேசினோம். 'திராவிட இனமொழியான பிராஹு^யி, மொஹஞ்சதாரோ நாகரிகம் கண்டுபிடிக்கப்பட்ட இடத்தில் இன்றும் பேசப்பட்டு வருவது மிக கவனிக்கத்தக்க ஒன்றாகும்' என்று அவர் கூறியது, அவர் கருத்தைக் காட்டியது.

இரண்டு மணி நேரமாக வேலை முடங்கி வருவதைக் காரியதரிசி அவருக்குக் குறிப்பாகக் கூறவே பிரியாவிடை பெற்றேன். 'நீங்கள் கட்டாயம் பேராசிரியர் எமனோவைப் பார்க்க வேண்டும்' என்று கூறிச் சென்றார். அவர் பேச்சும் கருத்தும் எனக்கு உற்சாகத்தைத் தந்தன. அறைக்குத் திரும்பியதும் 'நாளை மாடிசன் நகருக்கு வருக' என்று வரவேற்று முர்ரே பவ்லர் என்னும் பேராசிரியர் எழுதிய கடிதம் கிடைத்தது.

நான் அமெரிக்கா செல்வதற்கு ஓராண்டு முன்னர் முர்ரே பவ்லர் இந்தியாவிற்கு வந்திருந்தார். சென்னையில் சில மாதங்கள் தங்கி யிருந்தார். லயோலா கல்லூரித் தமிழ் விரிவுரையாளராகப் பணியாற்றிய

திரு ஈ.கே. நடேச சர்மாவிடம் தமிழ் பயின்றார். வடமொழிக் கலப்புள்ள தமிழின் ஒலிகளைப் பற்றி ஒரு கட்டுரையும் எழுதியிருக்கிறார். இவர் வடமொழிப் பேராசிரியராயினும் புதிய மொழியியல் முறையில் மிகவும் தேர்ந்தவர். திராவிட மொழி இயல்புகள் பற்றிய தொடக்க வகுப்பு ஒன்றையும் இவர் நடத்துகிறார். 'வணக்கம்' என்று தமிழில் கூறி வரவேற்ற அந்தப் பேராசிரியர், இந்தியாவிலிருக்கும் அவருடைய பல நண்பர்களைப் பற்றி வினவினார். திராவிட மொழிப் படிப்புப் பற்றிப் பேச்சு ஆரம்பமானது.

'உங்களுக்குத் தெரிந்திருக்குமே அமெரிக்கரின் இயல்பு! வாழ்விற்கு எது மிகவும் வசதியளிக்கிறதோ, அதையே இந்நாட்டில் விரும்பிப் படிப்பார்கள். வடமொழிக்கே இப்பொழுது மாணாக்கர்கள் வருவது குறைவாகப் போய்விட்டது. தமிழ் முதலிய திராவிட மொழிகள் படிப் பதற்குக் கடினமானவை என்னும் தவறான எண்ணமும் மக்களிடையே பரவியிருக்கிறது' என்றார்.

'உங்கள் அனுபவத்தில் அது உண்மையாகப் படுகிறதா?' என்று கேட்டேன்.

'இல்லவே இல்லை! மிக எளிமையாக இருக்கிறது' என்றார். 'இங்கு நடக்கும் திராவிடத் தொடக்க வகுப்பு மாணாக்கர்கள், இம்மொழிகளை மேலும் பயில விரும்புகின்றனர். தமிழ்நாடு செல்ல வேண்டுமாயின், பொருட் செலவதிகம். ஒரு குறிப்பிட்ட அளவில்தான் அமெரிக்க அரசாங்கத்தின் உதவி கிடைக்கும். அரசாங்கமும் உதவி அளிக்கும் போது, இப்படிப்பு தேச நலனுக்கு முக்கியமா என்று பார்த்தே உதவும். தமிழ் எங்காவது உத்தியோக மொழியாக இருந்திருக்குமாயின் அதற்கு இந்நாட்டில் மிகுந்த மதிப்பு இருந்திருக்கும். உத்தியோக மொழியான இந்திக்குத்தான் மாணாக்கர்கள் கூடுதலாக வருவார்கள். இதைத் தடுக்க முடியாது. இலங்கையில்கூட அரசியல் மொழியாகத் தமிழ் கால்கொள்ள முடியாமற்போயிற்று' என்று வருந்தினார்.

'சென்னை மாநில அரசோ, இந்தியப் பேரரசோ தமிழ்மொழிப் படிப்பிற்கென வெளிநாட்டு மாணாக்கர்களுக்கு உபகாரச்சம்பளம் வழங்கினால் நலனுண்டு' என்றார்.

'அநேகமாக உலகிலுள்ள எல்லாக் குழுவின மொழிகளைப் பற்றியும் மொழியியல் அறிஞர்கள் ஆராய்ந்து வருகிறார்கள். திராவிட மொழிகள் தாம் இன்னும் நுட்பமாக ஆராயப்படவில்லை. மொழித்துறைக் கொள்கைகளை விளக்கவும் மறுக்கவும் திராவிட மொழிகள் மிகவும் பயன்படப்போவதால் திராவிட மொழிப் படிப்பு இங்கும், மொழியியல் வளரும் எல்லாத் தேசங்களிலும் பெருகத்தான் போகின்றது' என்று கூறி முடித்தார்.

அவர் பேச்சில் இடையிடையே சிரமத்துடன் வரும் ஒன்றிரண்டு தமிழ்ச் சொற்களைக் கேட்பதற்கு எவ்வளவோ இனிமையாக இருந்தது.

சான்பிரான்சிஸ்கோ நகரின் அருகிலிருக்கும் பெர்க்கிலி என்னும் பெயருடைய சிறு நகரில் பேராசிரியர் எமனோவைச் சந்தித்தேன்.

மெலிந்த உருவமும் அறிஞரின் தோற்றமும் உடைய அப்பெரியார், இன்முகத்துடன் வரவேற்றார். சிறிது நேரத்திற்குள்ளேயே நேய உணர்ச்சியோடு பேசத் தொடங்கினார். தமிழ்நாட்டில் நடக்கும் ஆராய்ச்சி, தமிழ்நாட்டிலிருந்து வெளியாகும் 'தமிழ்ப் பண்பாடு' முதலியவை பற்றிப் பேசினோம். 'உங்களைப் போன்ற இளைஞர்தாம் இனிமேல் திராவிட மொழிகள் அனைத்திற்கும் மதிப்பிடம் தேடித்தரும் பொறுப்பை ஏற்க வேண்டும்' என்று வாழ்த்தினார். அமெரிக்காவில் திராவிட மொழி வல்லுநராகப் பெயரெடுத்தவர் அவர்; புகழ்பெற்ற பேராசிரியரான சப்பீர் என்பவரின் மாணாக்கர். பதவியாலும் உழைப் பாலும் அவ்வளவு பெருமையுடைய எமனோ கூறும் வாழ்த்துரை கேட்டு மகிழ்ச்சியும் சற்றுத் திகைப்பும் எனக்கு ஏற்பட்டன. அவர் நடத்தும் திராவிட மொழி வகுப்புப் பற்றிக் கேட்டேன். 'அவை தொடக்க வகுப்புகள். பெரும்பாலும் மலைவாழ் இனத்தினரின் மொழி களைப் பற்றியவை. அந்த வகுப்புகளில் மாணாக்கர்கள் விரும்பிப் படிக்கின்றனர். ஆனால், அவை உங்களுக்குச் சாதாரணச் செய்தியாக இருக்கும். திராவிட மொழிகளுக்கெனத் துறை ஒன்றைத் தோற்றுவிக்க வேண்டும் என்பதே எங்கள் எண்ணம். அதற்கான முயற்சிகளையும் செய்து வருகிறோம்' என்றார்.

இந்தத் துறையின் அமைப்பையும் நோக்கத்தையும் விளக்குமாறு நான் கேட்டபோது, 'மொழியியல் முறைப்படி, திராவிட மொழிகளை ஆராய்வதும் பயிற்சியளிப்பதுமே எங்கள் நோக்கமாக இருக்கும்' என்றார். 'இலக்கியத்தில் இப்போது எங்களால் கவனம் செலுத்த இயலாது' என்றும் பதிலளித்தார்.

'திராவிட மொழிப் படிப்பை இந்த நாட்டில் பிரபலமடையச் செய்வதற்கு நாங்கள் என்ன செய்ய வேண்டும்' என்று கேட்டேன்.

சற்று நேரம் சிந்தித்துவிட்டுச் சொன்னார்: 'திராவிட மொழிப் படிப்பின் பெரும்பகுதியை நீங்களே செய்ய வேண்டிய கட்டாயத்தில் இருக்கிறீர்கள். அமெரிக்கப் பழங்குடி மக்களான சிவப்பிந்தியர்களின் மொழிகள் பல இந்நாட்டில் இன்னும் ஆராயப்படாமல் இருக்கின்றன. இதனால் எங்கள் நாட்டு இளைஞர்கள் இன்னும் சில காலம் எங்கள் மொழியை ஆராய்வதில் கவனம் செலுத்தவேண்டிய நிலையில் இருக்கிறார்கள். அதனால், பிறரை நீங்கள் எதிர்பார்ப்பது நல்லதன்று' என்றார்.

‘அது உண்மை. ஆனால் ஆழ்ந்த வடமொழி அறிவிற்கு, திராவிட மொழியறிவு தேவை என்பதை நீங்கள் ஒப்புக்கொள்வீர்களல்லவா! இதைப்போல் இந்தியக்கலை, தத்துவம், சமூக அமைப்பு முதலியவை பற்றிய ஆராய்ச்சி இந்நாட்டில் உற்சாகமாக நடைபெறுகிறது. அத்துறையினர் எல்லோரும் நேரிய முடிபுகளைக் காண்பதற்குத் தென்மொழி அறிவும், இலக்கிய அறிவும் தேவையல்லவா?’ என்றேன்.

‘அது உண்மை’ என்று கூறித் தன் பதிலைத் தொடங்கினார்.

‘நல்ல மொழிபெயர்ப்புகள் இதற்கு மிகவும் தேவை. இதை நீங்கள் திறமையாகச் செய்தாலல்லாமல், தென்மொழிகளின் கலைவளத்தைப் பலர் எவ்வாறு அறிய முடியும்? எனவே, உங்கள் பழைய நூல்களை ஆங்கிலத்தில் படிக்கத்தக்க முறையில் மொழிபெயருங்கள். மற்றொன்றும் நான் கூற வேண்டும். நீங்கள் வெளியிடும் ஆராய்ச்சிகளில் பல, தமிழிலேயே இருக்கின்றன. மிகச் சிலதான் ஆங்கிலத்தில் வெளியாகின்றன. அவற்றுள் மிகமிகச் சிலதான் ஆராய்ச்சியாளர்கள் படித்துப் போற்றும் நிலையில் இருக்கின்றன. ஊகங்களையும், கதைகளையும் விஞ்ஞான முறையான ஆராய்ச்சியில், சான்றுகளாக நாம் கொள்ள முடியாததல்லவா?’ என்றார்.

தமிழ்நாட்டைப் பற்றியும், தமிழ் ஆராய்ச்சியாளர்களைப் பற்றியும் எமனோ நன்கு அறிந்திருப்பது, அவர் பேச்சால் வெளியாயிற்று. ஆனால், தனக்குத் தமிழ் படிக்கத் தெரியாது என்று இறுதியில் அவர் கூறியது என்னை வியப்பில் மூழ்கச் செய்தது. உள்ளதை உள்ளவாறு கூறியமைக்கு அவரை வாழ்த்தினேன்.

சுமார் ஐந்து நாட்கள் அவருடன் உரையாடும் வாய்ப்புக் கிடைத்தது. ‘தமிழகத்திற்கு மீண்டும் வருக’ என்று அழைத்து விடைபெற்றேன்.

அந்தப் பல்கலைக்கழகத்திலுள்ள நூல்நிலையத்தில் தமிழ் பற்றி என்னென்ன நூல்கள் இருக்கின்றன என்றறிய ஆவலுற்றேன். அவரே என்னை அழைத்துச்சென்று, தமிழ் நூற்பிரிவில் விட்டுச் சென்றார். சைவ சித்தாந்தக் கழகத்தின் பதிப்புகள் சிலவும், உ.வே. சாமிநாதையரின் சங்க இலக்கியப் பதிப்புகள் சிலவும் அங்கிருக்கின்றன. ஆனால், தமிழ் பற்றி ஆங்கிலத்தில் எழுதப்பட்ட டாக்டர் பி.எஸ். சுப்பிரமணிய சாஸ்திரியின் மொழியியல் நூற்கள் சிலவும், டெக்காண் கல்லூரி திராவிடப் பேராசிரியர் சி.ஆர். சங்கரனின் ‘பண்டைத் தமிழ் ஒலிக் கூறுகள்’ என்னும் நூலும், தமிழ்ப் பேரகராதியும் இருக்கக் கண்டேன். சிக்காக்கோ நூல் நிலையத்திலும் தமிழ் விவிலிய வேதமும் போப்பையரின் தமிழ் இலக்கணமும் தமிழ்ப் பாலபாட புத்தகங்களும் இருக்கின்றன. இவற்றுள் பெரும்பாலானவை ஏறக்குறைய 50 ஆண்டுகளுக்கு முன்னர் வாங்கிய நூற்கள். அவற்றைக் கேட்பார் மிகச்

சொற்பம். ஆனால், எல்லா நூல் நிலையங்களிலும் கால்டுவெல்லின் ஒப்பிலக்கண நூல் இருக்கக் கண்டேன். சிறிது நேரம் நூல்நிலையத்தில் செலவழித்துவிட்டு அன்று மாலை புகைவண்டியில் ஏறினேன். மேலும் ஒன்பது மாதம் கார்னல் பல்கலைக்கழகத்தில் தங்கிப் படிக்க வேண்டு மென ராக்பெல்லர் நிலையம் எழுதியிருந்தது. கார்னல் பல்கலைக் கழகத்தை அடைய சுமார் மூன்று நாட்களாகும். எனவே, நான் கண்டு கேட்டவற்றை நினைப்பதற்கும் எழுதுவதற்கும் பிரயாணத்தின்போது நிறைய நேரம் கிடைத்தது.

1956ஆம் ஆண்டு கிறிஸ்துமஸ் விடுமுறையின்போது பென்சில் வேனியா பல்கலைக்கழகத்திற்குச் சென்றேன். அந்தப் பல்கலைக் கழகத்தைச் சார்ந்த தென்கிழக்காசியக் கழகத்தில் திராவிட மொழி களைப் பயிற்றுவிப்பதற்கென ஒரு பேராசிரியரை நியமித்திருக்கின்றனர். இவர் பெயர் லீலிஸ்கர். இவர் இளைஞர்; இயந்திரம் மூலம் ஒலி நுட்ப ஆராய்ச்சி செய்வதில் மிக வல்லுநர். தமிழ், மளையாளம், தெலுங்கு, கன்னடம் ஆகிய நான்கு மொழிகளையும் இவரே கற்பிக்கிறார். ஒரு பருவம் தமிழ் என்றால், மற்றொரு பருவத்தில் மலையாளம் அல்லது தெலுங்கு முதலிய மொழிகளை முறை வைத்துக் கற்பிக்கின்றார்.

நான் சென்றபோது, தமிழ் கற்பித்துக்கொண்டிருந்தார். அவரிடத்தில் மூன்று மாணாக்கர்கள் படிக்கிறார்கள். அவர்களில் ஒருவர், கிறிஸ்து மதப் பணிக்காகத் தமிழகம் வரும் எண்ணம் கொண்டவர். மற்றிரு வரும் அரசின் இலாகாக்களைச் சேர்ந்தவர்கள். புதிய மொழியியல் முறையில், முதலில் அவர்களுக்குத் தமிழ் இலக்கணம் கற்பிக்கிறார். தாமே தயாரித்த பாலபாடம்தான் அவர்கள் படிக்கும் நூல். ஆனந்த விகடன், கல்கி போன்ற பத்திரிகைகளையும் தருவித்து மாணாக்கர் களுக்குப் படித்துக் காண்பிக்கிறார். நான் எல்லோரிடமும் கேட்டுவரும் கேள்விக்கு அவர் கூறிய பதில் பொருத்தமாக இருந்தது. ‘அமெரிக்காவில் தமிழுக்கு அதிக மாணாக்கர்களை எதிர்பார்ப்பது இயலாது. வரலாற்றுத் தொடர்பால் இங்கிலாந்தில் பல ஆங்கிலேயர்கள் தமிழ் படிக்கக்கூடும். ஆனால், அமெரிக்கர்களின் நிலை வேறு. வெறும் மொழி விருப்பத்திற் காகவும் கலை விருப்பத்திற்காகவும் நாங்கள் திராவிட மொழி களைப் படிக்கிறோம். இதனால் மாணாக்கர்களின் எண்ணிக்கை மிகக் குறைவாகத்தான் இருக்கும். இதை நாங்கள் பொருட்படுத்தவில்லை’ என்றார்.

தமிழ் வினைச்சொற்களை வகைப்படுத்திச் சுமார் ஆறு ஆண்டு களுக்கு முன்னர் அவர் வெளியிட்ட கட்டுரை ஒன்று என்னைக் கவர்ந்தது. அதைப் பற்றி வினவியபோது, தமிழ் இலக்கணம் ஒன்றை எழுதி வரும் செய்தியையும் கூறினார்.

செக்கோஸ்லோவேகியா நாட்டில் தமிழாராய்ச்சி செய்து வரும் திரு. கமீல் ஸ்வலபில், 'உலகிலுள்ள திராவிட வல்லுநர்கள் ஆண்டிற் கொருமுறையாவது கூட வேண்டும்' என்று கடிதம் மூலம் கூறிய யோசனையை வரவேற்றார். அருகிலுள்ள வாஷிங்கடன் நகரில், அரசியலார் ஆதரவில் நடக்கும் மொழியியல் பள்ளியில் ஒருவர், தமிழ், சிங்களம், மலையாளம் முதலிய மொழிகளை அரசியல் காரியங் களுக்காகப் பயிற்றுவிப்பதையும் கூறினார். வாஷிங்டன் நகருக்கு நான் போகும்பொழுது அவரைச் சந்திக்க வேண்டும் என்று வற்புறுத்தினார். சிறிது நேரம் தட்டுத்தடுமாறித் தமிழில் அவர் உரையாடுவதைக் கேட்டு மகிழ்வெய்தினேன்.

என் வேண்டுகோளின்பேரில், அங்குள்ள நூல் நிலையத்திற்கு என்னை அழைத்துச் சென்றார். அநேகத் தமிழ் நூற்களைச் சேகரித்து வைத்திருப்பதை அமெரிக்காவில் அந்த நூல் நிலையத்தில் மட்.டுந்தான் கண்டேன். தேவாரம், நாலாயிரம், தாயுமானவர் பாடல்கள், பாரதியார் கவிதைகள் முதலியன இருக்கின்றன. 'தமிழ்நாட்டில் வெளியாகும் நூற்களின் பட்டியலைச் சில சமயம் எங்கட்கு அனுப்புவார்கள். அதன்படி வாங்குகிறோம்' என்றார். திரு. அண்ணாதுரையின் நூற்களில் சிலவும் இங்கே இருக்கக் கண்டேன். அன்று மாலையில் வாஷிங்டனுக்குச் செல்ல வேண்டியிருந்ததால் வணங்கி விடைபெற்றேன்.

வாஷிங்டனில், காங்கிரஸ் நூலகத்தின் தமிழ்ப் பகுதியைப் பார்ப்பதும், அமெரிக்க அரசியலார் நடத்தும் மொழியியல் பள்ளியில் திராவிட மொழி பயிற்றும் ஆசிரியரைக் காண்பதும் எனது நோக்கமாக இருந்தது. முதல் நோக்கம் நிறைவேறியது. பின்னது அவர் ஊரில் இல்லாததால் நிறைவேறாமல் போயிற்று. அமெரிக்க காங்கிரஸ் நூலகத்தில் நுழைந்ததும் மத்திய கிழக்கு ஆசிய நாடுகளைப் பற்றிய நூற்களுக்கென ஏற்படுத்திய பகுதிக்கு நண்பர் ஒருவர் அழைத்துச் சென்றார். அதன் தலைவர், இந்திய மொழிப் பிரிவுகளுக்கான சிற்றதிகாரியிடம் என்னை அனுப்பினார். அவர் வடமொழி நன்கு பயின்றவர். ஒரு பருவம் தமிழும் கற்றிருக்கிறார். தமிழ் நூற்கள் இருக்கும் அலமாரிக்கு என்னை அழைத்துச் சென்றார். இங்கு சுமார் நூறு தமிழ் நூற்கள் இருக்கின்றன. இவற்றுள் பெரும்பாலன தமிழைப் பற்றி ஆங்கிலத்தில் எழுதியவை. பி. டி. சீனிவாச ஐயங்கார், எம்.எஸ். பூரணலிங்கம் பிள்ளை, பி.எஸ். சுப்பிரமணிய சாஸ்திரி முதலியவர் களின் நூற்கள் அங்கிருப்பதைக் கண்டேன். சில தமிழ்-ஆங்கில அகராதி களும் இருக்கின்றன. 'தமிழ்ப் பண்பாட்டை' தவறாமல் வருவிக் கிறார்கள். ஆர்டன் ஆங்கிலத்தில் எழுதிய தமிழ் இலக்கணத்தின் 1935ஆவது ஆண்டுப் பதிப்பும் இருக்கிறது. (இது பின்னர் எனக்கு

மிகவும் உதவியாக இருந்தது.) தமிழ்ப் பத்திரிகை எதுவும் அங்கு வருவதில்லை. சிறிது நேரம் அங்குத் தங்கிவிட்டு இரவில் புகை வண்டியில் ஏறினேன்.

'டீசல்' எண்ணெயால் ஓடும் அந்தப் புகைவண்டியிலிருக்கும் சாய்வு நாற்காலியில் சாய்ந்தேன். பனிக்கட்டி மூடிய பாதையாகையால், புகைவண்டி மெதுவாக ஊர்ந்து சென்றது. கண்மூடித் தூங்க முயன்றும் பயனில்லாமல் போயிற்று. என் தாய்மொழி-தமிழ் உலக மொழிகளில் சிறப்பிடம் பெறுவதைப் பற்றி என் சிந்தனை சென்றது. திறமையான ஆராய்ச்சிகளையும், நல்ல மொழிபெயர்ப்புகளையும் ஆங்கிலத்தில் வெளியிட்டு ஆண்டுதோறும் அயல்நாட்டு மாணாக்கர்கள் சிலருக்கேனும் தமிழகம் உதவித்தொகை அளிப்பதற்கு வழி செய்தால் தமிழ் மொழியின் பெருமையை அமெரிக்காவிலும் வேறு நாடுகளிலும் மிக விரைவில் பரப்ப முடியும் என்னும் நினைவே அன்றிருந்தது.

●

# அமெரிக்காவில் தமிழ் ஏடு

கடந்த செப்டம்பர் மாதம் நியூயார்க் மாநிலத்திலுள்ள கார்னல் பல்கலைக் கழகத்திற்குள் நான் காலடி எடுத்து வைத்ததும் என் கண்ணில் முதலில் பட்டது ஒரு தமிழ் ஏடு. ஏறக்குறைய எண்ணாயிரம் மைல்களுக்கு அப்பால், தமிழ் தெரியாத ஓர் ஊரில் தமிழ் ஏடு ஒன்றை மிகக் கவனத்துடன் பாதுகாக்கிறார்களே என்று எண்ண, என் மகிழ்ச்சிக்கு அளவில்லை. கதவில்லா கார்னல் பல்கலைக்கழக வாசலைக் கடந்து சென்றதும் மாணவர் மன்றக் கட்டடம் தென்படும். அதை அடுத்து, மிக உயர்ந்த மணிக்கூண்டு ஒன்று நிமிர்ந்து குன்று ஒன்றின்மேல் நிற்பதை அங்குச் செல்பவர் அனைவரும் காண்பார்கள். அந்த மணிக்கூண்டை ஒட்டி, பெரிய நூலகம் ஒன்று இருக்கிறது. சாம்பல் நிறக் கல்லால் அகலமாகக் கட்டப்பட்டிருக்கும் அந்தக் கட்டடத்திற்குள் நுழைந்ததும், 'அரிய புத்தகங்கள்' என்று தலைப்பிட்டு சில நூல்களைக் கண்ணாடி அறைக்குள் காட்சிக்கு வைத்திருப்பதைப் பார்க்கலாம்.

ஆண்டுதோறும் கல்லூரி தொடங்கும்பொழுது ஊருக்குப் புதியவர்களை அழைத்துவந்து அங்குள்ள இடங்களைக் காட்டுவது பழைய மாணவர்களின் பழக்கம். அந்த வழக்கப்படி, என் நண்பர் திரு. நாயர், என்னை நூல்நிலையத்திற்குள் அழைத்துச் சென்றபொழுது, இந்த ஏட்டைக் கண்டேன். அதன் அருகில், 'இது ஒரு தமிழ்ச் சோதிட ஏடு; பனையோலையில் எழுதப்பட்டிருக்கிறது' என்று டைப்படித்த ஆங்கிலக் குறிப்பொன்றும் இருந்தது. அந்த ஏட்டை உற்றுப் பார்த்ததும் சோதிட ஏடாக இருக்க முடியாது என்று எனக்குத் தோன்றியது. எனினும் ஊருக்குப் புதியவன் ஆகையால், அனுமதி கேட்டு அதைப் பிரித்துப் பார்க்கும் தைரியமும் நேரமும் எனக்கு அப்போது இல்லை. விரைந்து நடக்கும் என் நண்பரைப் பின்தொடர்ந்து அன்று ஓடிப்போக வேண்டியதாயிற்று.

ஏறக்குறைய ஒன்பது மாதம் கெடுபிடியான வேலைக்குப் பின்னர் ஜூன் மாதத் தொடக்கத்தில் இரண்டு மாதம் ஓய்வு கிடைத்தது. இந்த ஓய்வு நாட்களை ஏட்டில் செலவிடலாம் என்று, நூல் நிலைய அதிகாரியின் அறைக்குள் நுழைந்தேன். அவர் பின்னொரு சிப்பந்தியிடம் அனுப்பினார். அந்தச் சிப்பந்தி பின்னொரு பெண் சிப்பந்தியிடம் அனுப்பினார். அந்தப் பெண்மணி - மிஸ் காபர் - ஒருமுறை என்னை ஏற இறங்கப் பார்த்துவிட்டு, 'நீ! அந்த ஏட்டைக் கொண்டு என்ன செய்யப்போகின்றாய்? கடந்த பத்து ஆண்டுகளாக இங்கே நான்

வேலை செய்கின்றேன். ஒருவராவது அந்த ஏட்டைப் பற்றிப் பேச வேண்டுமே! ஒருவரும் இல்லை. நீ அதைப் படிக்கப்போகிறாயா? அது உன்னால் முடியுமா? எனக்கு அந்த ஏட்டில் என்ன எழுதியிருக்கிறது என்று அறிய மிகவும் ஆவல்' என்றாள். 'ஏட்டைக் கண்டுபிடித்துத் தந்தால் படிக்க முயல்கிறேன்' என்றேன். என் பதிலுக்குக் காத்திராமல் என்னை அழைத்துக்கொண்டு அந்தப் பெண் நிலவறைக்குள் சென்று தேடினாள். சுமார் ஒன்றரை மணி நேரத்திற்குப் பிறகு ஒரு சிறு தகரப் பெட்டிக்குள் இருந்த இந்த ஏட்டைக் கண்டுபிடித்துவிட்டாள். 'இந்தா! என்ன செய்யப்போகிறாய்? பார்ப்போம்' என்று சந்தேகப் பார்வையுடன் ஏட்டை என்னிடம் நீட்டினாள். கையடக்கமுள்ள இந்த ஏட்டை அவிழ்த்ததும் 'அல்லா துணை', 'முஹம்மது நபி காக்க' என்று வணக்கம் கூறும் சொற்களை, முதல் ஓலையில் கண்டேன். இது எனக்குச் சிறிது வியப்பாக இருந்தது.

கையெழுத்துத் தெளிவாக இருந்ததால், பக்கத்தில் அந்தப் பெண் நிற்பதையும் அறியாது, எனக்கே சொந்தமான ஒரு பண்ணில் பாடினேன். (இல்லை-படித்தேன்.) சிறிது நேரம் படித்ததும் என் அருகில் நின்ற மிஸ் காபர் எங்கோ பரபரப்புடன் ஓடுவதைக் கண்டேன். 'என் இசையால் அவள் ஓடிவிட்டாளா?' என்று எண்ணும்பொழுது, பூதக்கண்ணாடி ஒன்றுடன் மீண்டும் என்னருகே வந்து, 'இந்தா! இது உனக்குப் படிக்க உதவும், முழுவதும் படித்ததும் என்னிடம் வந்து சொல்லு' என்று விடைபெற்றுச் சென்றாள். அவள் பிரிந்து செல்லும்போது அவள் முகத்தில் நம்பிக்கையும் உற்சாகமும் தென்பட்டன. தொடர்ந்து படித்தேன். முதல் நான்கு ஓலைகளைப் படித்ததும், இந்த ஏடு ஒரு நூலின் பகுதி என்றும், அதன் பெயர் தாவுசீதுமாலை என்றும், ரவிசூல் என்னும் வள்ளல்மீது பாடப்பட்டது என்றும் தெரியலானேன். இது ஒரு முஸ்லிம் பிரபந்தம் என்று நான் முடிவுக்கு வரும் சமயம் அந்த ஏட்டின் ஐந்தாவது ஓலை முதல் நோய் வகைகளைப் பற்றியும், அவற்றை மாற்றும் மந்திரம், மருந்து ஆகியவை பற்றியும் பேசப்படுவதைக் கண்டேன். இந்தப் பகுதியின் முன்பாகம், நபிக்கு வணக்கம் கூறும் பகுதியைப் போலவே எழுதப்பட்டிருந்தது. ஆனால், அதன் பின் பகுதியில் பல்வேறு கையெழுத்துக்கள் காணப்பட்டன. கடைசிப் பகுதி, கரிதீட்டாமல் சற்று முன் எழுதப்பட்டதுபோல் தென்பட்டது. யார் இந்தப் பகுதியின் ஆசிரியர்? என்று அறிய எவ்விதக் குறிப்பும் அந்த ஏட்டிலில்லை. எந்த ஆண்டு எழுதப்பட்டது என்று அறியவும் சான்று இல்லை. எழுத்து வடிவத்தை ஆதாரமாகக் கொண்டால், அந்த ஏடு சுமார், இருநூறு ஆண்டுகளுக்கு முன் போகாது என்று துணிந்து கூறலாம். இந்த ஏடு முஸ்லிம் ஒருவரால் இரண்டு நூற்களிலிருந்து பிரதி செய்யப்பட்டது என்றும் ஊகிக்க முடிந்தது.

நோய்களைப் பற்றிய பின்பகுதியில் மந்திர வகைகளும் மருந்து வகைகளும் குறிப்பிடப்பட்டிருக்கின்றன. நோய்களில் பெரும்பாலான வையும் குழந்தைப் பேறு பற்றியன. மார்பு வீக்கம், அரைக்கட்டு, மாத விடாய்க் கோளாறு முதலியவற்றின் விளக்கமும் காணப்படுகின்றன. பிள்ளையில்லாதவர்களைப் பிடித்திருக்கும் பிசாசுகளை விரட்டும் மந்திர சக்கிரம், பிள்ளை பெற மந்திர சக்கிரம், மனைவியிடம் கணவன் மாறாத காதல் கொள்வதற்குரிய மந்திர சக்கிரம், பாம்பு விஷம் நீக்கும் மந்திரம் முதலியனவும் இந்தப் பகுதியில் விவரிக்கப்பட்டிருக்கின்றன. இந்த மந்திரங்களில் முருகன், சிவன், கணபதி முதலிய தெய்வங்களின் பெயர்கள் காணப்படுகின்றன. இதனால் முஸ்லிம் ஒருவர் இந்த ஏட்டைப் பிரதி செய்திருக்க முடியாது என்று நினைக்கலாம். வட இந்தியாவிற் போல் தென் இந்தியாவில் இந்து முஸ்லிம் சண்டை யில்லை. முஸ்லிம்கள் இந்துக்களின் மந்திர முறைகளைக் கையாள்வது இன்றும் தென்னாட்டில் நடைபெறுகிறது. இதனால் மத வேறுபாடு காரணமாக மட்டும் முஸ்லிம் ஒருவர் எழுதியிருக்க முடியாது என்று நினைப்பது தவறு.

கார்னல் பல்கலைக்கழக ஏடு உருவத்தில் சிறிய ஏடு. ஆறு அங்குல நீளமும் ஒரு அங்குல அகலமும் உடைய இந்த ஏடு எவ்விதச் சேதமும் இல்லாமல் நன்கு பாதுகாக்கப்பட்டு வருகிறது. இதனை 1906ஆம் ஆண்டு நூல்நிலையம் வாங்கியதாக ஏடுகளைப் பற்றிய பழைய பட்டிகை ஒன்று கூறுகிறது. யாரிடமிருந்து வாங்கப்பட்டது என்னும் விவரமோ, அவர் எங்ஙனம் இந்தியாவில் பெற்றார் என்னும் செய்தியோ அறியக் கூடவில்லை.

பிரிட்டிஷ் பொருட்காட்சிசாலையிலும், ஐரோப்பிய நூல் நிலையங் களிலும் பலநூறு தமிழ் ஏடுகள் இருக்கும் செய்தியை நாம் முன்பே அறிந்துள்ளோம். அமெரிக்காவில், வாஷிங்டன் நகரிலிருக்கும் காங்கிரஸ் நூலகத்திலும், சிக்காக்கோவிலிருக்கும் நியூபெரி நூல்நிலையத்தி லுள்ள – நெப்போலியனின் பேரனிடமிருந்து வாங்கப்பெற்ற கீழ்க்கலை புத்தகசாலையிலும் கார்னல் பல்கலைக்கழகத்திலும் தமிழ் ஏடுகள் இருக்கின்றன. கார்னலிலுள்ள மற்ற ஏடுகள் வடமொழியிலும் ஒரியா மொழியிலும் எழுதப்பட்டிருக்கின்றன. அடுத்த முறை சிக்காக்கோ விற்கும் வாஷிங்டனுக்கும் போகும்போது அங்குள்ள நூல்நிலையங் களில் என்னென்ன தமிழ் ஏடுகள் இருக்கின்றன என்று கவனமாகப் பார்ப்பதற்கு ஓய்வு கிடைக்கும் என்று நம்புகிறேன்.

●

# பாண்டிச்சேரி மகாநாடு

போன ஆண்டு *(1981)* காந்தியடிகள் பிறந்த நாளான அக்டோபர் இரண்டாம் நாள் பாண்டிச்சேரியில் நடந்த ஆக்கபூர்வமான கருத்தரங்கை நான் முதலில் நினைவூட்ட விரும்புகிறேன். அந்த ஆய்வுக் கூட்டத்தில் பாண்டிச்சேரி மாநிலத்தின் மொழி, பண்பாடு, மக்களின் நிலை பற்றித் தீவிரமாக ஆய்ந்ததையும் நினைவுபடுத்த விரும்புகிறேன். அன்று அம்மாநில ஆளுநர் திரு. பிடேஷ் குல்கானி தலைமை தாங்கிச் சிறப்பித்ததையும் ஆய்வாளர்களை விருந்துக்கழைத்துப் பெருமைப் படுத்தியதையும் போற்றாமல் இருக்க முடியாது. பாண்டிச்சேரியில் மைய அரசின் பல்கலைக்கழகம் ஒன்று அமைக்க வேண்டும் என்பது ஒரு முக்கியத் தீர்மானமாக நிறைவேற்றப்பட்டது. செயல்திறமைமிக்க முதலமைச்சர் திரு. டி. இராமச்சந்திரனும், அன்புமிக்க கல்வி அமைச்சர் திருமதி ரேணுகா அப்பாத்துரையும் அதில் கலந்துகொண்டு சிறப்பித்ததும் அகில தேச திராவிட மொழியியல் நிறுவனம் நன்றியுடன் பாராட்டியது.

இந்திய நாட்டில் மற்றொரு மாநிலத்திற்கில்லாத பெருமை பாண்டிச்சேரிக்கு உண்டு. அ. அதன் எல்லைப்பரப்பு தமிழ்நாட்டின் ஒரு பகுதியிலும் ஆந்திராவிலும், கேரளாவிலும் பரவியிருக்கிறது. ஆ. கோவா போர்த்துக்கீசியர் மேலாண்மையில் இருந்தது போன்று பிரஞ்சுக்காரர்களின் மேலாதிக்கத்தில் பாண்டிச்சேரி இருந்தது. பிரஞ்சுக் காரர்கள்தாம் மனித சுதந்திரத்திற்கும் சமத்துவத்திற்கும் சகோதரத் துவத்திற்கும் உலகின் முன்னோடிகளாகப் பதினேழு பதினெட்டாம் நூற்றாண்டுகளில் செயல்பட்டவர்கள். எதிர்பாராமல் வரலாற்றில் ஏற்பட்ட அந்த பிரஞ்சுத் தொடர்பை இந்திய நாட்டின் அறிவுத் துறை மேன்மைக்குப் பயன்படுத்துவது மிகவும் தேவை. இ. அந்த மாநிலம், தெலுங்கு, மலையாளம், தமிழ், பிரெஞ்சு, ஆங்கிலம் ஆகிய ஐந்து மொழி களையும் போற்றிக் காக்கிறது. அண்டை மாநிலமான தமிழ்நாட்டுடன் இணைப்பதற்கு நடந்தேறிய முயற்சி, அண்மையில் பெருந்தோல்வி யுற்றதை நாம் அறிவோம். தனது சுதந்திரத்தையும் தனித்துவத்தையும் அம்மாநிலம் காத்து வருகிறது. ஈ. எந்த மாநிலத்திலும் காணப்படாத அளவு அந்த மாநிலத்தில் பல நாட்டு மக்கள் குடியேறி வாழ்கின்றனர். டெல்லி இதற்கு ஒரு விதிவிலக்காக இருக்கலாம். அது தலைநகராகை யால் பன்னாட்டு மக்கள் அங்கே வந்து தங்குவது இயற்கை. உ. அந்த மாநிலத்தில், வழக்குமொழி வேறுபாடு, நாட்டு இலக்கியங்கள், பண்பாடு முதலிய மொழிச் செல்வ வளத்தை இதுவரை அளவீடு

செய்யவில்லை. அவற்றைப் பாதுகாக்கவும் முயலவில்லை. எனவே அந்த மாநிலம் ஆய்வாளர்களுக்கு வளமான இடம்.

மேற்கூறியவற்றைக் கணக்கில் எடுத்து திருவனந்தபுரத்தில் உள்ள பன்னாட்டுத் திராவிட மொழியியல் நிறுவனம் அவற்றை ஆய்வு செய்யும் பொறுப்பை மேற்கொண்டுள்ளது. முதற்கட்டமாகச் சோதனை நிலையில் பாண்டிச்சேரியின் மூன்று பகுதிகளிலும் (தமிழ், தெலுங்கு, மலையாளம்) வழக்கு வேறுபாட்டை ஆய்வதற்குரிய திட்டம் வகுத்துள்ளது. அதனையடுத்துப் பல மொழிகள் எவ்வாறு இங்கே இணங்கி வாழ்கின்றன என்பதை ஆராயும். அதனை அடுத்து ஒவ்வொரு மொழியையும் நுணுக்கமாக ஆராயும். தமிழ், தெலுங்கு, மலையாளம் முதலிய மொழிகளை விரைவில் கற்பிப்பதற்கும், பிறநாட்டு மொழிகளான பிரஞ்சு, ஸ்பானிசு, இத்தாலியன் முதலிய மொழிகளை இந்தியர்களுக்குப் படிப்பிப்பதற்கும் வழிவகுக்கும். சுருங்கக் கூறினால் இந்திய மொழிகளையும் அயல்நாட்டு மொழிகளையும் பயிற்றுவிக்கும் ஒரு நல்ல மையம் இங்கு உருவாகும்.

பிற மையங்கள் செயல்படுத்துகின்ற கற்பிக்கும் முறையையும் கேரளப் பல்கலைக்கழகத்தின் மொழியியல் துறை உருவாக்கியுள்ள கற்பிக்கும் முறையையும் இந்த மையம் சீர்தூக்கும். அவற்றோடு இணையாகத் தமிழ், மலையாளம், தெலுங்கு, ஆங்கிலம், பிரஞ்சு முதலிய மொழிகள் பயிற்றும் பள்ளி ஆசிரியர்களுக்குக் கருத்தரங்கு நடத்திப் புதிய முறையில் கற்பிக்கும் வழிமுறைகளை அறிவித்திடும். தேர்வுமுறையையும் திருத்தி அமைத்திடவும் முயலும். சிறிய நிலப் பரப்பையுடையதால் எல்லா ஆசிரியர்களையும் அழைத்து இம்முயற்சியில் பங்குபெறுமாறு செய்ய இயலும். கேரளத்திலோ, தமிழ்நாட்டிலோ அது இயலாது. ஆசிரியர்களின் எண்ணிக்கை அங்கே மிகக் கூடுதல். எனவே மொழி பயிற்று முறையில் காணும் குறைநிறைகளை இங்கே சீர்தூக்கித் தமிழ்நாட்டிலும் கேரளத்திலும் பரப்பிட முடியும். மறைந்து கிடக்கும் மொழிக்கூறு, பண்பாடு, மக்களின் வாழ்வு ஆகியவற்றை நுணுக்கமாக ஆய்வதே அந்த மையத்தின் நோக்கமாக அமையும்.

ஐக்கிய அமெரிக்க அரசின் தலைவர் ஜிம்மி கார்ட்டரின் வேண்டுகோளின் பேரில் அந்நாட்டு நவீன மொழிக் கழகம் (மாடர்ன் லாங்குவேஜ் அசோசியேசன்) பிறநாட்டு மொழிப் படிப்புப் பற்றி ஒரு அறிக்கையைச் சமர்ப்பித்துள்ளது. அதில் பாராட்டத்தக்க ஒரு முன்னுரை காணப்படுகிறது. அதன் தலைப்பு 'புத்தியின் சக்தி' என்பதாகும். கீழ்வரும் பகுதி நமக்குத் துணை நிற்கும்.

'சக்தி வாய்ந்த போட்டியாளர்கள் நமது (அமெரிக்காவின்) படை பலத்தையும் பொருளாதார மேன்மையையும் எதிர்க்கின்றனர். அணு

ஆயுதங்களின் தனி உடைமை இப்போது பல நாடுகளின் உடைமையாக மாறி வருகிறது. ஐக்கிய அமெரிக்கா மட்டும், இப்போது அறிவியல் தொழிலியல் துறைகளின் முன்னேறிய மையமன்று. எந்தத் தேசம் புத்தி சக்தியுடையதோ அதுவே பலமிக்கதாக வருங்காலத்தில் முன்னணியில் நிற்கும்[1].

அந்த முன்னணி நிலையை அடைய நவீன மொழிக் கழகம் பிறமொழிப் படிப்பையும் பன்னாட்டு அறிவையும் ஊக்குவிக்கப் பரிந்துரை செய்துள்ளது. முன்னேறிய செல்வந்த நாடுகள் இவ்வாறு சிந்திப்பது சற்றுக் காலங்கடந்ததாயினும் நாம் நினைவுகூர்வது நன்று. நம்முடைய குறிக்கோளும் அதுதான். திருவள்ளுவரைப் போன்று, கம்பனைப் போன்று, புத்திஜீவிகளை மிக உடைய ஒரு சமுதாயத்தை நாம் இந்தியாவில் உருவாக்க முயல வேண்டும். அவர்களுக்கு இணையானவர்கள் உலகில் மிகச் சிலரே! நமது தலைமையைப் பாதுகாக்கவும் புதுத் துறைகளில் தலைமையிடம் பெறவும் நாம் முயல வேண்டும். அந்த நிலைதான் நிரந்தரமானது; படைபலமன்று; தொழில் வளமன்று.

அங்குள்ள மாவட்ட மையம் தனது ஆய்வுப் பணியைச் செவ்வனே செய்து முன்னேறும்போது, நல்கைகள் பெருகும்போது பாவேந்தர் பாரதிதாசன் பெயரில் பன்னாட்டு அறிஞர்களில் வல்லவர் ஒருவருக்குப் பேராசிரியத் தகைமை வழங்க ஏற்பாடு செய்யப்படும். மொழியியல் கூடமும் பாடம் பயிற்றும் கருவிகள் அனைத்தும் அறையினுள் செயல்படும் தொலைக்காட்சியும் அமைக்கப்பெறும். பெயர் பெற்ற ஆனந்தரங்கம்பிள்ளையின் பெயரில் ஒரு கட்டடம் கட்டவும் முயலும். அந்த மாவட்ட மையம் நன்கு ஆய்வுப் பணியைச் செய்தால் நல்கைகள் பெருகுவது எளிதாகவே இருக்கும்.

ஒரு ஆண்டுக்கு முன்னர், பெப்ருவரி மாதம் இருபத்திமூன்றாம் நாள் முதலமைச்சர் திரு. டி.இராமச்சந்திரன் திருவனந்தபுரத்தில் பன்னாட்டுத் திராவிட மொழியியல் சஞ்சிகையின் அலுவலகக் கட்டடத்திற்கு அடிக்கல் நாட்டினார். காறை (சிமிண்ட்) இன்று போல் அன்றும் கிடைப்பது அருமையாக இருந்தது. இரும்புக் கம்பிகள் மிகவும் குறைவாகவே கிடைத்தன. கட்டடப் பணியாளர்கள் பிற மாநிலங்களைவிடக் கேரளாவில் தமது யூனியன்களின் தூண்டுதலால் ஒத்துழையாமல் இருந்தனர். அத்தகைய இடர்ப்பாடுகள் பலவிருந்தும் மிக உயர்ந்த கட்டடம் ஒன்று ஜனவரி 1989இல் கட்டி முடிக்கப்பட்டது. திராவிட ஆய்வாளர்களின் கனவாகக் கருதிய திராவிடக் கலைக்களஞ்சிய அலுவலகம், அங்கே மூன்றாவது மாடியில் இயங்குகிறது. முதலமைச்சர் கைராசியுடன் அடிக்கல் இட்டதே இந்தக் கட்டடம் விரைவில்

முடிப்பதற்குக் காரணம் என்று கருதுகின்றோம். அதுபோன்றே இங்குள்ள மாவட்ட மையமும் அவர்கள் துவக்கி வைக்க இருப்பதால் எல்லாத் தடைகளையும் கடந்து வளமாக வளரும் என்ற நம்பிக்கை மிக்குடையோம். கல்வியமைச்சர் திருமதி ரேணுகா அப்பாத்துரை அன்புடன் ஆதரவு தருகிறார். காவியம் கூறும் தாய்மையின் பண்புடைய திருமதி ரேணுகா அப்பாத்துரை அன்பாலும் பொறுமையாலும் ஒழுங்கையும் துரிதமாகச் செயலாற்றும் திறமையையும் உடைய அவர் பிறருக்கு எடுத்துக்காட்டாக விளக்குகிறார். அவர்களிருவரையும் சற்று நெருக்கமாக நானறிவதால், அவர்கள் முன்னிலையில் அவர்களைப் புகழ்வது பெரும் பாரமாக அவர்களுக்குப் படும். எனினும் அவர்கள் இருவருக்கும் கீழ்வரும் உறுதிமொழியைக் கூறின் அதனை மன்னிப் பார்கள் என்ற நம்பிக்கை எனக்குண்டு! அடக்கமாக சப்தமின்றி ஈடுபாட்டுடன் பணி செய்து அவர்கள் தருகின்ற மானியத்திற்குக் கைமாறாகப் பன்னாட்டுத் திராவிட மொழியியல் நிறுவனம் ஆய்வைச் செய்திடும்; பிற இடங்களில் அது செய்துள்ளது. எனவே இங்கும் ஈடுபாட்டுடன் செய்ய இயலும் என்ற நம்பிக்கையுடன் என்னால் அந்த உறுதிமொழியைக் கூற இயலும்.

## குறிப்பு

*1. த மாடர்ன் லாங்குவேஜ் ஜார்னல், தொகுதி 64, 1980, பக். 11-12*

## தயங்கித் தயங்கி நடக்கும் தமிழ் உலக மகாநாடுகள்

இரண்டு மாதங்களுக்கு முன் மேற்கு பெர்லினில் நடந்த உலக மலையாள மகாநாட்டுக்குச் சென்று திரும்பிய பேராளர் குழுவின் தலைவர், கேரளக் கல்வியமைச்சர் திரு. டி.எம். ஜேக்கப் மனப்பூரிப்புடன் அங்கு நடந்த மகாநாட்டின் நடவடிக்கைகளைச் சமீபத்தில் விவரித்தார். மலையாளப் படிப்பும், கேரளக் கலாச்சார ஆய்வும் இம்மகாநாட்டின் வழி ஐரோப்பிய கண்டத்தில் வலுப்பெற்றுள்ளன என்றார். மலையாள மொழிக்குச் சிறந்த அகராதியும் இலக்கணமும் உருவாக்கிய குண்டர்ட் பெயரில் மலையாள ஆய்வுத்துறை ஒன்றை மேற்கு ஜெர்மன் அரசு நிறுவ ஒப்புக்கொண்ட செய்தியையும் குறிப்பிட்டார்.

மலையாளம், தெலுங்கு, கன்னடம் ஆகிய மொழிகளுக்கு உலக மகாநாடு நடத்தும் எண்ணம் உருவாவதற்கு உலகத் தமிழ் மகாநாடுகள் காரணம் என்பதை மிகச் சிலரே அறிந்திருக்க இயலும்.

1964இல் அகில உலகக் கீழ்த்திசை மகாநாடு புதுடெல்லியில் நடந்த சமயம் காலஞ்சென்ற தனிநாயக அடிகள் உலகில் வாழும் தமிழர்களைப் பற்றி நன்கு அறிந்திருந்ததால் உலக மகாநாடு ஒன்றைக் கூட்டுவதற்குச் சில நண்பர்களுடன் வழிவகைகளை ஆலோசித்தார். சிலர் இதனால் நன்மை விளையாது என்றார்கள். தமிழுக்கு ஆக்கம் தராது, தமிழ் நாட்டில் ஆதரவு இதற்குக் கிட்டாது என்று நழுவினர். தனிநாயகம் அடிகள் சற்றுத் தளர்ந்திருந்தாலும் முயற்சியைக் கைவிடவில்லை. ஆரம்ப ஆலோசனை நடத்துவதற்கு டெல்லியில் கீழ்த்திசை மகாநாடு நடக்கும்போது கூட்டம் ஒன்றை நடத்த வேண்டும். அதற்குரிய அறிவிப்பில் இந்தியாவிலிருந்து ஒரு தமிழ்ப் பேராசிரியர் தன்னுடன் கையெழுத்திட வேண்டும் என்று விரும்பினார். ஆனால் தமிழ்நாட்டுப் பேராசிரியர்கள் இந்த வம்பு நமக்கு எதற்கு என்று ஒதுங்கிவிட்டனர். மனம் கலங்கிய நிலையில் நிற்கும்போது, 'எந்த நற்பணிக்கும் உங்களுக்கு ஆதரவு தர நானுண்டு' என்று கூறி ஒரு புதன்கிழமை காலையில் உலகக் கீழ்த்திசை மகாநாட்டு அலுவலகத்தில் துணைச் செயலாளர் (இவர் பெயர் இராமன் என்ற நினைவு) இவர் தமிழராக இருக்க வேண்டும் என்ற எதிர்பார்ப்புடன் அழைப்பு அறிக்கையின் நகலை எடுத்துக் கொண்டு அவர் அறையின் உள்ளே நுழைந்தோம். அவரும் ஆதரவுடன் ஐந்நூறு படிகள் உருளச்சிட்டு மதியம் தருவதாகக்கூறினார். தனிநாயக அடிகள் அறிக்கையில் முதலில் உன் பெயர் இருப்பது நன்று என்றார். வயது முதிர்ந்த தாங்கள், முதல் முதல் இந்தக் கருத்தைக் கூறிய தாங்கள்,

இட்ட கையொப்பம் முதலில் இருப்பதுதான் முறை என்று நான் கூறி அம்முறையில் இருவர் கையொப்பத்துடன் அறிக்கை உருவாக்கப் பட்டது. அடுத்த நாள் மாலை இந்த மகாநாட்டிற்குரிய ஆலோசனைக் கூட்டம் விஞ்ஞான பவன் அறை ஒன்றில் கூடியது. எதிர்பார்த்ததை விட மேனாட்டாரும் தமிழ்நாட்டாரும் கூடுதல் எண்ணிக்கையில் கலந்துகொண்டனர். இந்த நிகழ்ச்சி பற்றிய குறிப்பும் அறிக்கையின் நகலும் முதல் மலேசியா மகாநாட்டின் கட்டுரைகள் அடங்கிய முதல் தொகுதியில் வெளியிடப்பட்டுள்ளன.

முதல் மகாநாடு மலேசியா, கோலாலம்பூரில் 1966இல் எதிர்பார்த்ததை விடச் சிறப்பாக நடைபெற்றது. அங்குப் பிரச்சாரம் இல்லை; 'ஆய்வு' முயற்சி மட்டும் இருந்தது. அன்று, தமிழக முதலமைச்சராக இருந்த எம்.பக்தவச்சலம் இரண்டாவது மகாநாடு சென்னையில் நடத்துமாறு அங்கு வந்திருந்தபோது அழைத்திருந்தார். சென்னை மகாநாடு 1968இல் நடந்தது. அப்போது காங்கிரசு ஆட்சி மாறி திமுக ஆட்சிக்கு வந்தது. காலஞ்சென்ற சி.என். அண்ணாதுரை முதலமைச்சராய்ப் பொறுப் பேற்றிருந்தார். தமிழ் மொழி, தமிழ்ப் பண்பாட்டு வளர்ச்சி முதலிய வற்றின் அடிப்படையில் தேர்தலில் திமுக வெற்றி பெற்றிருந்தது. எனவே அம்மகாநாட்டில் பிரச்சார முனைப்பு மிகக் கூடுதலாக அமைந் திருந்தது. ஆனால் ஆய்வில் அக்கறை காட்டிய பன்னாட்டுத் தமிழ் ஆய்வுக் கழகம் (ஐஏடிஆர்) நுண் ஆய்விற்கு முன்னிடம் கொடுக்க வற்புறுத்தியதால் இரு பிரிவுகளாக மகாநாடு நடந்தது. பிரச்சாரப் பிரிவு சென்னை ஐலந்து திடலிலும் (தீவுத்திடல்) ஆய்வு மகாநாடு சென்னைப் பல்கலைக்கழக நூற்றாண்டு மண்டபத்திலும் நடந்தன.

அடுத்த மகாநாடு 1970இல் பாரிசில் நடந்தது. அங்கு ஆய்வு மட்டும் முன்னிடம் பெற்றது. அதனை அடுத்து இலங்கை அரசு தயக்கத்துடன் யாழ்ப்பாணத்தில் நான்காவதை நடத்த அனுமதியளித்தது. இறுதி நாள் விழாவில் நடந்த குழப்பத்தால் பலர் உயிரிழந்த செய்தியும் இன்றும் யாழ்ப்பாணத்தில் வாழ்பவர்கள் மறந்திடவில்லை. அதனை அடுத்து 1981இல் அதிமுக ஆட்சி மீண்டும் பொறுப்பேற்றதும் மதுரையில் அரசுச் செலவில் ஐந்தாவது மகாநாடு நடந்தேறியது. விளம்பரமும் ஆய்வும் இங்கு இடம்பெற்றன. சந்தடியில்லாமல் ஆய்வு அறிக்கைகளை விவாதிக்க விரும்பும் மேல்நாட்டு ஆராய்ச்சியாளர் களுக்குப் பிரச்சாரமும், கோலாகலமும் பெரும் கூட்டமும் மன நோவைத் தோற்றுவித்தன.

மகாநாடு எதுவாயினும் அதற்குச் செலவாகும் பணம் சொற்பமாக இராது என்பது உண்மைதான். ஆனால் பெருவிழாவாக மாற்றி, நடைபெறும் கோலாகல ஏற்பாட்டால் பல கோடி ரூபாய் செலவு

செய்யும் நிலை அரசுக்கு ஏற்பட்டது. அதன் விளைவாகப் பிற நாடுகளில் மகாநாட்டைத் தொடர்ந்து நடத்த அறிஞர்கள் அஞ்சினர். ஐரோப்பிய நாடான ஹாலந்தில் நடத்துவதற்கு ஒன்றிரண்டு பேர் முன் வந்தாலும் இந்த அச்சமே அவர்களை நடுங்க வைத்தது. இங்கிலாந்திலும் அமெரிக்க நாட்டிலும் மகாநாட்டை நடத்த யாரும் முன்வரவில்லை. பொருள் திரட்டுவது அவர்களுக்குப் பெரும் பிரச்சனையாக மாறும் என்ற அச்சமே காரணம். 1981ஆம் ஆண்டிற்கப்புறம் ஐந்து ஆண்டுகளாக உலகத் தமிழ் மகாநாட்டை நடத்த எந்த நாடும் முன்வரவில்லை என்ற எண்ணம் அறிஞர்களிடையே வருத்தத்தைத் தோற்றுவித்தது.

சிங்கப்பூரில் சிலர் முயன்றனர். அரசியல் கொள்கை தமிழ்நாட்டை ஆளும் கட்சிக்குத் துணையாக இல்லாததால் தமிழக அரசு ஆதரவு கொடுக்கவில்லை.

1987இல் மலேயா இதனை நடத்த முன்வந்தது. நவம்பரில் நடந்த மகாநாட்டில் மலேயாத் தமிழ்ச் சிறுபான்மையினர் அரசின் நிதியுதவி யுடன் மகாநாட்டை நடத்தினர். அங்குள்ள தமிழ்ச் சிறுபான்மையினர் பலர், தமிழ்நாட்டில் ஆளும் கட்சியிடம் ஆதரவு காட்டாததால் தமிழ்நாட்டில் ஆட்சியிலிருந்த அதிமுக, பேராளர்களை அனுப்ப மறுத்துவிட்டது. தமிழ்நாட்டுப் பல்கலைக்கழகங்களையும் பேராளர் களை அனுப்ப வேண்டாம் என்று கட்டளையிட்டதாகத் தமிழகத்தில் இருந்து வந்தவர்கள் தெரிவித்தனர். எனினும் மலேயா மக்கள், தனி விமானம் ஒன்று ஏற்பாடு செய்து, இந்தியப் பேராளர்களை வரவேற்றது. திமுக தலைவர் கருணாநிதியும் மலேசிய பிரதமரும் அதன் துவக்க நிகழ்ச்சிகளில் கலந்துகொண்டனர். ஏறத்தாழ பன்னிரண்டு நாட்டு அறிஞர்கள் பங்குபெற்றனர். மேடைச் சொற்பொழிவுகள் உணர்ச்சியூட்டுவனவாக இருந்தாலும் ஆய்வுக்கு அம்மகாநாடு துணை செய்தது என்று கூற இயலவில்லை. தமிழ் மக்களிடையே செல்வாக்குப் பெறும் மற்றொரு அரசியல் முயற்சியாக அது மாறியது என்று கூறினால், அதில் மறுப்புத் தோன்றாது.

தமிழர்கள் தமது மொழியைப் பாராட்டுவது, மதிப்பது இயற்கை. பிற நாட்டில் வாழும் தமிழர் உணர்ச்சியுடன், பெருமையுடன் தமது மொழியைப் பாராட்டுவது இயற்கை. ஆனால் மொழிப்பற்று வேறு; மொழி பற்றிய ஆராய்ச்சி வேறு. முன்னது பற்றும் உணர்ச்சியும் கலந்தது. பின்னது பற்றின்றி நெறிமுறை தவறாது செயல்படுவது. தேர்க்காலில் தன் மகனையிட்ட மனு நீதிச் சோழனின் நெறிமுறை, ஆய்வின் நெறிமுறை. அதில் பந்த பாசத்திற்கு இடமில்லை. கோபதாபத் திற்கு வாய்ப்பில்லை: செய்திச் சான்றுகளைத் தெளிவுடன் வாதிப்பது சிலருக்குப் பிடிக்கும். அந்த வாதங்கள் பலருக்குப் பிடிக்காமல்

இருக்கலாம். ஆனால் ஆய்வாளன் அதைப் பற்றிக் கவலைப்படுவ தில்லை. எனவே ஆய்வாளனுக்கும் மொழிப் பெருமையாளனுக்கும் இடையே மாறுபாடு, பகைமை ஆகியவை தலையோங்கி நிற்பது இயல்பு.

தமிழ் உலக மகாநாடுகள் தமிழர் வாழும் பகுதியில் நடந்தால் அந்தப் பகைமைச் சக்தி தலைதூக்காமல் இருக்காது. ஆய்வாளர்கள் அதன் காரணமாக மகாநாடுகளைப் புறக்கணிக்கின்றனர். ஆய்வின்றி உலக மகாநாடுகள் சிறக்கா. மொழிப் பெருமையாளனால் ஒரு மகாநாடு சிறப்புற இயலாது. தமிழர் வாழும் இடங்களில் நடக்கும் மகாநாடுகள் இதனை உணர வேண்டும். வேற்று நாட்டில் உலகத் தமிழ் மகாநாடுகள் நடக்கும் வாய்ப்புக் குறைவு. மொரிஷியஸ் தீவின் அழைப்பு மலேசியாவில் தெரிவிக்கப்படும் என்று சிலர் எதிர்பார்த்தனர். ஆனால் சமீபத்தில்தான் மொரிஷியஸின் அழைப்பு வெளியானது.

உலகத் தமிழ் மகாநாட்டைப் பின்பற்றி சமஸ்கிருதம் இரு ஆண்டிற்கு ஒருமுறை, ஒழுங்காக மகாநாடு நடத்திவருகிறது. தெலுங்கு மொழி யிலும், மலையாளத்திலும், இந்தியாவிலும், பிற நாடுகளிலும், மகாநாடுகள் சிறப்பாக நடைபெற்று உள்ளன. தமிழ்நாட்டைப் பின்பற்றிய அவர்கள் சிறப்பாகத் தத்தம் மகாநாட்டை நடத்தி வருகின்றனர். ஆனால் தமிழ் மகாநாடு தளர்ந்து நடைபோடுகிறது. அதைப் பற்றி ஆய்வுலகம் வருந்தினாலும் ஏனையவர்கள் கவலைப்படுவதாகத் தெரியவில்லை. உலகத் தமிழ் மகாநாட்டால் பிற நாட்டுத் தமிழரும் இந்தியத் தமிழரும் எழுச்சி பெற்றனர். பல நாட்டுப் பல்கலைக்கழகங்கள் தமிழ்த் துறை களைத் தோற்றுவித்தன. அங்கு மாணவர்கள் விரும்பித் தமிழைக் கற்றனர். இப்போது பொருளாதார நெருக்கடியைக் காரணங்காட்டி ஆலந்திலும் அமெரிக்காவிலும் தமிழ்த்துறைகள் மூடப்பட்டு வருகின்றன. இந்தியும் வங்காளமும் தெலுங்கும் பிற நாடுகளில் முக்கிய இந்திய மொழிகளாகக் கருதப்படுகின்றன. சமஸ்கிருதம் முன்போலவே அகல மாக ஆராயப்படுகிறது.

இந்தத் தளர்ச்சிக்குக் காரணம், துவங்கிய எதையும் சிறப்பாகத் தொடர்ந்து நடத்தும் அமைப்பு முறையும் மொழி, பண்பாடு ஆகிய வற்றின் வளர்ச்சியில் தன்முனைப்பின்றி ஈடுபடும் மனநிலையும் இல்லாமையும்தாம். இந்நிலை தொடர்ந்தால் மீண்டும் தமிழ் ஆய்வு ஒரு நூற்றாண்டுக்குப் பின்னுள்ள நிலையை அடைந்துவிடும். இதற்கு யாரை நோவது என்று தெரியவில்லை.

## தாய்மொழியும் தொழில்நுட்ப அறிவும்

வளர்ந்த நாடுகள் என்று கூறும் ஐக்கிய அமெரிக்கா, சோவியத் இரஷ்யா, மேற்கு செர்மனி, ஜப்பான், இங்கிலாந்து ஆகியவற்றில் மக்களில் பெரும்பாலோர் தொழில்நுட்பம் தெரிதற்குப் பல காரணங்களுள் ஒன்று தாய்மொழி வழித் தொழில் விவரங்களை அவர்களுடைய கல்வியகங்களில் பயிற்றுவிப்பதுதான் என்று தெளிவாகியுள்ளது.

நமது நாடு முன்னேறாத நாடு; முன்னேறுதற்கு முயலும் நாடு. பல மொழிகள் இங்கே பேசப்படுகின்றன. வரலாற்றுக் காரணங்களால் ஆங்கில மொழி அரசு மொழியாகவும் பின்னர் பெரும்பான்மை நோக்கி இந்தி மொழியும் மைய அரசின் அலுவல் மொழியாகவும் ஆயின. அரசிலிருந்து அகல்வு மக்களுக்கு இருத்தலாகாது என்ற நோக்குடன் தாய்மொழியும், உயர் மட்டத்தில் ஆங்கிலமும் தென்னக அரசிலும் கல்விக் கூடங்களிலும் காலூன்றிவிட்டன. எனவே ஊர்ப்புறங்களில் வாழும் மக்கள் தலைமுறை தலைமுறையாகச் செய்து வரும் விவசாயத் தொழிலுடன் குடிசைத் தொழில் ஒன்றையும் செய்யப் பயிற்சி பெற்றால் வறுமை நீங்கிச் செழிப்படைவார்களல்லவா?

கல்வியின், குறிப்பாகத் தொழில் கல்வியின் நோக்கம் அரசாங்க வேலை பெறுவதன்று. தாமே தொழில் செய்து, செல்வ வளம் சேர்ப்பதற் குரிய தகுதி பெறுவதே அந்தக் கல்வியின் குறிக்கோள்.

வணிகம் செய்து பெரும் பொருள் திரட்டும் குடும்பத்தினர் அரசு வேலைக்குச் செல்வதில்லை. குறைந்த ஊதியம், இடமாற்றம், கட்டுப்பாடு ஆகியவற்றை விரும்பாமல் தன் விருப்பப்படித் தொழில் நடத்தவே விரும்புகின்றனர். எனவே தொழிற் கல்வித் திட்டத்தால் தன் காலில் நிற்கும் திறத்துடன் பெரும் தொழில்களை நிறுவி பலருக்கு வேலைவாய்ப்பையும் நல்வாழ்வையும் தரும் எண்ணத்துடன்தான் பல துறை தொழில் நிறுவனங்கள் தோன்றியுள்ளன. அண்மைக்காலத்தில் பல புதிய தொழில் நிறுவனங்கள் தோன்றியமைக்கும் இதுவே காரணம்.

ஊர்ப்புற மக்கள் நல்வாழ்வு பெற வேண்டுமெனின் ஊர்ப்புறங்களில் எந்திரத் தொழில்கள் வளர வேண்டும். கோவை மாவட்டத்திலும், அதனையடுத்துள்ள பெரியார், சேலம் மாவட்டங்களிலும் விவசாயத் துடன் தொழில் பல்கியிருப்பதை நாமறிவோம். சிவகாசி, சாத்தூர் முதலிய ஊர்கள் எந்திரத் தொழிலால் கணிசமான பொருளாதார முன்னேற்றம் பெற்றுள்ளமை நமக்குப் புதிய செய்தியன்று.

எனவே ஊர்ப்புறத்தில் வாழும் மக்களுக்கு எந்திரச் சிறு தொழில் செய்யத் தொழிற் கல்வி நிலையங்களில் அவர்களைக் கற்பிக்கிறோம். இது தாய்மொழியிலிருந்தால் மிக விரைவில் கற்பிக்க இயலும்; புரிய இயலும்; செயற்படுத்த இயலும்; ஆங்கிலத் தேர்ச்சி, முன்போலன்று: எல்லாத் துறைகளிலும் தரக்குறைவு காணப்படுவது போன்று இங்கும் காணப்படுகிறது. அறிந்து படிப்பது, பாராமல் படிப்பது என்ற இரண்டில் முதல் நிலையை எல்லோரும் விரும்புவர். தொழிலாளர்களுக்குத் தொழில் நுட்பம் தெரிய வேண்டும் என்பதற்குத்தான் உயர் அறிவியல் அறிவைத் தரும் சஞ்சிகைகளில் ஒன்றான கலைக்கதிர், கோவையிலிருந்து டாக்டர் தாமோதரனாரின் நிறுவனம் வெளியிட்டு வருகிறது. அதன் பின்னர்தான் பல தொழில் நகரங்களிலிருந்து தமிழில் நூற்கள் உருவாயின.

பிறநாட்டுக் கல்வி வரலாற்றைப் பார்த்தால் இது நன்கு விளங்கும். எந்திரப் புரட்சி ஏற்பட்டதும் தொழில் செய்வோர் தாய்மொழியிலும், அறிஞர்கள் இலத்தீனிலும் கற்றனர். ஐசக் நியூட்டனின் 'ஈர்க்கும் சக்தி' பற்றிய விதி இலத்தீனில் முதலில் வெளியானது. படிப்படியாக இலத்தீன் மொழியை அறிஞர்களும், பொதுமக்களும் நிராகரித்தனர். ஆங்கில நாட்டிலே ஆங்கிலத்தைப் பயிற்று மொழியாக மாற்றுவதற்குப் பல எழுச்சிகள், இயக்கங்கள் தோன்றின. பக்கத்திலுள்ள ஐரோப்பிய நாடுகளுக்கும் பொதுவாகப் புரியும்படியாக இலத்தீன் கலைச் சொற்களை ஏற்றுக்கொண்டனர். பல ஐரோப்பிய தேசங்களில் சிறு சிறு மாற்றங்களுடன் இவை இன்றும் வழக்கத்திலிருக்கின்றன.

ஆங்கிலம், படை வல்லமையால் உலக மொழியானது; அவ்வாறு ஆவதற்கு அடிப்படைக் காரணம் எந்திரப் புரட்சியும், வாணிபத் தேவையும், செல்வம் குவிக்கும் ஆசையும்தாம் என்பனவற்றை நீங்கள் அறியாததல்ல.

ஜப்பானில் தாய்மொழியே கல்வி மொழி. பதினெட்டாம் நூற்றாண்டிலிருந்து கமடோர் பெரியின் கப்பல் பீரங்கிகளால் ஜப்பானைத் தாக்கியதும் எந்திரப் புரட்சிக்கு ஜப்பானியர் வித்திட்டனர். பல தேசங்களுக்குக் குறிப்பாக ஜெர்மனிக்குச் சென்று பயிற்சி பெற்ற இளைஞர்கள், தங்கள் தாய்மொழியில் நூலியற்றினர். விவசாயத்துடன் ஒவ்வொரு வீட்டிலும் ஒரு மின்சாரத் தானியங்கி மோட்டாரைச் செயற்படுத்தி, ஏதாவது ஒரு எந்திர உறுப்பைச் செய்வர். எனவே ஊர்ப்புறம் அங்கே செழிப்பாக இருக்கின்றது. நகர்ப்புறத்தில் மக்கள் குவிவதில்லை. மக்கள் வாழ்வில் சோம்பல் அகன்று உழைத்து வாழும் முறை பரவியது. அன்றொரு நாள் சென்னைக்கு வந்த ஆகாய விமானம் முழுவதும் ஜப்பானிய விவசாயிகள் நிரம்பியிருந்ததை நான் காண முடிந்தது. சோவியத்

இரஷ்யாவிலும் இரஷ்யன் மொழி தவிர அங்குள்ள 133 மொழிகளிலும் அறிவியல் தொழில்நுட்ப நூற்கள் ஆக்கப்படுகின்றன. எனவே தொழிற் கல்வியின் நோக்கம் ஊர்ப்புறம் வளமடைய வேண்டும் என்றால் அதற்குத் தாய்மொழி வழிதான் பாடம் புகட்ட வேண்டும் என்பதில் நம்மிடையே இரு கருத்திராது.

அவ்வாறாயின் இரு கேள்விகள் நம்மிடையே எழுவது இயற்கை.

ஒன்று, போதிய பாட நூற்கள் தமிழில் இருக்கின்றனவா? இரண்டு, பிற மாநிலங்கள் அல்லது நாடுகளில் தொழில் செய்ய நினைப்பவர்களுக்கு இது தடையாகாதா? என்ற கேள்விகள் இரண்டும் வரவேற்கத் தக்கன; பாராட்டத் தக்கன.

தமிழ்ப் பல்கலைக்கழகம் பொறியியல் பட்டப் படிப்பில் முதல் இரண்டாண்டுத் தேவைக்கான நூற்கள் 15ஐ உருவாக்கித் தட்டச்சுச் செய்து காட்சிக்கு வைத்துள்ளது. அவற்றில் பல பாடங்கள் பல்துறை தொழிற் கூடக் கல்விக்கும் பொதுவானவை. எனவே அவற்றையும் நீங்கள் பார்வையிட வேண்டும். கலைச்சொற்கள் (பன்னாட்டுக் கலைச் சொற்களுடன் தமிழாக்கமும் கொடுத்துள்ளனர்), வாய்பாடுகளனைத்தும் பன்னாட்டு எழுத்துக்களால் ஆனவை. எனவே ஆங்கிலத்திலிருந்து தமிழில் மாற்றுவது எளிதாக இருக்கும். ஒரு கருத்தையறிந்தவன் பிறமொழியில் அதனைச் சொல்வதும் எந்திரத் துணையுடன் எந்தத் தொழிலைச் செய்வதும் எளிதாக இருக்கும். நம் காலில் நிற்பதற்காகத் தொழில் கல்வியை நாம் தாய்மொழியிற் பயிற்றுவிக்கிறோம் என்று சொல்லும்போது பிற மொழிகளைக் கற்பிப்பதை விலக்க வேண்டும் என்று பொருளன்று. இரஷ்யா செல்ல விரும்புகின்ற ஒரு தொழிலாளி இரஷ்யனை மிகக் குறுகிய காலத்தில் - ஆறு வாரத்தில் - நன்றாகப் பேசவும், ஓரளவு, படித்துப் புரியவும் இயலும். மொழிப் படிப்பு இன்று எளிமைப்படுத்தப்பட்டுள்ளது. ஒளிக்காட்சி, மொழிச் சோதனைக் கூடம் ஆகியவற்றால் சில நாடுகளில் இரண்டு வாரம், நான்கு வாரம் எனக் கால வரம்பைச் சுருக்கி மொழிப் பயிற்சியை ஆழமாக்கியிருக் கிறார்கள். தமிழ்ப் பல்கலைக்கழகத்திலும் அதற்குப் பயன்படும் கருவிகள் இருப்பதை அடுத்த அறையில் நீங்கள் பார்க்கலாம். எனவே பல்கலைக்கழக முயற்சியனைத்தும் ஊர் மக்கள் செல்வ வளம் பெற, வாழ்வுத் தரம் பெருக எடுத்துக்கொண்ட முயற்சியாகும். தாய்மொழி யில் கற்பித்தால் பிரிவினை என்றோ, பிறமொழி வெறுப்பு என்றோ நினைப்பதைக் கைவிட வேண்டும். இங்கு வந்துள்ள பயிற்றனுபவ முள்ள தொழிற் கல்லூரி முதல்வர்கள் தங்கள் கருத்தைத் தெரிவிக்க வேண்டுகிறேன். அதனால் நாமனைவருக்கும் இப்பெருந்தொண்டில் பங்கேற்ற மனநிம்மதி ஏற்படும்.

# தமிழ்க் கல்வி பயிற்றல்

தமிழ்நாடு 1984-85இல் கல்விக்கென 420 கோடி ரூபாய் செலவிடத் திட்டமிட்டுள்ளது. இது மொத்த நிதியளவீட்டில் 21 சதமானம். சென்ற ஆண்டைவிட ஏறத்தாழ 25 விழுக்காடு கூடுதல். பெருமைப்படத்தக்க செய்தியிது. இதற்கு மாண்புமிகு கல்வியமைச்சர், நிதியமைச்சர், முதலமைச்சர் ஆகியவர்களை நாம் பாராட்ட வேண்டும்.

நமது மாநிலத்தில் தனிமனிதர்களும் கல்வி நிலையங்கள் நடத்துகின்றனர். அவர்கள் செலவிடும் தொகை ஏறத்தாழ 10 சதமானம் அல்லது 40 கோடி ரூபாய் ஆகும்.

மைய அரசு பல மேனிலைப் பள்ளிகளைத் தமிழ்நாட்டில், குறிப்பாக நகரங்களில் நடத்தி வருகின்றது. தனியார் சிலரும் அதன் பாடத் திட்ட அமைப்பு முறையைப் பின்பற்றி மையப் பள்ளிகள் நடத்தி வருகின்றனர். இவற்றில் இந்திய அலுவல் மொழி இந்தி, ஆங்கிலம், அண்மையில் வற்புறுத்தலின் பேரில் தமிழ் அல்லது தாய்மொழி கற்பிக்கப்படுகின்றன.

தமிழ்நாட்டில் 1983இல் 27,767 தொடக்கப் பள்ளிகளும், 5,556 நடுநிலைப் பள்ளிகளும், 2,021 உயர்நிலைப் பள்ளிகளும், 1,288 மேனிலைப் பள்ளிகளும், 79 மையப் பள்ளிகளும், 187 கல்லூரிகளும் இயங்கின. ஆசிரியப் பயிற்சிக் கல்லூரிகளையும், இசை, உடற்பயிற்சி முதலிய கல்லூரிகளையும் இங்குக் கணக்கிலெடுக்கவில்லை.

இவற்றில் மொழிப் படிப்பிற்கு, குறிப்பாக ஆங்கிலம், தாய்மொழித் தமிழ் ஆகியவற்றிற்கு எவ்வளவு நேரம் செலவு செய்கின்றோம் என்றறிய நாம் விரும்புவது இயற்கையே!

தொடக்கப் பள்ளி முதல் பட்டப்படிப்பு வரை ஒரு மாணவன் பதினான்காண்டு செலவு செய்கிறான். நான்காண்டு தொடக்கப் பள்ளி, மூன்றாண்டு நடுநிலைப் பள்ளி, மூன்றாண்டு உயர்நிலைப் பள்ளி, ஈராண்டு மேனிலைப் பள்ளி, ஈராண்டு பட்டப்படிப்பு என்ற ஐந்து நிலைகளில் மொத்தம் 560 வாரங்கள் செலவழிக்கப்படுகின்றன. ஒரு வாரத்தில் ஐந்து நாட் படிப்பு என்ற வீதத்தில் ஒவ்வொரு நாளும் ஐந்து மணி நேரம் பாடம் பயிற்றுவிக்கப்படுகின்றது என்று கொள்ளலாம்.

மேலே குறிப்பிட்ட பதினான்கு ஆண்டுகளில் அவன் படிக்கும் 560 வாரங்களில் 259 வாரங்கள் தமிழும் ஆங்கிலமும் ஒரு மாணவன் படிக்கிறான். இது, அவன் கல்வி வாழ்வில் 41 சதமானமாகும். மொத்தம் மொழி மட்டும் படிக்க ஐந்தாண்டு எட்டு மாதம் அவன்

செலவழிக்கின்றான். எட்டு ஆண்டு, நான்கு மாதம் மட்டும் பிற பாடங்கள் படித்தற்கு அவன் செலவழிக்கின்றான்.

ஓராண்டிற்குக் கல்விக்கென 420 கோடி தமிழகம் செலவு செய்யத் திட்டமிட்டுள்ளதைக் கூறினேன். அதில் 150 கோடி மதிய சத்துணவுக்கு ஒதுக்கியிருந்தால் மீதம் 270 கோடி பள்ளி, கல்லூரிப் படிப்புகளுக்குத் தமிழகம் செலவு செய்கிறது.

மொழிப் படிப்பிற்கு மட்டும் 110.75 கோடி செலவிடுகின்றது. தமிழ்ப் பயிற்சிக்குச் செலவு செய்யும் தொகை 56.75 கோடி, ஆங்கிலத்திற்கு 54 கோடி ரூபாய் ஆண்டொன்றுக்குச் செலவு செய்கிறது.

ஏனைய பாடங்கள் அனைத்திற்கும் 154.25 கோடி மட்டும் செலவு செய்கிறது.

என் கணக்கறிவு இப்போது சற்றுத் தளர்ந்துபோய்விட்டது. எனினும் தவறான புள்ளிவிவரம் தரும் நிலைக்குக் கீழிறங்கிவிடவில்லை. நான் கூறிய நிதித்தொகையில் கட்டடம், சோதனைக்கூடம் முதலியவற்றின் செலவும் உள்ளடங்கியுள்ளது. பி.காம்., முதலிய பட்டப்படிப்பில் ஆங்கிலம் பயிற்றுவிக்கப்படுகிறது. ஆனால் அது இந்தக் கணக்கில் சேர்க்கப்படவில்லை. இசைக் கல்லூரிகள், உடற்பயிற்சிக் கல்லூரிகள் முதலியவற்றின் செலவும் இந்த அரசு நிதி அளவீட்டில் உள்ளடங்கி யுள்ளது. எனவே, நான் கூறியுள்ள பணத் தொகையில், ஏறத்தாழப் பத்து விழுக்காடு தவறு இருக்கலாம். பெரும்பாலும் நான் கொடுத்துள்ள புள்ளிவிவரம் நம்பகமானதுதான்.

ஆண்டுதோறும் நாம் தமிழ்க் கல்விக்கெனச் செலவு செய்யும் 56.75 கோடி ரூபாய் பயனுள்ள முறையில் செலவு செய்யப்படுமாயின் எல்லோரும் மகிழ்வர்.

திரு. க.ப. அறவாணன், லயோலாக் கல்லூரி முதல்வரின் ஆதரவுடன் நடத்தும் இந்தக் கருத்தரங்கு, கல்லூரிகளிற் காணும் தமிழ்ப் பயிற்று முறைக் குறைகளைச் சுட்டுகின்றது. இந்தக் கருத்தரங்க முயற்சியை நான் வரவேற்கிறேன்.

இந்திய நாடு செல்வ நாடன்று; வறுமை நாடுமன்று. முன்னிலை பெற முயலும் நாடு. எனவே, அது செலவு செய்யும் ஒவ்வொரு ரூபாயும் பயனுள்ளதாகச் செலவிடப்படுகின்றதா என்று உற்று நோக்குவது நாட்டு வளர்ச்சிக்கு மிகவுந் தேவை. பொதுவாகக் கல்வி நிலையும், சிறப்பாக மொழிப்படிப்பு நிலையும் பயனுள்ளவையா என்று மறுபரிசீலனை செய்யும் கால நிலையில் நாமிருக்கின்றோம்.

ஏதாவது ஒரு பொருளை உற்பத்தி செய்ய, விற்பனை செய்ய நினைக் கின்றவர்கள் முதலில் மக்கள் அல்லது தொழில்நிலைத் தேவையை

அறிந்துகொள்வர். அதன் பின் உற்பத்தியான பொருள் பயனுடையதாக இருக்கின்றதா என்று கண்டறிய 'நுகர்வோராய்வு' என்று கூறப்படும் 'மார்க்கெட் ரிசர்ச்' செய்வார்கள். நுகர்கின்றவர்களிடம் பயன்படுத்தும் பொருள் பற்றிக் கேள்விப்பட்டியல் வழி அவர்கள் கருத்தையறிந்து விற்பனைப் பொருளைச் சீராக்குவர். எனவே பொருளாதாரத் துறையில் இம்முறை மிகவும் வற்புறுத்தப்படுகின்றது. அந்த முறையை ஓரளவே இந்தக் கருத்தரங்கு மேற்கொண்டாலும் பெருமளவில் அதை மேற்கொள்வதற்கு வழி வகுத்துள்ளது.

இறுதியாக, தாய்மொழிக் கல்வி வலுவடைந்தால் ஆங்கிலம் முதலிய பிறமொழிக் கல்வியும் வலுவடையும் என்ற கருத்துரு இப்போது எல்லோராலும் ஒப்புக்கொள்ளப்பட்டுள்ளது. தமிழ்மொழிக் கல்வியைப் புறக்கணித்தால் ஆங்கிலக் கல்வியும், பிறமொழிக் கல்வியும் புறக்கணிக்கப்படும், இதனை நினைவிற்கொண்டால் இந்தக் கருத்தரங்கு தமிழ் மொழி பயிற்றுவோருக்கும், ஆங்கில ஆசிரியர்களுக்கும் பயனுள்ள கருத்துக்களைக் கொண்டுள்ளது எனலாம்.

பிற அறிஞர்களின் கருத்தைக் கேட்பதற்குக் கூடியிருக்கும் உங்களை நான் மேலும் பேசித் தொல்லைப்படுத்துவது நன்றன்று.

# காவிரியாறு – தமிழிலக்கியத்திலும் கல்வெட்டுகளிலும்

காவிரி (காவேரி என்று சில எழுத்துருக்களில் காணப்படுகிறது) தமிழ் இலக்கியத் தொடக்க முதல், சோழர்களுக்கு உரிய நதியாகக் கருதப்பட்டுள்ளது. அதற்கு அணை கட்டி விவசாயத்திற்குப் பயன் படுத்தச் சோழ அரசர்கள் முற்பட்டதால் சோழர்க்குரியதாகக் கருதப் பட்டிருக்கலாம்.

மெர்க்காராவின் அருகிலுள்ள சையமலையில் தோன்றி ஏறத்தாழ அறுநூறு கிலோ மீட்டர் பாய்ந்து, பழைய மைசூர் சமஸ்தானம் வழியாக ஒழுகி, சேலம், கோயம்புத்தூர், திருச்சிராப்பள்ளி, தஞ்சாவூர் ஆகிய மாவட்டங்கள் வழி ஓடி, வங்காள விரிகுடாவில் பாய்ந்து கலக்கின்றது. அது வாய்க்கால் வழி ஒழுகி, தமிழ்நாட்டில், குறிப்பாகத் தஞ்சாவூர் சம வெளியில் ஏறத்தாழ 32000 சதுர கிலோ மீட்டர் பரப்புடைய வளமான நிலங்களுக்கு நீரூட்டுகின்றது.

காவிரிக்குப் பொன்னி என்ற மற்றொரு பெயரும் உண்டு. பொன் என்றால் தங்கம் என்ற சிறப்புப் பொருள் உண்டு. பொன் என்பது எல்லா உலோகங்களுக்கும் பொதுப் பெயராகவும் வழங்கப்படுகிறது. சேலம் மலைகளில் இரும்புத் துகள் நிறைந்து காணப்படுவதால் அதன் நீரில் இரும்புப் பொடிகள் கலந்து பாய்ந்தமையால் இந்தப் பெயர் பெற்றிருக்கலாம். திருநெல்வேலியில் ஒழுகும் ஆற்றைத் தாமிரபரணி என்று குறிப்பிடுவது வழக்கம். தாம்பிரம் < தாமிரம் என்பது செம்பு, அதனையும் பொன்னியுடன் ஒப்பிடுவது நல்லது.

காவிரியின் தொடக்கத்தைத் தலைக் காவிரி என்பர். காவிரி தேவியின் சிலையமைந்துள்ள குளம் ஒன்றிலிருந்து ஆரம்பமாகின்றது. குடகு மக்களின் வாழ்விலும் நாட்டுப் பாடல்களிலும் காவிரி நதி மிகவும் பாராட்டப்படுகிறது. தலைக் காவிரியிலிருந்து மலைகளையும் காடு களையும் கடந்து பாக மண்டலத்தை அடைகின்றது. அந்த இடத்தில் சிறு ஒழுக்காகப் பாய்ந்து பெரிய ஆறு என்று பெயர் கூறுமாறு கரை புரண்டு ஓடுகின்றது. திப்பூரில் ஹேமாவதி ஆறு காவிரியில் கலக் கின்றது. பரப்பூரில் லக்ஷ்மண தீர்த்தம் என்ற ஒழுக்கு, காவிரியில் கலக்கின்றது. இந்த மூன்று ஆறுகளும் சங்கமிக்கும் இடத்தில்தான் கிருஷ்ண சாகர் அணை கட்டப்பட்டுள்ளது. இந்த அணைக்குரிய இடத்தைத் திப்பு சுல்தான் குறிப்பிட்டிருந்தாராயினும் சர் விஸ்வேஸ்வர

அய்யாதான் திட்டம் தீட்டி அந்த அணையை இருபதாம் நூற்றாண்டின் ஆரம்பத்தில் கட்டி முடித்தார். கர்நாடகத்தில் மைசூர் பகுதியில் பன்னிரண்டு அணைகள் காவிரியின் குறுக்கே கட்டப்பட்டுள்ளன. கனககுக்கி, பருசிக்கி என்ற இரு மலை இடுக்குகள் வழியாக, சிவ சமுத்திரம் நீர்வீழ்ச்சி பாய்கின்றது. இதிலிருந்து உற்பத்தியாகும் மின்சாரம் பங்களூர், கோலார் ஆகிய நகரங்களுக்கு மின்னாற்றல் தந்துதவுகிறது.

மேகதத்து (மேகத்தைத் தொடும் ஆடு, அதாவது ஆடு குதிக்கும் அகலமுடையது என்று பொருள்) என்ற இடத்தின் வழியாகக் கொங்கு நாட்டைக் காவிரி அடைகிறது. ஒகேனக்கல் நீர்வீழ்ச்சியிலிருந்து பாய்ந்து காவிரியாறு சோழ மண்டலத்தை அடைகிறது. திருச்செங்கோடு தாலுகாவில் உள்ள சீதமலை, பாக மலை ஆகியவற்றின் இடையே மின் உற்பத்திக்கு மேட்டூர் அணை கட்டப்பட்டுள்ளது. ஈரோட்டின் அருகே பவானி ஆறு காவிரியுடன் கலக்கின்றது. நொய்யலாறும், திருமணிமுத்தாறும் ஈரோட்டை அடுத்துக் காவிரியுடன் கலந்து அகண்ட காவிரியாகின்றது. கரூரின் அருகே அமராவதி ஆறு காவிரியுடன் கலக்கின்றது. இளையனூரில் காவிரி, கொள்ளிடம் என இரண்டாகப் பிரிகின்றது. தென்னார்க்காடு மாவட்ட வயல்களுக்குக் கொள்ளிடம் நீர் ஊட்டி, தேவ (தேவி) கோட்டையில் வங்காள வளைகுடா வினுள் சங்கமம் ஆகின்றது. காவிரி குடகு மலையில் தோன்றினும் கர்நாடகத்தில் இரு சிற்றாறுகளுடன் கலப்பினும், பவானி, நொய்யல், திருமணிமுத்தாறு, அமராவதி ஆகிய நான்கு ஆறுகள் தமிழ்நாட்டில் தான் அந்நதியுடன் கலக்கின்றன. சிற்றாறுகள் எந்த எந்த மாநிலத்தில் கலக்கின்றன என்பதையும் நாம் இங்கே கவனிப்பது நல்லது.

### சங்க இலக்கியத்தில் காவிரி

எட்டுத்தொகை, பத்துப்பாட்டு ஆகிய சங்க இலக்கியங்களில் வரும் காவிரி பற்றிய குறிப்பு, சங்க காலத்திற்குப் பின் எழுந்த நூற்களில் காண்பதிலிருந்து மாறுபட்டது. கற்பனைக் கதைகளுக்கும் காவிரிக்கும் சங்க இலக்கியங்களில் தொடர்பில்லை. ஆனால் பிற்கால இலக்கியங் களில் பல இடங்களில் இந்தத் தொடர்பு குறிக்கப்பட்டுள்ளது.

சங்க இலக்கியங்களில் ஐந்திணைகளுள் குறிஞ்சியும் மருதமும்தான் ஆறுகளை வருணிக்கின்றன. காவிரியும் வைகையும் சங்க இலக்கியங் களில் முக்கிய இடம் பெறுகின்றன. அடுத்து அயிரி, ஆன்பொருநை, பொருநை, பெரியாறு ஆகியவை முக்கிய இடம் பெறுகின்றன. அரிசில், காஞ்சி, சிலம்பு, சுள்ளியம் பேராறு, சேயாறு, பஃறுளி, பெண்ணை, வாணி ஆகியவையும் குறிக்கப்பட்டுள்ளன.

*சங்க காலம்*

மேற்குத் தொடர்ச்சி மலைகளில் உள்ள குன்றுகளில் பெய்த மழையால் புதிய நீர்ப்பெருக்கு காவிரியில் தோன்றுகிறது (புறம்-166.1). சையமலைகளில் இருந்துதாம் காவிரியும் வையையாறும் தோன்றுகின்றன என்று பரிபாடல் கூறுகிறது (11:14-15). பங்குனி உத்தரம் சிறப்பிக்கப்படுகிறது (அகம் 137). வைகைக் கரையில் காமன் விழா கொண்டாடுவதையும் (கலி 35-14) மார்கழி, தைநீராடல் விழாவையும், ஆடி விழாவையும் பரிபாடல் கூறுகின்றது. இதுவும் காவிரிக்குப் பொருந்தும் என்று கருதலாம்.

காவிரிப் புனல், ஆட்டனத்தி என்பானை அடித்துச் சென்றதும் கண்ணீர் மல்கும் கண்களுடன் ஆதிமந்தி தனது காதலனைத் தேடி நடப்பதும் மாருதி என்ற தெய்வமானது ஆதிமந்தியின் காதலனைக் காட்டிப் பின்னர் மறைந்ததும் பரணரால் சங்க இலக்கியங்களில் பாடப்படுகின்றது.

வறட்சியைச் சோதிடர் கூறினும் சூலத்தின் மும்முனை போன்ற தனது கால்வாய்வழி ஒழுகிக் கரும்பு பூக்கும் வயல்களுக்கு நீரூட்டும் செய்தியைப் புறநானூறு (35) கூறுகிறது.

காவிரியாறு பிறருக்கு ஈந்து வாழும் வள்ளலுக்கும் சங்ககால அரசர்களின் வீரத்திற்கும் ஒப்பிடப்படுகிறது. யானைப்படை, எதிர்கள்மீது பாய்வது போன்று ஆறும் பாய்ந்து பரவுகிறது என்று கலித்தொகை கூறுகின்றது. அழகிய பெண்களுக்கு ஒப்புமையாகக் காவிரியாறு கூறப்படுகிறது (புறம் 68). மணம் வீசும் மலர்களால் அது அழகு பெறுகிறது. தாய் தன் மகவுக்குப் பாலூட்டுவது போன்று வயல்களுக்கு நீரூட்டுகிறது. ஆண்களிடம் காதலுணர்ச்சியைத் தூண்டுகிறது. நாட்டை மேம்படுத்தக் காவிரி எவ்வாறு செயல்படுகின்றதோ அதைப் போன்று பெண் ஒருத்தி தன் குடும்பம் அல்லது குடிக்குப் பெருமை சேர்க்கின்றாள். அழகிய பெண்ணைப் பலரும் மணக்க விரும்புகின்றனர். அதைப் போன்றே ஒரு ஆற்றையும் பலர் விரும்புகின்றனர். அழகிய நங்கையின் புகழ் நெடுந்தூரம் பரவும். அதைப் போன்றே ஆற்றின் புகழும் பாரிடம் முழுவதும் பரவும்.

காவிரியாறு ஒரு மாது, தாய், மனைவி, பெண் தெய்வம் ஆகிய நிலைகளில் இலக்கியத்தில் பேசப்படுகின்றது. வளம் கொழிக்கும் வயல்களுக்கு நீரூட்டிக் காக்கும் தாயாகக் காவிரி சங்க இலக்கியங்களில் பேசப்படுகிறது. ஆட்டனத்தியின் மரணம் என்ற செய்தி ஒன்றைத் தவிர்த்தால் வயல்களுக்கு நீரூட்டும் செய்திதான் பெரும்பான்மை. அகஸ்தியருடன் தொடர்புபடுத்திக் காவிரியைப் பேசும் புனைகதைச் செய்தி பிற்கால இலக்கியங்களாகிய சிலப்பதிகாரம், மணிமேகலை முதலியவற்றில்தான் காணப்படுகிறது. பிற்காலப் புராணங்களில் இதன் திரிந்த உருவங்கள், பலமுறை கூறப்படுகின்றன.

**தற்காலம்**

சோழ நாட்டின் வளப்பத்திற்குக் காவிரி காரணம் என்று தற்காலப் புலவர்கள் வருணித்துள்ளனர். பாரதி, பாரதிதாசன், கண்ணதாசன் ஆகியவர்களும் தஞ்சாவூர் சமவெளிக்கு நீர் வளமூட்டுவதைப் புகழ்ந் துள்ளனர். குடகுதேச நாட்டுப் பாடல்களில் காவிரியின் தாக்கம், மணமான, மணமாகாத பெண்கள் கொண்டாடும் காவிரிப் பெருக்கு விழா, காவிரியுடன் தொடர்புடைய இடப்பெயர்கள், ஆட்பெயர்கள் முதலியவை காவிரியின் செல்வாக்கை மேலும் வலியுறுத்தும்.

தமிழ் இலக்கிய வரலாற்றில் காவிரியாற்றின் சிறப்பு அம்சங்கள் எவ்வாறு குறிக்கப்பட்டுள்ளன என்ற செய்தி இலக்கியக் காலகட்டத்தைக் கோடிட்டுக் காட்ட உதவும். ஆனால் இக்கட்டுரையில் அதனை விளக்குவது பொருந்தாது.

**காவிரி நீரின் தோற்றமூலம்**

கோள் நிலை மாறினும் நீரின் நிலை திரியாக் காவிரியாகக் (புறம் 35:6-9) குறிக்கப்படுகின்றது. அரசரது ஆயுள்காலம் காவிரியின் மணல் பரப்புப் போன்று நீண்டது (புறம் 43:19-23). காவிரித் தலைவன் (புறம் 58:1). அண்மையில் மகனையீன்ற தாயின் முலையிலிருந்து சுரக்கும் பால் போன்று காவிரி வயல்களுக்கு நீரூட்டுகின்றது (புறம் 68:8-9).

காவிரியின் பெருநீர், கரைகளை முட்டும் (புறம் 174: 6-8); அம்பரில் தாழ்நிலங்கள் காவிரி நீரால் நீரூட்டப்படும் (புறம் 385:8-10); காவிரியின் நீரால் காக்கப்படும் நிலத் தலைவன் (புறம் 393:23-25); காவிரித் தலைவன் கிள்ளி வளவன் (புறம் 399:11-13); மூன்று சிற்றாறுகளும் கிழக்கே பாயும் காவிரியும் சங்கமமாகும் கூடலைப் பற்றிப் பதிற்றுப் பத்து (50:5-7) குறிப்பிடுகிறது. காவிரியால் நீர் பெறும் பரந்த நிலம் (பதிற்றுப்பத்து 73:8); காவிரி நீரால் வளம் பெறும் வயல்கள் போன்ற அரசி (பதிற்றுப்பத்து 90:46-50); ஒவ்வொரு வயலிலும் ஆயிரம் கலம் விளையும் சாலி நெல் (பொருநராற்றுப் படை 246-248); வானம் பொய்ப்பினும் மலையகத்திலிருந்து பிறந்து கடலில் கலக்கும் காவிரி பொய்யாது வயல்களுக்கு நீரூட்டிப் பொன் விளைவிக்கும், குடகு மலையில் பிறக்கும் காவிரி பற்றி மலைபடுகடாம் குறிக்கின்றது (527); காவிரியின் நீர்ப்பெருக்கு கரையோர மூங்கில்களை வளைக்கும் (அகம் 6:3); வெள்ளப் பெருக்கின் சுழியில் குதித்தாடுவது போன்று காதல் முற்றிய தலைவன், தலைவியின் மார்பகத்தில் ஆடிக் களிப்பான் (அகம் 62:9-12); கரை மோதும் வெள்ளத்தைக் கட்டுக்கடங்க வைக்கும் கரை களையுடைய காவிரி (அகம் 76:11-13); கடல் மணலை அரித்திடும்

அகன்ற காவிரி (அகநானூறு 11:14); மணநாள் நகைகளை அணிந்து, தலைவன் காவிரி நீரில் எங்களுடன் விளையாடினான் (அகம் 166:13-15); ஆற்று நீர்க் காவிரியின் தலைவன் பண்ணன் (அகம் 177:14-17).

அகன்ற துறைகளையுடைய காவிரியின் இரு கரைகளில் நுரைகளின் இடையே காவிரிப் புனல் விரைவில் பாயும் (அகம் 181:11-14); காவிரி நாடு (அகம் 186:15-16); காவிரி நதியின் நடுவே உருப்பெறும் ஏரிகள், பட்டினங்களைச் சூழ்ந்துள்ள வயல்களுக்கு நீரூட்டுகின்றன (அகம் 205:8-12). பிற்காலப் புராணங்களில் அவற்றின் வருணனை பலமுறை கூறப்படுகிறது. காவிரியின் கருமணல் போல அழகிய நங்கையின் கூந்தல் (அகம் 213:20-24).அதிகாலையில் காவிரியில் வந்து பெருகும் கட்டுக்கடங்காத பெருவெள்ளம் (அகம் 266:1-13). கரைகளை அரித்து ஒழுகும் காவிரியின் பெருவெள்ளம் (அகம் 341:4-5). தன் அழகிற்காகப் பல ஆபரணங்களை அணிந்ததால் காவிரி மறைத்தது (அகம் 376:7-11). கழைக்கோலால் ஆழத்தை அளக்க முடியாத காவிரியின் நீர்நிலை (அகம் 123-11). உறந்தையைச் சுற்றியுள்ள வயல்களில் நீர் ஊட்டும் காவிரி (137:5-7). மருத மரங்கள் வளரும் நீண்ட துறைகளையுடைய காவிரி (குறுந்தொகை 258:1-4). ஒரு பெண் யானை கிடக்கும் இடத்தில் ஏழு யானைகள் உண்ணுவதற்குரிய நெல் மணிகளைத் தூற்றி வைக்கும் காவிரி வயலிடம் (புறம் 40:11-10).

காவிரியின் நீர் புனிதமானது. அதில் நீராடுவதை மக்கள் பழக்கமாகக் கொண்டனர். (பட்டினப்பாலை 82:100), பதிற்றுப்பத்து (31:1-10), பரிபாடல் (11:90-91), கலித்தொகை (59:13), கலித்தொகை (140:13). பொன்னால் செய்த மீன் உருவங்களை வைகை நதிக்குப் படைப்பதைப் பரிபாடல் (6:10-12; 85-86) கூறுவதால் காவிரிக்கும் இது பொருந்தும். புதுப்புனல் வருகைக்காகக் கடவுளை வேண்டுவதும் பஃறுளி, வைகை ஆகிய இரு நதிகளின் கரையில் சிவனுக்குக் கோயில் எழுப்பப் பட்டுள்ளதால் (புறம் 9:11-6; 18, மதுரைக் காஞ்சி 455, பரிபாடல் 11:77-78) அவை காவிரிக்கும் பொருந்தும்.

கங்கையாறு புனித ஆறாகச் சங்க இலக்கியங்களில் கூறப்பட வில்லை. காவிரி, குடவனாறு, பொருநை ஆகிய மூன்றும் சங்கமம் ஆவதைப் பரணர் கூறுகின்றார் (பதிற்றுப்பத்து 50 - பழைய உரை), பட்டினப்பாலை (113:117). குடகு மலையில் பிறக்கும் காவிரி பற்றி, மலைபடுகடாம் குறிக்கின்றது (527). [வெள்ள ஒழுக்கின் சுழியில் குதித் தாடுவது போன்று காதல் முற்றிய தலைவன் தலைவியின் மார்பகத்தில் ஆடிக் களிப்பான் (அகம் 62:19-12)]. கரை மோதும் வெள்ளத்தைக் கட்டுக்கடங்க வைக்கும் கரைகளை உடைய காவேரி (அகம் 76: 11-13). கடல் மணல் அரித்திடும் அகன்ற காவிரி (அகநானூறு 11,14).

சையம் என்ற மலையிலிருந்து வைகை உற்பத்தியாவதைப் பரிபாடல் கூறுகிறது (11:14-15). உறந்தையின் பக்கத்திலுள்ள காவிரி மணல், பங்குனி விழா முடிந்ததும் தலைவனைப் பிரிந்த மகளிரின் முகம் போல அழகின்றிக் காணப்பட்டது. வீட்டு அடுப்பில் தீயில்லாதது போலவும் அது காட்சி தந்தது (பதிற்றுப்பத்து 48).

காஞ்சியாற்றில் நீர் விளையாட்டு நடப்பதைப் பதிற்றுப்பத்து கூறுகின்றது (48). ஒவ்வொருவருடைய வேண்டுகோளைப் பூர்த்தி செய்ய ஆறு வணங்கப்படுவதைப் பரிபாடல் கூறுகிறது. காவிரி, கங்கை, வைகை, சிலம்பாறு, அயரையாறு ஆகியவை புனிதமானவை என்று குறிப்பிடப்படுகின்றன.

காவிரியும் கங்கையும் தெய்வத் தொடர்புடையனவாகக் கூறப் படுகின்றன (சிலம்பு).

சோழ நாட்டைக் காவிரி தனது குழந்தையாகப் பாதுகாக்கிறது (சிலம்பு. 7-27).

காவிரியின் நீர் புனிதமானது (சிலம்பு). இந்திர விழாவின் முதல் நாள் அவனுடைய படிமத்தைக் காவிரி நீரால் கழுவுவர் (சிலம்பு 5-168).

கற்புடை மாதுடன் காவிரி ஒப்பிடப்படுகின்றது (சிலம்பு). மக்களை ஈன்ற தலைமகளாகவும் சோழர்களின் அரசியாகவும் காவிரி கூறப் படுகின்றது (சிலம்பு).

கவேரனின் மகளாகக் காவிரி மணிமேகலையில் குறிக்கப்படுகிறாள் (3-55:9-52). சுதமதியின் தந்தை கௌசுகன் காவிரியில் புனித நீராடி திரும்பிய போது மிகவும் துன்புற்றதாக மணிமேகலை கூறுகின்றது (3-29, 30; 7-102, 105).

காவிரியின் மணலில் தோற்றுவிக்கப்பட்ட பொம்மை உருவங்கள், தமது தலைவர்களாகக் காப்பாற்றப்படுகின்றன. கற்புடைய பெண்டான ஆதிமந்தியின் கதை சங்க இலக்கியத்தில் குறிக்கப்பட்டுள்ளது போல் சிலம்பும் கூறுகின்றது.

அரங்கநாதர் கிடக்கும் வண்ணத்தைச் சிலப்பதிகாரம் கூறுகின்றது. காவிரியின் தென் கரையில் திருமாலுக்கு ஒரு கோயில் இருந்ததாகச் சிலப்பதிகாரம் கூறுகின்றது.

பதினெண் கீழ்க்கணக்கு நூல்களில் ஒன்றான களவழி நாற்பதில் காணப்படும் 41 பாடல்களில் 27 சோழன் செங்கண்ணானுடன் காவிரியைத் தொடர்புபடுத்திப் பேசுகின்றன. சோழ நாட்டின் செழிப்பிற்கு அந்த ஆறு காரணமாக இருப்பதை அந்நூல் புகழ்கின்றது.

பெருங்கதையும் சீவக சிந்தாமணியும் வடநாட்டுக் கதைகளைத் தமது கருவாகக் கொண்டதால் காவிரியைக் கூறவில்லை. தமிழ்நாட்டு

ஆறு ஆகையால் அதனைப் பற்றிய குறிப்பு எதுவும் இல்லை. அவை போன்றே உமறுப்புலவர் செய்த சீறாப்புராணமும் கிறிஸ்தவர்கள் இயற்றிய இலக்கியங்களும் காவிரியைக் குறிக்கவில்லை. சில இடங்களில் காணப்படும் சிறு குறிப்புகளைத் தவிர கம்பராமாயணம், காவிரி பற்றியோ ஏனைய தமிழ்நாட்டு ஆறுகளைப் பற்றியோ குறிக்க வில்லை.

**பக்தி இலக்கியம்**

பக்தர்களும் மணமாகாத பெண்டிரும் காவிரியில் நீராடிக் கடவுளை வணங்கக் கோயிலுட் செல்வர் *(4:92-7)*. ஆற்றில் நீர் வற்றினால் கடவுள் வழிபாடு நிலைகுலையும்; கடவுளர்க்குரிய படைப்புகள் மறைந்து விடும். சந்தனம் அகில் முதலியவற்றை மலையிலிருந்து கொண்டுவந்து ஒழுகும் காவிரி நீரில் பூக்கள் சிதறும் *(3:70-2)*. காவிரி வயல்களில் நெல் கரும்பு போலவும், கரும்பு பாக்கு மரம் போலவும் வளரும் (பெரிய புராணம் 65). நிலத்தைக் காப்பது கடவுளின் தொழில். அதனைக் காவிரி செய்கின்றது. அதனைக் கண்டு மகிழ்ந்த சிவன் அதன் கரையில் நடன மாடுகின்றான்; திருமால் எவ்விதக் கவலையுமின்றித் தூங்குகின்றான்: இவ்வாறு ஈழத்து அரசன் காவிரியைப் புகழ்கின்றான். சைன சந்நியாசி பிறர் அறியா வண்ணம் காவிரியின் மீன்களைப் பிடித்து உண்ணுவர் *(3:47-10, 3:82-109, 2:114-10)*. சந்தனம், அகில், பலவகைப் பூக்கள் முதலியவற்றால் காவிரி கடவுளை வழிபடுகின்றாள் *(1:32-8, 2:4-2)*. காவிரியில் கடவுள் நீர்மஞ்சனம் ஆடுகிறார் *(4:75-1, 1:32-2)*. பக்தர்கள் வரிசை வரிசையாக நீர் நிறைந்த குடங்களுடன், பூக்களுடன் அய்யாறு என்ற இடத்தில் உறையும் கடவுளிடத்தில் பணிந்து வழிபடுகின்றனர். திருவிழாவின் எட்டாவது நாள் கடவுளின் படிமத்தைக் காவிரி நீரில் அமிழ்த்துவர் (அப்பர் *4:50-2*). காவிரிக் கரையிலுள்ள வெண் மணலால் படிமத்தைத் தோற்றுவித்து வணங்குவர் *(1:62-4)*. பெண் கடவுளர்களின் உருவத்தை மணலால் செய்வதைப் பரிபாடல் *(11:74-92)*, திருப்பாவை *(2, 3, 13)* கூறுகின்றன. நீராடும் பக்தர்களின் பாவங்களைக் கழுவும் நீர் *(7:74-6)*. சிவனின் எட்டு உருவங்களில் ஒன்று நீர் என்பதை மணிமேகலை கூறுகின்றது *(27:86-95)*. அப்பரால் திருவானைக்கா குறிப்பிடப்படுகிறது *(6:63)*. வான்மீகி இராமாயணத்தில் ஒரு புதுப் பெண் தனது கணவன் மனையில் செல்வது போன்று, காவிரி கடலுட் செல்கின்றது என்று குறிப்பிடப்படுகின்றது. மாநகர மங்கையர் காவிரி யில் நீராடுவதைப் பற்றி வான்மீகி இராமாயணம் குறிக்கின்றது.

கங்கையை அடுத்துக் காவிரியைப் பட்டினப்பாலை *(190)*, சிலம்பு *(25:120)* முதலியவை குறிக்கின்றன. அகத்தியர் கங்கைக்குச் சென்று

காவிரியைப் பெற்றார் (தொல்காப்பியம், சிறப்பு: நச்சினார்க்கினியர்). கங்கை நீர்போன்று காவிரி நீரும் புனிதமானது என்பதைத் தொண்டரடிப் பொடியாழ்வார் புகழ்கின்றார் (16:32-8). கும்பகோணம் காரோணத்தில் (விசுவநாதர் கோயிலில்) ஒன்பது படிமங்களை வழிபடுகின்றனர். கடவுளின் திருவிளையாடல்கள் காவிரி நதியில் நடந்ததாகக் குறிப்பிடப்பட்டுள்ளன. எடுத்துக்காட்டாக, பூக்கூடை ஏந்திய பிராமணர் ஒருவரைப் பெருவெள்ளம் அடித்துச் செல்லாது கடவுள் காக்கின்றார். திருவையாற்றில் சுந்தரரும் சேரமான் பெருமாளும் நடந்து சென்று வழிபடுவதற்காக ஆறு அடக்கப்பட்டதாகக் குறிக்கப்படுகின்றது (7:77). நீராடும்போது நீரில் மறைந்த சோழ அரசனின் மாணிக்க மாலை திருவானைக்காவிலுள்ள கடவுள் அருளால் நீர்க்குடத்தில் புக எடுத்து ஒப்படைக்கப்பட்டது (3:53-3, 7:75-7) என்று குறிக்கப்படுகின்றது.

வட ஆறு, வெண்ணாறு, வெட்டாறு, குடமுருட்டி, காவிரி ஆகிய ஐந்து ஆறுகளும் தஞ்சாவூருக்கும் திருவையாற்றுக்கும் இடையே ஒழுகுவதையும் (பெரிய புராணம் 138), திருவரங்கத்தில் காவிரியாற்றை அரங்கநாதர் வழிபடுவதையும் பெரிய புராணம் (138) கூறுகின்றது. நாயன்மார் 63 பேரில் முப்பதுக்கும் மேற்பட்டவர்கள் காவிரி ஒழுகும் ஊர்களில் பிறந்தவர்கள். காவிரிக் கரையில் காணப்படும் சிவன் கோயிலின் எண்ணிக்கையும் மிகவும் கூடுதல். அவற்றைப் போன்றே திருமால் சிறப்புப் பெற்ற கோயில்களும் அதன் கரையில் இருக்கின்றன.

மதுரையை அழிக்கவல்ல பெருவெள்ளம் வைகையில் பாய்ந்ததால் பாண்டியரசியின் பொற்கலன்களும், முத்துக்களும், துகிலும், பவளம் பொறித்த ஆபரணங்களும் நீரில் காணப்படும் என்ற செய்தியை திருவாதவூர் அடிகள் புராணம் (4:8) கூறுகிறது.

கணபதி, காகத்தின் உருவத்தை எடுத்து அகஸ்தியரின் கமண்டலத்தைக் கவிழ்த்ததால் நீர் ஒழுகி அது காவிரியாக மாறியது (926).

வயல்களுக்கு நீரூட்டும் தாயாக, பலவகை மலர்களைச் சுமந்து ஓடும் காவிரியைப் பற்றி பாரதிதாசன், கண்ணதாசன் முதலியவர்கள் பாடியுள்ளனர். தமிழோடு காவிரியாற்றுக்குள்ள நெருங்கிய உறவைத் தற்காலப் புலவர்கள் புகழ்ந்துள்ளனர்.

இலக்கியத்தில் காணப்படும் ஆற்றணி, தசாங்கம் என்னும் இலக்கியப் பிரிவில் ஒரு பகுதியாக வருணிக்கப்படுவதும், பள்ளு இலக்கியத்தில் ஆற்றின் பெரு வெள்ளம் குறிக்கப்படுவதும் ஓடப்பாட்டு என்ற நாட்டுப் பாடலும் ஆற்றோடு தொடர்புடையன.

காவிரி புராணமும் பொன்னி மான்மியப் புராணமும் சிற்றம்பல முனிவர் என்பவரால் பாடப்பட்டவை. அருணாசல சுவாமிகள் காவிரி தீர்த்த மான்மியம் 1910இல் யாத்தார். தலைக்காவிரிப் புராணம் என்ற

நூலை சடகோபாச்சாரியார் 1983இலும் தலைக்காவிரி மகாத்மியம் திருநெல்வேலி எஸ். துரைசாமி ஐயரும் செய்தனர். அவற்றில் காவிரியோடு தொடர்புடைய புராணக் கதைகளைத் தொகுத்துக் கூறுகின்றனர். கோபாலய்யர் செய்த காவிரி இரகசியம், டாக்டர் இராஜமாணிக்கம் செய்த பொன்னி முதலியவையும் காவிரி பற்றிய ஆய்வுக்கு உதவுவன. நூலோதியில் சில நூற்கள் மேலும் கூறப்படுகின்றன.

காவிரிப் புராணத்தில் காணப்படும் பழங்கதைகள் கீழ்வருமாறு:

இமாலயத்தில் குபேரன் செய்த தவம், பிரம்மா அளித்த வரம், அதனால் பிறந்த குழந்தை விஷ்ணுவின் அம்சமாகிய விஷ்ணுமாயை, குபேரனுக்கு மாயை மகளாகப் பிறந்தது. லோபாமுத்திரை என்ற மற்றொரு பெயர் கொண்ட அவளே சைய மலையிலிருந்து நதியாக ஒழுகினாள். விஷ்ணு அளித்த வரத்தால் நெல்லி மரம் தோன்றியது, பிஞ்ஞை ஆற்றினுடைய நீரைத் தனது சங்கில் நிரப்பி பிரம்மா அந்த மரத்தைக் கழுவியது, காவிரி அதனுடன் கலந்ததால் தென்னகக் கங்கை ஆனது முதலிய செய்திகள் கூறுப்படுகின்றன.

அதில் நீராடுகின்றவர்கள் அவர்களுடைய பாவம் கழுவப்படுவதால் வானுலகம் செல்வர். கங்கையைவிட மேலானது. ஏன் எனில் சிவனின் முடியில் கங்கை இருப்பினும் திருமாலை அதன் மடியில் கொண்டிருப்பதுதான். அகத்தியரின் மனைவியாகிய லோபாமுத்திரை ஒரு ஆறாக மாறுவதற்குத் தவமிருந்தது. பதினான்கு ஆறுகள் அதனுட் பாய்ந்து கலப்பதும் அகத்தியரின் கமண்டலத்தில் கங்கை முதலாகிய ஏனைய ஆறுகளின் நீர் இருந்ததால், காவிரி ஒழுகியது என்றும், அகத்தியரே லோபாமுத்திரையை முதலில் மணந்தது, நோய் நீங்குவதற்கும் அதன் நீரே தக்க மருந்தாக மாறியது முதலியவை குறிக்கப்படுகின்றன. நீராடுவதற்கு முன் எண்ணெய் தேய்ப்பது காவிரியாற்றில் விலக்கப்படுகிறது. வெற்றிலை உண்பதும், முடி திருத்துவதும் அதன் கரையில் விலக்கப்படுகின்றன. காவிரியின் அருகாமையில் இருப்பவர்கள் கடுஞ்சொற்களை விலக்க வேண்டும்; நீராடிய பின்னர் தவம் செய்ய வேண்டும் என்று கூறப்பட்டுள்ளது. ஆடி, தை மாதங்களில் அமாவாசை அன்று காவிரியில் நீராடுவது புனிதமானது.

குடகு நாட்டில் வாழும் மக்களின் நாட்டுப் பாடல்கள் காவிரியை ஒரு தாயாக, காவல் தெய்வமாக, அதன் வயல்களை நீரூட்டுவதாகச் சித்தரிக்கின்றன. கொங்கு நாட்டு சோழ மண்டல நாட்டுப் பாடல்களின் தொகுப்பில் காவிரி பற்றிய குறிப்புகள் பல காணப்படுகின்றன. காவிரி நதிக் கரையில் ஆடிப்பெருக்கு என்று கூறப்படும் பெண்கள் மேற்கொள்ளும் சடங்கு இன்றும் நடைபெறுகிறது. தமிழ்நாட்டில் காணப்படும் ஏனைய ஆறுகளிலும் பெண்கள் இன்றும் மேற்கொள்கின்றனர்.

கரை கட்டியதும், ஆற்றின் குறுக்கே அணை கட்டியதும் சங்க இலக்கியங்களில் காணப்படவில்லை. கால்வாய் வழியாக நீரை வயல்களுக்குப் பாயுமாறு செய்வதைப் புறநானூறு குறிப்பிடுகின்றது. தெலுங்குச் சோழ அரசன் புண்ணிய குமாரன் விடுத்த செப்பேட்டில் (கி.பி. 7ஆம் நூற்றாண்டு) கரிகாலன் கரை அமைத்துக் காவிரியாற்றை அடக்கினான் என்று கூறப்படுகிறது. இந்தச் செய்தியைப் பல சோழர் காலச் செப்புப் பட்டயங்களும் பிற்கால இலக்கியங்களும் மீண்டும் மீண்டும் கூறுகின்றன. சோழர் ஆட்சியில் மூன்று கரிகாலர்களை வரலாறு குறிக்கின்றது.

நீண்ட கால்வாய் ஒன்றைப் பெருவள வாய்க்கால் என்று வழங்கு வதால் பெருவளவன் என்ற பெயரில் சோழர்கள் அழைக்கப்பட்டதன் அடிப்படையாக அந்த வரலாறு அமைந்திருக்கலாம். காவிரியின் வடபகுதியில் துவங்கி முசிறி, லால்குடி தாலுகா வழிப் பாயும் இந்த வாய்க்காலையும் கரிகாலன் நிருமித்ததாகக் கூறுப்படுகின்றது.

உழவுக்கு இந்த ஆற்று நீரை மிகச் செம்மையாகப் பயன்'படுத்தியது சோழச் சக்கரவர்த்திகள்தாம் (850 முதல் 1279). உபநதிகளின் பெயர் களிலிருந்து இதனை மறைமுகமாக ஊகிக்க இயலும். அந்தக் கால இடைவெளியில் ஆண்ட சோழப் பேரரசின் பெயரை இவை தாங்கி யுள்ளன. எடுத்துக்காட்டாக (அகிமாலையாறு, சோழச் சூடாமணியாறு, வீரச் சோழனாறு). பெரிய கால்வாய்களில் சில, மனிதர்கள் வெட்டிய தாக இருக்கலாம். ஆடி, ஆவணி மாத மழையால் கால்வாய்களின் கரைகள் உடைந்து துன்பம் விளைவிப்பதைச் சோழர்காலச் சமுதாயம் அனுபவித்ததாகத் தெரிய வருகிறது. பல கல்வெட்டுகள் பெரு வெள்ளத்தால் நிலம் பயிரேற்ற முடியாமல் பாழாகக் கிடந்ததைக் குறிப்பிடுகின்றன. காவிரிச் சமவெளியின் வட பாகத்தில் அடிக்கடிப் பெரு வெள்ளப்போக்கு ஏற்படுவது குறிக்கப்படுகின்றது. அதனைத் தடுக்கக் கரைகளை உயர்த்துவது, கரையின் அருகில் மூங்கில் மரம் நட்டு வளர்ப்பது, சேற்றையும் மணலையும் அடிக்கடி தூர்வாரி ஆழப் படுத்துவது முதலியவை மேற்கொள்ளப்பட்டன. ஆனால் கால்வாய் களின் தலைக் கட்டில் நீரைக் கட்டுப்படுத்தி ஒழுகுமாறு செய்ய மடைகளோ அடைப்புகளோ அமைக்கவில்லை.

கல்லணை அல்லது பெரிய அணை சோழர்களால் கட்டப்பட்டது என்பது ஐயத்திற்குரியது. 18ஆவது நூற்றாண்டில் பழுதுபார்த்து இது மாற்றியமைக்கப்பட்டது. கல்லணை என்று பெயர் சூட்டப்பட்ட இந்த அணை சோழர்களால் - குறிப்பாகக் கரிகாலனால் - கட்டப்பட்டது என்று மரபுச் செய்திகள் கூறினாலும் 15ஆம் நூற்றாண்டு முதல்தான் இதன் பெயர் பழைய ஆவணங்களில் காணப்படுகிறது. இலக்கியங்

களில் இதற்கப்புறம்தான் இது பற்றிய செய்திகள் காணப்படுகின்றன. விஜய நகரக் கல்வெட்டுகளில் இந்த அணையைப் பராமரிப்பதற்கு வரி விதித்த செய்தி காணப்படுகின்றது. கி.பி. 1650-1728இல் தோன்றிய சோழ மண்டல சதகத்தில் இந்த அணையைக் கட்டியது குறிக்கப் படுகிறது. இதுதான் முதல் முதலில் காணப்படும் பழைய இலக்கியச் சான்று. மெக்கன்ஸி ஆவணங்கள் (1800) இதைப் பற்றிய செய்திகளைக் கூறுகின்றன. எனவே கல்லணை கி.பி. 15ஆம் நூற்றாண்டில் விஜய நகர அரசன்கீழ் வாழ்ந்த ஒரு சிற்றரசனால் கட்டப்பட்டிருக்கலாம்.

இலக்கியங்கள், கல்வெட்டுகள், நாட்டுப் பாடல்கள் முதலிய வற்றில் காணப்படும் காவிரி பற்றிய குறிப்புகளைக் கீழ்வருமாறு வகை செய்யலாம்:

1. வயல் வளத்தின் கருவி
2. மக்கள் மகிழும் நீரோட்டம்
3. புனிதத் தன்மை
4. தெய்வத் தன்மை
5. நெல் வயலுக்கு நீரூட்டுவது

சங்க இலக்கியங்கள் ஒன்றையும் இரண்டையும் கூறுகின்றன. சங்க காலத்தின் பின்னுள்ள இலக்கியங்கள் 1, 2, 3, 4ஐக் கூறுகின்றன. கல்வெட்டுகள், செப்புப் பட்டயங்கள், ஆவணங்கள் ஐந்தினைக் குறிக்கின்றன. எழுத்து இலக்கியங்களிலும் வாய்மொழி இலக்கியங் களிலும் காவிரி ஆற்றின் ஒவ்வொரு அம்சமும் வேறுபடச் சிறப்பிக்கப் படுகின்றன.

காவிரியின் நிம்மதியான ஒழுக்கும் அமைதி நிலையும் இந்து புத்த சைன முனிவர்களை வெகுவாகக் கவர்ந்தன. காவிரியின் கரையில்தான் மிகக் கூடுதல் எண்ணிக்கையில் கோயில்கள் காணப்படுகின்றன. அதனால் அதன் புனிதத் தன்மை பல மடங்கு பெருகியுள்ளது.

**நூலோதி**


கே.நாகராஜன், *காவிரி*, அருணால் ஹைண்ட் மேன், புது டெல்லி, 1975.

எம்.எஸ்.வெங்கடாச்சாரியாரும் பிறரும், *காவிரி*, வார்தா பதிப்புக் கழகம், சென்னை, 1950.

சிட்டியும் ஜானகிராமனும், *நடந்தாய் வாழி காவேரி*, புக் வெஞ்சர், சென்னை, 1971.

எ. சிங்காரவேலு முதலியார், *அபிதான சிந்தாமணி*, ஏசியன் எடுகேஷனல் சர்வீஸ், புது டெல்லி, 1982.

பொன். சுப்பிரமணிய பிள்ளை, ஆசிரியர் *காவிரி புராணம்*, திருவிடை மருதூர், திருவாடுதுறை, 1966.

எஸ்.வி.சுப்பிரமணியனும் பிறரும், *தமிழ் இலக்கியத்தில் ஆறு*, தமிழ் இலக்கியப் பதிப்பகம், சென்னை, 1979.

கணபதி சுப்பிரமணியன், *காவிரி அம்மன் வழிபாடு*, தாமரை, நவம்பர் 1984, 99 11-4.

பெ. தூரன், *கலைக்களஞ்சியம்*, தொகுதி-3, சென்னை.

தமிழ்ப் பல்கலைக்கழகச் சங்க நூற்களஞ்சியம், களஞ்சியத் துறை ஆகியவற்றில் தொகுத்துள்ள அட்டைகளையும், கல்வெட்டுத் துறை தொகுத்த கல்வெட்டுச் செய்திகளையும் நான் பயன்படுத்தி உள்ளேன். அவற்றின் தலைவர்களுக்கு எனது கடப்பாடு.

# பதிப்புக் கலை

என் மாணவ நண்பர் திரு. மூ. இராமகிருட்டிணன் திருவனந்தபுரத்தில் சென்ற இடையாண்டு விடுமுறையில் என்னைக் காணவந்தபொழுது, ‘செய்வதற்கு ஏதேனும் வேலையிருந்தால் தாருங்கள்’ என்று கேட்டார். அப்போது புறநானூற்றின் பல பதிப்புக்களில் காணும் பாட வேறுபாடு களை நான் ஆராய்ந்துகொண்டிருந்தேன். எனவே, ‘பிரதிபேதங்களை வகைப்படுத்தி ஒழுங்கு செய்ய இயலுமாயின் நன்றாக இருக்கும்’ என்றேன். அதைச் செய்வதற்குரிய முறையை உசாவி ஊர் திரும்பிய ஓரிரு மாதங்களுக்குள்ளாகவே நான் எதிர்பார்த்ததைவிடச் சிறப்பாக உழைத்து, அதனை வகைப்படுத்தி ஆராய்ந்து எனக்கு அனுப்பியிருந்தார். என் தேவை அன்றே நிறைவேறியதாயினும், மற்றவர்களுக்கும் இவ்வாராய்ச்சியின் முடிவு பயன்தரக்கூடும் என்று நினைத்து அதனை விரிவாக்கி அச்சேற்றுமாறு அவருக்கு எழுதினேன். அதன் விளைவே அழகிய இந்த *பிரதிபேத ஆராய்ச்சி*.

பழைய தமிழ் இலக்கியங்கள் அனைத்தும் பனையோலையிலிருந்து பெயர்த்துப் பதிக்கப்பட்டவை என்பதை நாமறிவோம். ஒவ்வொரு இலக்கியத்திற்கும் பல ஏடுகள் கிடைத்தமையும், அவற்றை ஆதார மாகக் கொண்டு சுத்தப் பதிப்புக்களை வெளியிட முயன்றமையும், பதிப்பாசிரியர்கள் வாயிலாய் நாம் தெரிகின்றோம். இவ்வாறு பல ஏடுகளைப் பயன்படுத்திச் சுத்தமாகப் பதிப்பிப்பது ஒரு தனிக் கலை யாக மேல்நாட்டில் வளர்ந்திருக்கிறது. நமது நாட்டில் பதிப்புப் பணியைச் சிறப்பாகச் செய்தவர்களுள்ளே உ.வே.சாமிநாதையர், சி.வை. தாமோதரம் பிள்ளை, எஸ்.வையாபுரிப் பிள்ளை முதலியவர் களைக் குறிப்பிட வேண்டும். பதிப்புப் பணியில் ஈடுபட்டிருக்கும் நிலையங்களுள்ளே கம்பராமாயணத்தை வெளியிட்டுவரும் அண்ணா மலைப் பல்கலைக்கழகத்தையும், அடையாற்றிலுள்ள கலாக்ஷேத்திரத் தையும் கூற வேண்டும்.

முன்னர் குறிப்பிட்ட மூவருள், உ.வே. சாமிநாதையர் ஏடுகளைச் சேகரித்து வகைப்படுத்தி, நல்ல ஏட்டைத் தெரிந்தெடுத்துப் பாட பேதங்களைக் குறித்துத் திறமையாகப் பதிப்பித்தார். ஆனால், சுத்தப் பாடங்களை நிறுவுவது அவர் நோக்கமன்று. ‘அது பின்னர் ஆராய்ச்சி யால் தெளிவுபட வேண்டியது’ என்று அவர் கருதியிருந்தார் எனலாம். புறநானூற்றின் 280ஆவது பாடலின் 15ஆவது வரிக்கு அவர் எழுதிய குறிப்பே இதற்குச் சான்றாகும். இதனால் மிக எளிதாகத் திருத்தக்

கூடியனவற்றைக்கூடத் திருத்தாமல் இருந்தவாறே அவர் பதிப்பித்துள்ளார். பாடங்களைத் தக்க சான்றுகளும், ஆராய்ச்சியும் இல்லாமல் திருத்துவது தகாது என்ற கொள்கையே அவருடைய பதிப்பிற்கு அடிப்படையாக அமைவதை நாம் ஊகித்தறியலாம். சி.வை. தாமோதரம் பிள்ளை அவ்வாறன்றி, தமக்குத் தோன்றியவாறே பல இடங்களில் திருத்த முனைந்தார். இதற்கு ஆதரவாகப் பல காரணங்களைத் தாம் பதிப்பித்த சூளாமணியின் முன்னுரையில் கூறியிருக்கிறார். ஆனால், எஸ். வையாபுரிப் பிள்ளை பதிப்புக் கலையின் நுணுக்கங்களை நன்றாகத் தெரிந்திருந்தார். அவர் பதிப்பித்த புறத்திரட்டு, அவர் ஆதரவில் வெளிவந்த சங்க இலக்கியம் ஆகியவற்றில் இந்தத் திறத்தின் சாயல்கள் தென்படினும் கம்பராமாயணப் பதிப்பு எவ்வாறிருக்க வேண்டும் என்பதைப் பற்றி விளக்கமாகக் கூறியிருக்கும் *கம்பன் காவியம்* என்ற நூலிலிருந்து இதனை நாம் நன்கறிய முடிகிறது. பதிப்புப் பணியில் உ.வே. சாமிநாதையர் பழைய முறையைப் பின்பற்றியவர் என்றால், வையாபுரிப் பிள்ளை புது முறையைப் பின்பற்ற ஆயத்தம் செய்தவர் எனலாம். இந்த இரு முறைகளின் வேறுபாட்டைத் தெரிய வேண்டுமாயின் மேல்நாட்டில் சிறப்பிடம் பெற்று விளங்கும் பதிப்புக் கலையின் (*டெக்ஸ்டுவல் கிரிட்சிஸம்*) போக்கை ஓரளவேனும் நாம் தெரிய வேண்டும்.

ஓர் இலக்கியத்தின் 'சுத்தப் பதிப்பு' பாடத்தில் காணும் ஐயங்களை நீக்கிப் பொருள் தெளிவு ஏற்பட வழிசெய்ய வேண்டும். படிப்பவர்கள் தாமே பாடத்தை உறுதிசெய்துகொள்வதற்காக எல்லாப் பிரதிகளிலும் காணும் பாடங்களையும் ஒழுங்காகப் பிழையின்றிக் கொடுக்க வேண்டும். பலவகையான பிரதிகளிற் காணும் எல்லாப் பாடல்களையும், வரிகளையும் சுத்தப் பதிப்பு கொண்டிருக்க வேண்டும். தெளிவற்ற ஒரு சொல்லால் அல்லது ஒரு வரியால் பாட்டின் பொருள் குறித்து மயங்க நேரிடும். எனவே இலக்கியத்தை அனுபவிப்பதற்குப் பாடத் தெளிவு மிகவும் இன்றியமையாதது. இதுமட்டுமன்று; பண்டைத் தமிழ் இலக்கியங்கள் அனைத்தும் கால வரையறை பெறாதவை. இவற்றின் காலத்தை நிர்ணயிப்பதற்குரிய ஒரேவொரு நம்பகமான வழி, மொழிநிலை ஆராய்ச்சியாகும். பாடத் தெளிவும் உறுதியும் இல்லாவிடின் நிலையான எந்த முடிவும் இந்தத் துறையில் ஏற்படுவது இயலாது. எனவே, தமிழ் மொழி வரலாற்றுக்குப் பதிப்புக் கலையின் தேவையை மேலும் வற்புறுத்த வேண்டிய தேவையில்லை அல்லவா?

சுத்தப் பதிப்பை வெளியிட நினைக்கும் ஆசிரியர் முதன் முதலில் அந்த நூலினுடைய எல்லாப் பிரதிகளையும் தேடித் திரட்ட வேண்டும். ஏடுகளைத் தவிர வேறு பிரதிச் சான்றுகளும் பதிப்பிற்குப் பயன்படும்.

எல்லாரும் படித்து இன்புறுவதற்கெனச் சிறந்த இலக்கியங்களின் வசனங்கள் அச்சுருவிலும் ஏட்டுருவிலும் இருக்கின்றன. கம்பராமாயண வசனங்கள், பல கம்பர் பாடல்களை இடையிடையே கொண்டு ஏட்டுருவில் இருப்பது நாமறிந்ததே. இத்தகைய பிரதிகளையும் திரட்ட வேண்டும். இவற்றைப் போலவே ஒவ்வொரு காலத்திலும் இலக்கிய ஆய்வாளர்கள் பாக்களைத் திரட்டிச் சேர்த்திருக்கின்றனர். இலக்கியங் களின் சுருக்கங்களைத் தொகுத்திருக்கின்றனர். உரையாசிரியர்கள் பலர் இலக்கியங்களின் அடிகளை எடுத்தாண்டிருக்கின்றனர். சில இலக்கியங் களின் பழைய மொழிபெயர்ப்புகளும், அவற்றின் பதிப்பிற்குப் பயன் படும். இவற்றைத் துணைச் சான்று (டெஸ்டிமோனியா) என்பார்கள். எனவே இந்தத் துணைச் சான்றுகளையும் ஏட்டுப் பிரதிகளுடன் சேகரிக்க வேண்டும். அவ்வாறு திரட்டும்போது பிரதிகள் பற்றிய வரலாற்றையும் நுணுக்கமாகப் பதிப்பாசிரியர் குறித்துக் கொள்வது நலம். அதன்பின் ஏட்டுப் பரிசோதனைப் பணியில் பதிப்பாசிரியர் ஈடுபட வேண்டும். கிடைத்த ஏடுகள் முழுவதும் பரிசோதித்தால் ஏதேனும் ஒன்று நல்ல ஏடாக (நார்ம்) அவருக்குத் தோன்றும். அதனை, வரிவரியாகவோ, பாட்டாகவோ ஒவ்வொரு பக்கத்திலும் எழுதி வைத்துக்கொண்டு ஏனைய பிரதிகளுடன் ஒப்பிட வேண்டும். இவ்வாறு ஒப்பிடும்போது, பாட வேறுபாடு, இடையீடு, வரிமாற்றம், பாடல் மாற்றம், ஓரங்களில் காணும் குறிப்பு, வேறு பல செய்திகள் முதலியவற்றைப் பதிப்பாசிரியர் கூர்ந்து கவனிக்க வேண்டும். இவற்றைப் போலவே, துணைச் சான்று களையும் பரிசோதித்துக் குறிப்பெடுத்துக்கொள்ள வேண்டும். இவ்வாறு திரட்டிய குறிப்புக்களின் மூலம், பிரதிகளின் தொடர்பு பதிப்பாசிரியருக்கு நன்கு விளக்கும்.

இலக்கிய ஆசிரியர் தாமே எழுதிய அல்லது பிறர் எழுதத் தாமே சரிபார்த்துத் திருத்திய பிரதியைத் தன் பிரதி (ஆட்டோகிராப்) என்பர். இந்தப் பிரதி கிடைக்குமாயின், அந்த இலக்கியத்தின் பாடத்திற்கு இதைவிட உறுதி நல்கும் வேறொரு சான்று இருக்க முடியாது. பின்னுள்ளவர்கள், இந்தப் பிரதியைப் பலமுறை நகல் செய்திருப்பார்கள். இவ்வாறு செய்பவர்கள் மனிதர்கள் ஆகையால், அறிந்தோ அறியாமலோ பல மாறுபாடுகள் நகலில் புகுவது திண்ணம். எடுத்துக்காட்டாக புறநானூற்று

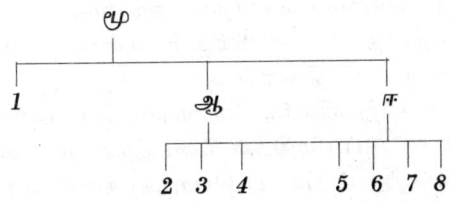

ஏட்டை எழுத்தர் சொக்கன், நகல் எடுத்தார் என வைத்துக்கொள்வோம். அந்த நகலிலிருந்து எழுத்தர் முருகன் மீண்டும் நகல் செய்தார் என்றும் கொள்வோம். ஒவ்வொரு நகலிலும் ஒரு விழுக்காடு பிழை இருக்கும் என்றும் வைத்துக்கொள்வோம். புறநானூற்றின் மூலப் பிரதி முற்றிலும் (100%) சரியாக இருக்கும். சொக்கனின் நகல் ஒரு விழுக்காடு குறை உடையதாக இருக்கும். முருகனின் நகல் 2.73 விழுக்காடு குறை உடையதாக இருக்கும். இதிலிருந்து தலைமுறையாக வழங்கிவரும் இலக்கிய ஏட்டு நகல்களில் எவ்வளவு மாறுபாடுகள் மலிந்திருக்கும் என்று தெளியலாம். மேலே காட்டிய எடுத்துக்காட்டிலிருந்து நகல் களைவிட அசல் ஏடுகள் பிழை குறைந்து, பழைமையுடையதாக இருக்கும் என்பது நமக்குத் தெரியவரும். அவ்வாறு அசல் ஏடுகளைத் தெரிந்தெடுத்தால் அவற்றின் பாடத்திற்கு மதிப்பும், உத்தரவாதமும் நாம் நல்க இயலும். நகல்களை நாம் விட்டுவிடவும் இயலும்.

ஆனால், ஒரு ஏட்டை எவ்வாறு அசலா, நகலா என்று தீர்த்துக் கூறுவது? இது எளிதன்று. நகல் அசலிலிருந்து காலத்தால் பிற்பட்ட தாகத்தான் இருக்க வேண்டும். அசலுக்கும் நகலுக்கும் இடையே காணும் மிகப் பெரிய ஒற்றுமையால் ஒன்று மற்றொன்றின் நகலே என்று கூறும் விளக்கம் தவிர மற்றொரு விளக்கமும் அங்குப் பொருந்தாததாக இருக்க வேண்டும். இரு ஏடுகளின் ஒற்றுமையை நிர்ணயிக்கும்போது அவற்றில் காணும் சில பிழைகள் பதிப்பாசிரியருக்கு உதவியாக இருக்கும். குறிப்பிட்ட, ஆனால் முக்கியமற்ற தவறுகளை இரு பிரதிகள் கொண்டிருந்தால், அல்லது குறிப்பிட்ட பகுதிகளும் சொற்களும் இரண்டு ஏடுகளில் மட்டும் காணப்படுமாயின், அந்த ஏடுகளிடையே நெருங்கிய தொடர்பு இருக்கின்றது எனப் பதிப்பாசிரியர் துணிந்து கூற இயலும். இவ்வாறு தொடர்புடைய இரண்டில் அசாதாரணமான தவறுகள், ஒன்றில் காணப்படும்போது அவற்றை மற்றொன்றின் உதவியால் தெளிய முடியுமாயின், பின் பிரதியை மூலப் பிரதி என்று கூற இயலும். இந்த நுணுக்கங்களை அறிவதற்கும், அவற்றின் அடிப்படை யில் தீர்வு காணுவதற்கும் பதிப்பாசிரியரே பிரதிகளைப் பரிசோதித்தறிய வேண்டும்.

இவ்வாறு பிரதிகளின் தொடர்பை அறிந்ததும், பதிப்பாசிரியருக்கு மற்றொரு உண்மை புலனாகும். அதாவது, பாடப் பொருத்தம், மூலப் பொருத்தத்தைக் காண்பிக்கும் என்பதாகும். பாடப் பொருத்த அடிப்படையில் பிரதிகளின் குடும்ப உறவை நிர்ணயித்துவிட முடியும். இதை நான் சற்று விளக்க வேண்டும். சிலப்பதிகாரத்தின் புதிய பதிப்பு ஒன்றிற்கு எட்டுப் பிரதிகள் கிடைத்தன என வைத்துக்கொள்வோம். இவற்றில் காணும் பாடப் பொருத்தத்தை ஆராய்ந்தபொழுது முதற்

பிரதி, தனித்து நிற்பதாகத் தோன்றியது. ஏனைய ஏழு பிரதிகளில், முதல் மூன்றும் ஒரு வகையான உறவையும், மீதமுள்ள நான்கு பிரதிகளும் மற்றொரு வகையான உறவையும் உடையனவாகத் தெரிந்தன. எனவே, இந்தப் பிரதிகளை மூன்று குடும்பமாக நாம் பகுத்துக்கொள்ளலாம். இந்தக் குடும்பம் மூன்றும், மூல ஏடு ஒன்றிலிருந்து பிறந்தன என்று கூறுவது விஞ்ஞான நெறியை ஒட்டியதாக இருக்கும். இத்தகைய உறவுமுறையை உயிரியல் துறை நன்கு தெளிவாக்கும். மேலே குறிப்பிட்ட மூன்று குடும்பங்களும், மூல ஏடு ஒன்றிலிருந்து பிறந்தது போல ஒவ்வொரு குடும்ப ஏடுகளும் ஒரு மூல ஏட்டைத் தமது பிறப்பு மூலமாகக் கருதுவது இயலும். இவ்வாறு கருதும் பிறப்புவழி ஏடு உண்மையில் கிடைக்கப்பெறாததாக இருப்பினும், அதன் கூறுகளை ஊகிக்க இயலும். எனவே, முதல் குடும்பத்தைச் சேர்ந்த 2, 3, 4 ஆகிய மூன்று பிரதிகளுக்கும் ஆ என்னும் பிறப்புவழி ஏடு மூலமாக அமையும். இதைப் போலவே, 5, 6, 7, 8 ஆகிய நான்கு பிரதிகளுக்கும் ஈ என்னும் பிறப்புவழி ஏடு மூலமாக அமையும். முதல் ஏட்டிற்குக் குடும்ப அங்கங்கள் இல்லை என்பதை முன்னர் கண்டோம். எனவே, கிடைத்த, சிலப்பதிகார ஏடுகள் எட்டும், கீழ்வரும் மரபு வழியை உடையதாக இருக்கும். மூல ஏட்டை 'மூ' என்று குறித்தால், அதிலிருந்து 1, ஆ, ஈ என்னும் மூன்று பிறப்புவழி ஏடுகள் நகலாக்கப்பட்டிருக்கும். 'ஆ'விலிருந்து 2, 3, 4 ஆகிய மூன்று பிரதிகள் தோன்றியிருக்கும். 'ஈ'யிலிருந்து 5, 6, 7, 8 ஆகிய நான்கு பிரதிகள் தோன்றியிருக்கும்.

இதில் மூ, ஆ, ஈ ஆகிய மூன்றும் கற்பித ஏடுகள். ஆனால், இவற்றின் பாடத்தை இவை ஒவ்வொன்றின் அங்கங்களுடைய பாடப் பொருத்தத்திலிருந்து நிறுவ இயலும். 'மூ'வின் பாடத்தை '1', 'ஆ', 'ஈ' ஆகிய மூன்று ஏடுகளின் பொருத்தத்திலிருந்தும், 'ஆ', 'ஈ' ஆகிய இரண்டின் பாடங்களை முறையே 2, 3, 4 என்னும் ஏடுகளிலிருந்தும் 5, 6, 7, 8 என்னும் ஏடுகளிலிருந்தும் நிறுவ இயலும். இவற்றில் 5, 6, 7, 8 ஆகிய ஏடுகளில் காணும் பாடங்களைவிட, 'ஈ'யின் பாடங்கள் நம்பகமாகவும், பழமையானதாகவும், தவறு குறைந்ததாகவும் இருக்கும். இதைப்போலவே, 'ஆ'வின் பாடமும் 2, 3, 4 ஆகிய ஏடுகளைவிட உண்மையானதாக இருக்கும். 1, ஆ, ஈ ஆகிய மூன்றின் பாடங்களை விடவும் 'மூ'வின் பாடம் மிக நம்பகமானதாக இருக்கும். எனவே, ஏடுகளை மரபுவழியாக வகைப்படுத்திக்கொண்டால், குறைந்த தவற்றையுடைய நம்பகமான பழைய பாடத்தை எளிதில் நிறுவ இயலும்.

இவ்வாறு ஏடுகளை வகைப்படுத்தும்போது, சில சமயம் ஒரே ஒரு மூலத்திலிருந்து அவையனைத்தும் பிறந்தவையாகக் கருத இயலாது போகும் இடமும் உண்டு. அங்கே, இருவேறு வகையான ஏடுகளின்

கூட்டத்தைக் காண நேரிடும். வியாச பாரதத்தினுடைய புதிய பதிப்பிற்கு ஏடு திரட்டிய சமயம் இரு மூலங்களிலிருந்தும் ஏடுகள் பிரிந்திருப்ப தாகப் பதிப்பாசிரியர் சுக்தங்கர் கருதியிருக்கிறார். இவற்றைப் பிளவுக் குடும்பங்கள் (*ரிசன்சன்ஸ்*) என்பர். இவற்றில் பாட வேறுபாடு காணப் படும் இடங்களை வேறெந்த வழியிலும் தெளிய இயலாதாயின், இந்தக் குடும்பங்களில் ஒன்றின் பாடத்தை மூல பாடத்தில் கையாளலாம். வடக்குப் பிளவுக் குடும்பத்தின் பாடத்தை உத்தரவாதமுள்ளதாக சுக்தங்கர் கருதுவதைக் கவனிக்க.

சில பிரதிகள் இருவேறு குடும்பப் பிரதிகளின் கூட்டுப் பிரதியாக இருக்கும். இரண்டு குடும்பங்களில் காணும் எல்லாத் தனி இயல்புகளும் ஒரு பிரதியில் காணப்படுமாயின், அதைக் கலப்புப் பிரதி (*மிக்ஸ்டு கோடக்ஸ் ஆர் கோன்ஃபிலேடட் மேனுஸ்கிரிப்ட்*) என்பர். கலப்பதற்கு மூலமாக இருந்து குடும்பப் பிரதியொன்று அழிந்துவிட்டால், இந்தக் கலவைப் பிரதிகளிலிருந்து அழிந்துபோன குடும்பத்தின் தனி இயல்பு களை நாமறிய இயலும். இது தவிர, இத்தகைய கலவைப் பிரதிகளால் அதிகப் பயன் இருப்பதாகத் தோன்றவில்லை.

இவ்வாறு பிரதிகளையும் துணைச் சான்றுகளையும் திரட்டி வகைப் படுத்தி, மரபு வழி நிறுவுவதை, *ஹியூரிஸ்டிக்ஸ்* என்பர். இவற்றால் பாடம் நிறுவுவதற்குக் கிடைக்கும் சான்றுகளைப் பிரதிச் சான்றுகள் என்பர். பிரதிகள் உலகில் வழங்கும்போது பல தவறுகள் இடம் பெறுகின்றன. அவற்றைத் தெளிவதற்கு இரு வகையான சான்றுகள் உதவும். முதற்சான்று, மேற்குறித்த பிரதிச் சான்று. இதனைப் புறச்சான்று என்பர். மற்றொரு சான்று அகச் சான்றாகும். இந்த அகச் சான்று களுள்ளே எழுத்தரால் நேரும் பிழைகளை ஆராய்வது மிக இன்றியமை யாதது. இதை விரிவாக இந்த நூலில் திரு. இராமகிருட்டிணன் வகைப் படுத்தியிருப்பதைக் காணலாம். கம்பராமாயணப் பிரதிகள் சிலவற்றில் இடைச்செருகல்கள் இருப்பதை நாமறிவோம். இவையும் எழுத்தரால் நிகழும் மாற்றமாகும். இவ்வாறு இடைச்செருகுதற்குரிய காரணங் களுள், பொருளில் காணும் சில சிக்கல்கள், செய்யுளமைப்பில் பிழை, பொடிந்த இடங்களை நிரப்பும் முயற்சி, மதவேறுபாடு ஆகியவற்றை முக்கியமாகக் குறிப்பிட வேண்டும். எழுத்தர் வெறுக்கும் செய்திகள் விடுபடுவதும், விரும்பும் செய்திகள் இடம்பெறுவதும் உண்டு. இடைச்செருகல்கள் புத்திபூர்வமாகச் செய்யப்படும் மாறுதல்களாகும். இவ்வாறு பிரதிகளில் காணும் தவறுகளை ஆராய்வதால், ஒரு பாடம் மூல உருவமா சிதைந்த உருவமா எனத் தெளிவது எளிது. வேறுபட்ட எழுத்தர்கள் வேறுவேறு தவறுகளைச் செய்வார்கள் ஆகையால், எழுத்தர் ஒவ்வொருவருடைய குறைகளையும் நாம் ஆராய்ந்துகொள்ள வேண்டும்.

இலக்கிய ஆசிரியர் கையாளும் செய்யுளமைப்பு முறையையும் நன்கு தெரிதல், சுத்தப் பதிப்பிற்கு இன்றியமையாதது. பாடத் தெளி வில்லாத இடமொன்றில் மட்டும், செய்யுளமைப்பு கெட்டிருக்கு மாயின், அங்குள்ள பாடம் தவறானது என்பது கூறாமலே விளங்கும்.

இலக்கிய ஆசிரியரின் சொற்பிரயோகங்களையும் ஊன்றிக் கவனிக்க வேண்டும். இதற்குச் சொல்லடைவு ஒன்று மிகவும் துணை செய்யும்.

ஒவ்வொரு இடத்திலும் அமைந்துள்ள பாடம் பொருட் பொருத்த முடையதா? ஆசிரியரின் கருத்து தொடர்புபட்டு வருகின்றதா? என்றும் கவனிக்க வேண்டும்.

பாடத்தைச் சந்தேகிக்கின்றவர்களுக்கு முக்கியக் காரணமாக அமைவது பொருளின்மை, பொருத்தமற்ற பொருள், ஆசிரியர் காலத்தில் வழக்கில் இல்லாத சொல்லாட்சி, செய்யுளமைப்பில் பிழை, கருத்துத் தொடர்பில் இடையீடு முதலியவை ஆகும். இவ்வடிப்படைகள் ஒன்றையொன்று மறுப்பனவாகக் கருதக் கூடாது. இன்னோசை உடையதாக இருப்பதால், பொருளற்ற பாடமொன்றை உண்மைப் பாடம் என்று உறுதிப்படுத்துவது இயலாது. ஆனால், ஒவ்வொன்றும் துணைக் காரணமாக நின்று உறுதி செய்யும். பாடத்தைச் சீர்தூக்கிக் காணும்போது, நாம் விரும்பும் நடை, அறநினைவு முதலியவற்றை அறவே மறந்துவிட வேண்டும. ஆசிரியர் எதைச் சொல்ல வேண்டும் என்பது பதிப்பாசிரியரின் நோக்கமாக இருக்கக் கூடாது. எதைச் சொன்னார் என்பதே நோக்கமாக இருக்க வேண்டும். இவ்வாறு பதிப்பாசிரியர் தமக்குக் கிடைத்த பிரதிச் சான்று களால் மிகப் பழைய பாடத்தை அறுதியிட்டவுடன் மேலே குறிப்பிட்ட அகச் சான்றுகளையும் பொருத்திப் பார்க்க வேண்டும். பாடத்தின் எந்தப் பகுதியும் இத்தகைய பரிசோதனையிலிருந்து விலக்கத்தக்கதன்று. எனினும், பெரும்பகுதியை இதிலிருந்து விலக்க இயலும். இவ்வாறு பாடத்தை அறுதியிடுவதை ரிசன்சியோ என்பார்கள்.

இம்முறையிற் கண்ட பாடத்தில், எது இலக்கிய ஆசிரியர் எழுதியது அல்லது அவ்வாசிரியரால் எழுதப்பட்டிருக்கக் கூடியது என்று நிர்ணயிப்பதே அடுத்த வேலை. இதனை உண்மைப் பாடம் காணல் என்பர். அறுதியிட்ட பாடத்தைப் பற்றி நால்வகையான முடிவுகள் பிறக்கும்: 1. ஏற்பது, 2. சந்தேகிப்பது, 3. நிராகரிப்பது, 4. மாற்றுவது. இதில் முதல் மூன்று தீர்வுகளுக்கும் அகச் சான்றுகள் மிகவும் துணை செய்யும். பாடத்தைத் திருத்துவது பொருட் பொருத்தமும், செய்யுளிலக்கண அமைதியும் உடையதாக இருந்தால் மட்டுமே ஏற்க வேண்டும். அவற்றோடு மாற்றிய பாடம், பிரதிகளில் கிடைக்கும் பாட பேதங்களின் மூல உருவமே என்று தெளியக்கூடியதாகவும் இருக்க வேண்டும். இந்த மூன்று சோதனைகளிலும், திருத்தங்கள் தேறி

விட்டால் அவற்றை ஒப்புக்கொள்ள இயலும். ஏனைய சோதனைகள் மறைமுகமாகத் திருத்தங்களை உறுதிசெய்யத் துணை நிற்கும்.

இதுவரை, பதிப்புக் கலை பற்றிய எல்லாக் கூட்டத்தினரின் முயற்சியும் ஒத்தேயிருக்கின்றன. இனிமேல் வரும் கோட்பாடு ஒன்றில் மட்டும் இருவேறு கருத்துக்கள் நிலவுகின்றன. பதிப்பாசிரியர்களுள் ஒரு சாரார் ஒப்புக்கொள்ளப்பட்ட பாடத்தைப் பதிப்பில் கொடுப்பர். இதில் மாற்றிய பாடமும் இடம்பெறும். இது நகவளைவுக்குள்ளோ அல்லது சதுரக் கோட்டினுள்ளோ அடங்கியிருக்கும். இவ்வாறு செய்பவர்கள் புதுமுறைப் பதிப்பாசிரியர்கள். மற்றொரு சாரார் வழிவழியாக வழங்கும் பாடத்திற்கு மதிப்புக் கொடுத்து அதை மட்டும் பதிப்பிப்பர். திருத்த மாற்றங்களை அடிக்குறிப்பிலோ பிற்சேர்க்கையிலோ கொடுப்பர். இதற்கு அவர்கள் கூறும் காரணம் திருத்துவது உண்மையை மறைப்பதாகும் என்பதே. இதனால் பாடத்தின் உறுதிப்பாடு குறையும். ஒரு பாடம், மூல பாடம் அல்லதாயினும், பிரதிகளில் காணும் அதன் உருவத்தைக் கொடுப்பது திருத்தங்களைக் கொடுப்பதைவிட மேலானதாகும். இவ்வாறு பழைய முறைப் பதிப்பாசிரியர்கள் தக்க ஆராய்ச்சியின்றி பாடத்தைத் திருத்துவதில்லை. ஆனால், ஆசிரியர் எழுதியிருக்கக் கூடியதைப் பாடத்தில் கொடுப்பதே மேல். அதை விடுத்து அவர் எழுத இயலாதவற்றைக் கொடுத்தல் நன்றன்று என்று புதுமுறைப் பதிப்பாசிரியர்கள் வாதிக்கின்றனர்.

சந்தேகமான இடங்களில் பழைய பாடத்தைக் கொடுப்பதால் படிப்பவர்களிடையே இது அருவருப்பைத் தோற்றுவிக்கும். திருந்தாத பாடத்தைத் திருத்திக்கொடுக்கும் வாய்ப்பு இருந்தும், கொடுக்காமல் பதிப்பாசிரியர் விடுவதால் கீழ்வரும் இரண்டில் ஒன்று நேரிடும். ஒன்று, வாசகர்களுக்கு அந்தப் பகுதியின் பொருள் விளங்காது போகும். இரண்டு, திருந்தாப் பாடத்தைக் கொள்வதால் ஏனைய பகுதிகளின் பொருளும் விளங்காமல் போகும். அல்லது அவற்றைத் திரித்தே பொருள்கொள்ள வேண்டும்.

திருத்துவதற்குப் பதிலாக, பொருளைத் திரித்துக் கூறுவதைப் பழைய முறையினர் பாராட்டுவர். எவ்வகைத் திருத்தத்தையும் அவர்கள் வெறுக்கின்றனர். இது ஒரு குறையாகும். மயங்கிக் குழம்பிய பகுதிகளைத் தெளிவாக்குவதற்கு ஆதாரத்துடன் திருத்துவதே புது முறையினரின் கொள்கை. ஒரு மயக்கத்தைத் திருத்தும்போது பிழையின்றி எவ்வளவு திருத்த முடியும் என்று கூர்ந்து நோக்க வேண்டும். பல வழிகளில் ஒன்றைத் திருத்த இயலுமாயின் அந்த மயக்கந்தரும் பாடம் அவ்வாறே விடப்பட வேண்டும். மிகத் தெளிவான தவறுகளை நூலாசிரியரே செய்ய இயலுமல்லவா? திருத்த இயலாத இடங்களை நூலாசிரியர் அவ்வாறே கருதியிருந்தார் என்று கொள்ளுதலே தக்கது.

புலமை அல்லது பிறருடைய உத்தரவாதம் பதிப்புக் கலையில் இடம்பெறுவது நன்றன்று. சான்றுகளைச் சீர்தூக்கி முடிவு காண வேண்டுமேயொழிய பிறர் நல்கும் உத்தரவாதத்தைக் கவனித்தல் கூடாது. இதனால், ஆராய்ச்சி உணர்வு குறையும். பல பதிப்பாசிரியர்கள் உடன்பட்டிருப்பது பாட நிச்சயத்திற்கு அடிப்படையாக அமையாது.

நல்லவை எல்லாந் தமிழில் உண்டு என்னும் நற்சொல்லைத் தோற்றுவிக்கப் பாடுபடும் மாணவர் குழுவுள்ளே இராமகிருட்டிணனும் ஒருவர். அவர் முயற்சியைத் தமிழகம் போற்றும் என்பது திண்ணம்.

# தமிழ் அகராதிக் கலை

ஒரு மொழியின் சொல் வளப்பத்தை அளவிடும் கருவி அகராதி. அ. நிகண்டுகள் காலம், ஆ. பிற மொழியாளர் தொகை செய்த காலம். இ. தமிழறிஞர் தொகை செய்த காலம் என மூன்றாகத் தமிழ் சொற்றொகைகளைத் தொகுத்தவர்கள் அடிப்படையில் பிரிக்க இயலும்.

இலக்கிய மாணவர்கள், செய்யுள் செய்வோர் முதலியவர்களுக்குப் பயனாவது நிகண்டு. தமிழ்ச் சொற்களின் பொருளை அறிதற்கும் மொழி பெயர்த்தற்கும் உதவுவது பிற மொழியாளர் செய்த இருமொழி சொற்றொகை. சொற்பொருள் அறிதற்கும் பயன்படும் இடம் தெரிவதற்கும் வரலாறு அறிதற்கும் பயனாவது அகராதி. இவ்வாறு பயன்படுத்துவார் அடிப்படையில் சொற்றொகைகளைப் பிரிக்க இயலும்.

சிறியனவும் பெரியவனவுமாக ஏறத்தாழ ஒரு நூற்றுக்கும் மேலான அகராதிகள் தமிழில் வெளியாகி இருக்கின்றன. அவற்றில் சிதறிய கொள்கையமைப்பும் தெளிவிக்கப்படாத குறிக்கோளும் காணப் படுகின்றன.

தமிழ்ப் பல்கலைக்கழகம் தனது பெரும் பேரகராதிப் பணியைத் துவங்கியிருப்பதால் கொள்கையாக்கத்தைப் பற்றிய ஒன்றிரண்டு கருத்துக்களை நான் கூற வேண்டும்.

என்சைக்ளோபீடியா அல்லது களஞ்சியம் என்ற தொகுப்பின் அமைப்பு முறையில் இப்போது சில கொள்கை வரம்பைக் கடைப் பிடித்து வருகின்றனர். என்சைக்ளோ என்றால் வட்டம், பீடியா என்றால் அறிவுத் தொகை. இந்தத் தொடரை நான் அறிவு வளாகம் என்று சொல்லாக்கம் செய்துள்ளேன். இப்போது புரோபீடியா அதாவது அறிவுச் சார்பு வளாகம் நிரூபித்தல் என்ற கொள்கை உருவாகியுள்ளது. அதனைச் சற்று விரிவாக்கும் மைக்ரோபீடியா அல்லது நுண் அறிவு வளாகம், மேலும் விரிவாக்கும் மேக்ரோபீடியா அல்லது விரிவறிவு வளாகம் என்றும் நாம் சொல்லாக்கம் செய்துகொள்ளலாம். மேக்ரோ ஹில் என்ற வெளியீட்டாளர்கள் அச்சேற்றியுள்ள களஞ்சியத்தில் இம்முறைகளைக் கையாள்கின்றார்கள். இவற்றால் அ. அறிவு முழுமை யும் திரட்டுதல், ஆ. விரைவில் அறிவுச் செய்தியைப் படிப்போர்க்குத் தெரிவித்தல், இ. அறிவுச் செய்தி விடுபாட்டை விலக்குதல், ஈ. வெளியிடும்போது இடச் சுருக்கம் பெறுதல் என்ற நான்கு வகையில் சிறப்புடையதாக இந்தக் களஞ்சியம் அமைந்துள்ளது.

புரோபீடியா என்ற அறிவுச் சார்புமுறைக் களஞ்சியத்தில் உலகச் செய்திகள் அனைத்தையும் பத்துப் பெரும் பிரிவாகப் பிரிக்கின்றனர். உலக இயல்பு என்ற தாய்த் தலைப்பில் அதன் தோற்றம், மண்ணின் நிலை, வானிலை முதலிய பத்துக்கு மிகாத பிள்ளைத் தலைப்புக்களாகப் பகுத்துள்ளனர். இதைப் போன்று அணு, பண்பாடு, மனித இனம், உலோகம் முதலிய பத்துத் தலைப்புக்களில் அவர்கள் அறிவுச் செய்திகள் அனைத்தையும் அடக்கி, அவை ஒவ்வொன்றையும் தனித்தனி எண் களாற் சுட்டுகின்றனர். நுண் அறிவு வட்டத்திலும் விரிவு அறிவு வட்டத் திலும் செய்தி வரைவு அனைத்தையும் தொகுக்கின்றனர். அகத்தியர் அல்லது திருவாசகத்தைப் பற்றிய கட்டுரையைக் களஞ்சியத்தில் தேட வேண்டுமாயின் முதலில் அறிவுச் சார்பில் எந்தப் பத்தியைச் சார்ந்தது என்றறிந்தவுடன் நுண் அறிவு வளாகத்தில் எந்தெந்தத் தலைப்பில் செய்திகள் கொடுக்கப்பட்டுள்ளன என்று சுருங்கிய தோதில் தெரிந்து, விரிவு அறிவு வளாகத்தில் முழுமைச் செய்தியை அல்லது குறிப்பாக எந்தச் செய்தி வேண்டுமோ அதனைத் தெரிந்துகொள்ள இயலும். இந்த முறை மிகவும் பயனுடையதாயினும் சில மாற்றங்கள் செய்ய வேண்டிய கட்டாயம் இப்போது ஏற்பட்டுள்ளது. இந்தியாவில் இப்போது தொகுக்கப்பட்டு வரும் அறிவியல், வாழ்வியற் களஞ்சியங்கள் இத்தகைய மாற்றங்களைச் செய்ய முயன்று வருகின்றன. எனினும் மேற்குறிப்பிட்ட முறைகளின் சிறப்பை யாரும் குறைவாக மதிப்பீடு செய்ய இயலாது. இவற்றால் ஏற்பட்ட பலன், மிகவும் பாராட்டத் தக்கது.

பேரகராதியில் சொல்லையும், பொருளையும் நிரல்படுத்தும் போது, முன் குறித்த அறிவுச் சார்பு முறையைப் பின்பற்ற இயலும். சொற்றொகை, அது சுட்டும் பொருள், தொகை ஆகிய ஒவ்வொன்றும் உட்பிணைப்புடைய (பாட்டேர்ன்) கோளங்கள் (யுனிவர்ஸ்) ஆகும். நிறத்தை எடுத்துக்காட்டாக எடுத்துக்கொள்வோம். கறுப்பு, சிவப்பு முதலிய நிறங்கள் அனைத்தும் எட்டாயினும், பன்னிரண்டாயினும், இருபதாயினும் ஒரு கோளமாகும். அவை கறுப்பு, வெளுப்பு என எதிர்நிலைப் பிணைப்பும் (காண்டிராஸ்ட்); கடுஞ்சிவப்பு, இளஞ் சிவப்பு என்று சார்பு நிலைப் (கம்பேரிட்டிவ்) பிணைப்பும், பச்சை- நீலம், நீலம்-கறுப்பு என்று இணங்கு நிலைப் பிணைப்பும் உடையவை. மக்களை நண்பர், பகைவர், நொதுமலர் என்று உணர்வு முறையிற் பிரிப்பது போன்று; கோள உறுப்புக்களையும் எதிர்நிலை, இணங்கு நிலை, சார்புநிலை எனப் பிரிக்க இயலும். வேறு சில உறவுமுறை களையும் சேர்த்துக்கொள்ள இயலும். உறவில்லாத உறவை-உறவின் எதிர்மறையை (நிலத்திற்கும் நீருக்கும் எவ்வித உறவுமில்லை) ஓர் உறவாகக் கருதின் அதனையும் சேர்த்துக்கொள்ள இயலும். சொற்கள்

தமக்குள் இத்தகைய உறவுமுறை இருப்பதும், சொற்கள் குறிக்கும் பொருளிலும் இத்தகைய உறவுமுறை இருப்பதும் இப்போது தெளிவாகி வருகின்றன. சொற்கள் தமக்குள் காணும் ஒரு வகை உறவை, எழுநிலை (பாராடிக்மேடிக் பாட்டேர்ன்), கிடைநிலை (சின்டாக்மேடிக் பாட்டேர்ன்), உள்ளொற்றுமை என்று கூறுவர். படம், கடம், மடம், தடம், வடம் முதலியவை எழு நிலை உள்ளொற்றுமை. படம் வரைந்தான், படம் பெரிது, படம் வீழ்ந்தது முதலியவை கிடைநிலை உள்ளொற்றுமைக்கு எடுத்துக்காட்டுகள். இவை இரண்டும் சொல்லின் எழுத்துறுப்பையும் சொல்லாட்சியையும் மட்டும் குறிக்கும். பின்னது பொருளின் ஒரு சில அம்சத்தை ஊகித்தறிய உதவும்.

ஆனால் கோள உள்ளொற்றுமை என்ற புது முறையில் சொல்லையும் அதன் பொருளையும் முழுமையாக அறிந்திட முடியும். எடுத்துக் காட்டாக முல்லை என்ற சொல் எல்லா மலர்களின் கோள அமைப்பின் ஓர் உறுப்பாகும். அதைப் போன்று, 'மணமுடைய வெண்மலர்' என்ற பொருள் கோளத்தின் ஒரு அம்சமாகும். சொல்லையும், பொருளையும் இம்முறையில் இரு கோளங்களின் உறுப்பாக நாம் கருத இயலும். இந்தக் கோளத்தின் பேரெண்ணுடன் உறுப்பின் சிற்றெண்ணைக் குறித்துப் பொருள் விளக்கினால், தெளிவு, விடுபாடின்மை, திட்பம் முதலியவற்றைப் பெற முடியும். சொற்களுக்கு இந்தக் கோளங்கள் சொல்லடர்த்தியையும், பொருளுக்கு இந்தக் கோளங்கள் பொருளடர்த்தி யையும் தோற்றுவிக்கும். இரு மொழிகளின் வேறுபாட்டை இதன் வழி நாம் அளவிட முடியும். சில கோளங்கள் சில சொற்களை அல்லது சில பொருட்களை மட்டும் உட்கொண்டிருக்கும். அத்தகைய குறையுடைய கோளங்கள் அந்த மொழி பேசுபவர்களின் அனுபவம், சிந்தனை முதலியவை வரலாற்றுக் காரணங்களால், சமூக இயக்கக் காரணங்களால் முழுமை பெறாமல் கருதியிருக்கலாம் அல்லது தடைப்பட்டு நின்றிருக் கலாம். இந்த முறையை நாம் பேரகராதியில் பின்பற்றித் தொகுத்திட இயலுமா என்று சந்தேகிக்கலாம். விரைவில் அகராதிப் பணியை முடிக்க முனைந்திடும் ஆசிரியர்கள், நிதியுதவிடும் நிறுவனத்தினர், அகராதியில் உழைப்பவர்கள் ஆகிய அனைவரும் சொல்லை அகர வரிசையில் விரைவாகத் தொகுத்துப் பொருளைக் குறிக்க முனைவர். கோள அமைப்பு நுணுகி ஆராய வேண்டிய பணி. எனவே பல ஆண்டு ஆகலாம். வெளியீட்டாளர்களும், நிதியுதவிடும் நிறுவனங்களும் காலநீட்டிப்பால் பொறுமையிழந்துவிடுவர். எனவே இதனை அகர முதலாகத் தொகுத்த பின்னர் செய்யும் மேல் தட்டு ஆராய்ச்சியாகக் கொள்ளலாம். எனினும் அகராதிக் கொள்கையாக்கத்தில் இவற்றிற்குச் சிறப்பிடம் உண்டென்பதை நாம் நினைவுகூர்வது நன்று.

மற்றொன்று: இதுவரை பெரிய அளவில் யாரும் சிந்திக்கவில்லையெனினும் இப்போது ஆக்கப்பூர்வமாகச் சிந்திக்க வேண்டிய காலம் நெருங்கிவிட்டது. தமிழில் பன்னிரண்டு உயிர், பதினெட்டு மெய்யெழுத்துக்கள் உண்டென்றால் அவை ஓரெழுத்துச் சொல், ஈரெழுத்துச் சொல் தொடங்கி பத்தெழுத்துச் சொல் வரை உருவாக்க முயன்றால் மொத்தம் தமிழ் மொழியில் ஏறத்தாழ பதினாறு இலட்சம் சொற்களைத் தொடர் பெருக்கலால் (பெர்முட்டேஷன் காம்பினேஷன்) தோற்றுவித்திட இயலும். ஆனால் இன்று நாம் பயன்படுத்தும் சொல்லின் எண்ணிக்கை ஏறத்தாழ ஒரு லட்சத்து எழுபத்து ஐயாயிரம் மட்டும்தான்.

எடுத்துக்காட்டு:

| | | |
|---|---|---|
| கக் | கத் | கல் |
| கங் | கந் | கவ் |
| கச் | கப் | கழ் |
| கஞ் | கம் | கள் |
| கட் | கய் | கற் |
| கண் | கர் | கன் |

க+ஒற்று என்ற இரண்டும் இணைந்து பதினெட்டு சொற்களைத் தோற்றுவிக்க இயலும். அவற்றில் ஐந்தே (கண், கம், கல், கள், கவ்) தமிழில் வழக்கிலிருக்கின்றன. கய், கம் என்ற இரண்டில் ஒன்று உறவு மொழிச் சொல். மற்றொன்று ஒலிக்குறிப்புச் சொல்லாக ஒருவேளை கருத இயலும். எனவே, தொடர் பெருக்கில் பதினெட்டுச் சொற்களை உருவாக்க முடியும். ஆனால் தமிழ் பயன்படுத்துவது 5 அல்லது 7 ஆகும். அதாவது மொத்த வளம் 18. பயன்பாடு 5 அல்லது 7, அதாவது ஏறத்தாழ 25 சதமானம் அல்லது 40 சதமானம். 75 முதல் 60 சதமானம் வரை தமிழ்ச் சொற்கள் பயன்படுத்தப்படாமல் பாழாக்கப்படுகின்றன.

அவ்வாறாயின் தமிழ் மொழியில் பதினான்கு இலட்சத்திற்கு மேல் சொற்கள் உருவாக்கப்படவில்லை. எனவே எந்த அகராதியிலும் இடம்பெறவில்லை. அவற்றைத் தோற்றுவித்து அகராதிப்படுத்தினால் பல இலட்சம் புதுச் சொற்களைத் தமிழில் பழக்கத்திற்கு விடலாம்.

பிற மொழிகளும் இம்முறையைப் பின்பற்றலாம்.

●

## பல மொழியும் நாடகக் கலையும்

பல மொழிகள் பேசப்படுகின்ற ஒரு மாநிலத்தில் அல்லது ஒரு நாட்டில் நாட்டியம், நடனம் முதலியவை (பிளாஸ்டிக் அண்ட் ஃபர்போமிங் ஆர்ட்ஸ்) காலூன்றித் தழைப்பது வரலாறு கூறும் செய்தி. நாடகத்தில் நடிப்பு இருக்கிறது. அதனைச் சைகை மொழி எனக் கொள்ளலாம். அதன்வழி செய்திகளை நடிப்போர் காண்போருக்குப் பகிர்ந்தளிக் கின்றனர். அவர்கள் பேசும் மொழியும் செய்தியைத் தெரிவிக்கத் துணை செய்கிறது. பேசும் மொழி புரியாவிட்டாலும் நாம் பிற மாநிலம் அல்லது பிற நாட்டாரது நாடகங்களைக் கண்டு களிக்கிறோமல்லவா? சைகை மொழிதான் இதற்குக் காரணம். அதற்கு உதவியாகக் கதை யாகிய சட்டமும் துணை செய்கிறது. இராமாயணம், திரௌபதை துயில் உரிதல் போன்ற கதைகள், நாடகமாயின், அவை எல்லோரும் அறிந்த கதைகள். ஆகையால் பேச்சு மொழி அறியாமையினால் ஏற்படும் தொய்வைக் குறைக்கிறது. காலம் சென்ற என்.எஸ்.கிருஷ்ணனின் சைகை, முகமாற்றம், அங்க அசைவுகள் முதலியவை வழி, மலையாளி களும், தெலுங்கர்களும், தமிழர்களைப் போல் அவருடைய நகைச் சுவையை ரசித்தனர். எனவே நாடகம் என்பது பேச்சு மொழியும் வாக்கில்லாத சைகை மொழியும் கலந்த ஒரு கலைப்படைப்பு. சூழ்நிலையும் ஆடை அலங்காரமும் காண்போரின் எதிர்நோக்கலும் வாய்மொழித் தேவையைக் குறைத்தற்கு உதவுகின்றன.

மொழிவழிச் செய்தி மாற்றம், கலையனுபவத்திற்குத் தேவையா யினும் இன்றியமையாத ஒன்றன்று. நாதசுர இசையாலும் வடநாட்டு வாத்தியக் கருவியாகிய செனாய் இசையாலும் கட்டுண்டவர்கள் பலரல்லவா?

நாடகத்தின் கூறுகளை வி.கோ. சூரியநாராயண சாஸ்திரியார், விபுலானந்த அடிகள் முதலியவர்கள் விளக்கியுள்ளனர். இவை மரபு வழிப்பட்டன. ஆனால் மேலைநாட்டிலும் தூரகிழக்கு நாட்டிலும் மேடையேறிய நாடகங்களைக் கண்ட இந்திய இளைஞர்கள் பழைய கூறுகள் பலவற்றை மறுபரிசீலனை செய்தனர். நம் நாட்டிலும் இந்திய மொழி நாடக அரங்குகள் பல மாற்றங்களைத் தாமே ஏற்படுத்திக் கொண்டன. எனவே குறைந்தது மூவகை மாற்றங்களை நாம் இன்று காணமுடியும்.

1. பழமையின் தொடர்ச்சி
2. பழமையை ஒட்டி, புதிய உத்திகளைப் புகுத்துதல்

3. பழமையை மறைத்துப் புதுமையைப் புகுத்துதல்

என்ற மூன்றில் முன்னது வழக்கு வீழ்ந்துவிட்டது. பின்னது தொடரு கிறது. மூன்றாவது பிரிவு வேரூன்றத் துவங்கியுள்ளது. அதன் வளர்ச்சிக்குப் பார்ப்பவர்கள் ஆதரவும் பாராட்டும் மிகவும் தேவை.

கலையில் எது வாழும், எது வாழாது என்று உறுதியாகக் கூற இயலாது. ஆனால் எது வாழ்ந்து வளர்ந்தது என்று இறந்தகாலத்தில் நடந்த நிகழ்ச்சிகளைக் கோடிட்டுக் காட்ட இயலும். சென்ற கால அனுபவத்தால் வருங்காலம் எவ்வாறு அமையும் என்று ஊகிக்கும் மனநிலை நமக்கிருந்தால் மரபை மறக்காமல் நாடகக் கலையில் புதுமையாக்கம் செய்தால் அது நிலை நிற்கும்; மக்கள் பாராட்டைப் பெறும். அவ்வாறு நான் கூறுவது தவறான ஊக அடிப்படையாக இருந்தால் அதனைக் கேட்க பிறரைவிட நான்தான் மகிழ்வேன்.

# ஓவியக் கலை

ஓவியக் கலை முகாம் உருவாவதற்கு இரு காரணமுண்டு: ஒன்று மைய அரசின் லலித கலா அகாதமி, ஆண்டுதோறும் தகமைகளை வழங்கு கிறது. ஓவியக் கண்காட்சியகத்திற்கு ஓவியங்களை வாங்குகின்றது. இவ்வாறு தகமை வழங்குவதற்கும், ஓவியங்களை விலைக்குப் பெற்றுக் காட்சிக் கூடத்தில் வைத்துப் பெருமைப்படுத்துவதற்கும் அகாதமி உறுப்பினர்களின் பெரும்பான்மையான வாக்குகள் தீர்மானிக்கின்றன. தென் மாநிலங்களிலிருந்து ஒன்றிரண்டு பேர்தான் அகாதமியில் உறுப் பினராக இருக்கின்றனர். பெரும்பான்மையினர் வடமாநிலங்களைச் சார்ந்தவர்கள். அவர்களுடைய எண்ணிக்கைப் பெருக்கால் டெல்லி, பம்பாய், கல்கத்தா போன்ற வட நகரங்களில் வாழும் கலைஞர்களுக்கு எளிதாகத் தகமைகள் கிடைக்கின்றன. அவர்களுடைய ஓவியங்கள் வாங்கப்படுகின்றன. தென்னக ஓவியர்கள் புறக்கணிப்படுகின்றனர் என்று அ.சி.இராமன் பதினெட்டு மாதங்களுக்கு முன்னடந்த கருத்தரங்கில் குறிப்பிட்டார். அவர் கட்டுரையைப் பதிப்பிக்கும்போது இது என் கண்ணிற் பட்டது. என்ன செய்ய வேண்டும்? என்று கேட்டபோது கலைஞர் முகாம் நடத்தலாம் என்றார். எனவே அவர் கூறிய கருத்துப்படி இன்று நாம் கூடியுள்ளோம்.

மற்றொன்று, தமிழக மாவட்டங்களில் தஞ்சை மாவட்டத்தில்தான் கூடுதல் எண்ணத்தில் கோயில்கள் இருக்கின்றன. இவற்றை மதிப்பீடு செய்த நிபுணர் ஒருவர், ஏறத்தாழ 3000 கோடி ரூபாய் பெறுமானவை என்று கூறியுள்ளார். பல கோயில்கள் இன்று சிதிலப்பட்டு வருகின்றன. அவற்றில் ஓவியம், சிற்பம் முதலிய பெருஞ்செல்வங்கள் மங்கி மறைந் திருக்கின்றன. பெருங்கோயில் ஓவியம் சிதிலப்பட்டுப் போய்விட்டதை இன்றும் காண முடியும். இந்தப் பாரம்பரியத்தை, மரபை நாம் புதுப் பிக்க வேண்டும். பழமையையறிவதெல்லாம் புதுமை காண்பதற்கும் வருங்காலம் செழிப்பதற்கும்தாம், 'அன்று' என்பதைவிட 'இன்று', 'நாளை' என்ற கால வரம்புகள் மிக முக்கியமானவை. தமிழன் வளர வேண்டும். அவன் வளர்ந்தால் மொழி வளரும். வறுமையும் மொழி வளர்ச்சியும் இணைந்து நடைபோடா. இன்று கூடியுள்ள உங்களில் பலர் ஓவியத்தில் அகில இந்திய மதிப்புப் பெற்றால் தமிழ்ப் பல்கலைக் கழகம் மகிழும். 'பாடையின் சிறப்பெல்லாம் பயில்வோர் சிறப்பே' என்றார் மனோன்மணியம் சுந்தரம்பிள்ளை. தமிழன் வாழ்வே தமிழின் வாழ்வு. தமிழனின் உயர்வே தமிழின் உயர்வு. ●

# சிற்பத்தைத் தேர்ந்தெடுத்தல்

நான் சிற்பம் பயின்றவனல்லன்; துவக்கப் பள்ளியில் வரைபடத்திற்குக் குறைந்த மதிப்பெண் பெற்று வருந்தியவன் – அன்றெல்லாம் உருத் தெரியாத ஆனால் செய்தியாழமிக்க நவீன ஓவிய முறைகளை ஓவிய ஆசிரியர்கள் அறிந்திருக்கவில்லை. எனவே கீழ்வரும் என் கருத்துக் களை நுணுகிப்பார்க்க வேண்டும் என்று நான் வற்புறுத்திக் கூற மாட்டேன்.

ஓரிரண்டு மாதங்களுக்கு முன் அன்றாடப் பிரச்சனைகளை ஆராய்தற்குக் கூடிய துறைத்தலைவர்கள் கூட்டத்தில், பொருள் நிரல் முடிந்ததும், எதிர்பாராதவிதமாகப் புலத்தலைவர் டாக்டர் ஏ.எஸ். இராமனும், பேராசிரியர் ஜே.எம். தத்தாவும் நுண்கலைச் சீர்தூக்கலைப் பற்றிச் சொல்லாடினார்கள். அப்போது மொழித்துறையில் பழக்கப்பட்ட என்னைக் கவர்ந்த 'நுண்கலை இலக்கணம்' என்ற தொடரையும் கூறினார்கள். எனவே பல கேள்விகள் அன்று எழுப்பப்பட்டன. சில வற்றிற்கு விடை பிறந்தன. சில கேள்விகள் பின்னர் விடைகாணு வதற்குத் தள்ளிவைக்கப்பட்டன.

அன்றையக் கூட்டத்தில் கீழ்வரும் மூன்று கருத்துக் கூறுகள் தெளி வாயின. 1. நுண்கலை ஆய்வு இந்தியாவில் வலுப்பெறவில்லை 2. ஏனைய துறைகள் பலவற்றைப் போன்று மேனாட்டுச் சார்பு அதில் கூடுதல் 3. இலக்கண உருவாக்கலுக்கு மிகவும் தேவையான கூறுகளின் வரையறை, நுண்கலையில், இன்னும் யாரும் செய்ய முயலவில்லை. மற்றொரு முறையிற் கூறினால் இலக்கணம் என்ற சொல்லை நுண் கலையாளர் தனிப்பொருளில் – வேறுபட்ட பொருளில் பயன்படுத்துவ தாகத் தெரிந்தது. எனினும் இரண்டின் ஆய்வுமுறைகளை ஒப்புநோக்கி ஆய்ந்து உத்திகளைத் தெளிவு செய்துகொண்டால் இருவருக்கும் பயன்படும் என்று முடிவு செய்தோம்.

எல்லா இலக்கணங்களுக்கும் கூறுகள் அடிப்படையாக அமை கின்றன. ஒலி-இதனை மொழியியல் அறிஞர்கள் ஒலிக்கணம் (ஃபொனீம்) என்பர்-அசை, சொற்கணம் (மோர்ஃபீம்), சொல், சொல்தொடர், எச்ச வாக்கியம், வாக்கியம், சொற்கட்டு, கட்டுரை முதலியவை அதன் கூறுகளாகக் கருதப்படுகின்றன. அவற்றின் சேர்க்கை (நிரல் வைப்பும் ஒன்றிலிருந்து ஒன்று பிறப்பதும்) மொழிநிலை விவரண இலக்கணமாக உருப்பெறுகிறது. மொழி பேசும் சூழ்நிலை, அது வழங்கும் இடம், பேசுவோர், அவர் கையாளும் முறை, சிந்தனை உணர்ச்சி ஆகிய

நிலைகளில் மொழியின் பயன்பாடு முதலியவை மொழியியலின் புற நிலையைச் சாரும். மொழியாய்விற்கு அவை மிகவும் துணை புரிகின்றன. ஒரு மொழியின் சான்றுகளால் அதன் பூர்வ நிலையையும் வரலாற்றையும் நாம் மீட்டுரு அளிக்க இயலும். அதன்பின் உறவுடைய மொழிகளுடனும் உறவில்லா மொழிகளுடனும் ஒப்பிட்டு முன் உருவத்தை மீளப்பெற முடியும். இலக்கணத்தின் செயல்பாட்டு வரம்பு மிகப் பரந்தது. அதில் எழும் சிக்கல்களிற் சிலவற்றிற்கு மட்டும் விடை கண்டுள்ளனர். சிலவற்றிற்கு இனிமேல்தான் தெளிவு பெற வேண்டும். எனினும் வாழ்வியல் துறையிலும் அறிவியலிலும் பல பிரிவுகள், மொழியியல் பின்பற்றும் ஆய்வு முறைகளை மேற்கொண்டுள்ளன. சில இந்தப் பாதிப்பை எதிர்த்துள்ள செய்தியையும் நான் கூறாமல் இருக்க இயலாது.

நுண்கலைத் தேர்வின் வரலாற்றில் என் சிந்தனையைத் தூண்டிய கருத்துக்கள் பல கண்டதால் அவற்றைச் சுருக்கமாக நினைவுபடுத்தற்கு என்னை மன்னிக்க வேண்டும்.

கலைத்துறையில், படைப்போன் முக்கிய இடம் பெறுகிறான் என்ற கொள்கை மறுமலர்ச்சி (*ரினைன்ஸ்சன்ஸ்*) காலகட்டத்தில் ஒப்புக் கொள்ளப்பெற்றதன்று. வசரி எழுதிய ஓவியர்களின் வாழ்வு என்ற நூல், திறனாய்வுக் கருத்துக்களை வரலாற்று முறையில் சிறிய தோதில் தெளிவாக்குகிறது (1.ப.சி.).

ஒவ்வொரு கலைப் படைப்பையும் நிலம்-கால வரம்பிற்குள் அடக்கும் முயற்சியில் எழுத்துத் தெளிவுகள், ஒப்பந்தங்கள், கையொப்பச் சான்றுகள் முதலியவற்றைப் பத்தொன்பதாம் நூற்றாண்டில் வரலாற்று அறிஞர்கள் கண்டுபிடிக்க முனைந்தனர். (நிலம்-காலம் என்ற சொற்றொடரை வரலாற்றுமுறை இலக்கண ஆய்வாளர்களும் மொழி யியலில் பயன்படுத்துவதை நான் இங்கே சுட்ட வேண்டும்.) வரலாற்றில், கலைப் படைப்புகள் மறக்கப்படுவதால் அவற்றின் விளக்கம் முன்னிடம் பெற்றது. வரலாறு கலைத் தேர்வின் வரலாறன்று. பிரஞ்சு நுண்கலை வரலாற்றறிஞன் ஆந்திரே மைக்கேல் கலைப் படைப்புகளின் விவரணத் திற்கு முன்னிடம் நல்கி வரலாற்றுச் செய்திகளைப் புறநிலையாக ஒதுக்கினான் (1.ப.5). ஆகஸ்த் காம்தேயின் முருகியல் தத்துவத்தால் பாதிக்கப்பட்ட தைனே தனது *கலையின் தத்துவம்* (1865) என்ற நூலில் ஒரு காலகட்டத்தின் பொது உந்தல், உள்ளிணைப்பு அல்லது சேர்ச்சை (*பாட்டேர்ன்*) ஆகியவற்றை வற்புறுத்தினான் (ப.6). 'காலநிலைச் செல்வாக்கு' என்ற சொற்றொடர் இந்நூலின் பின்னர் வழக்குப் பெற்றது. தைனே கலைப் படைப்பு விளக்கத்திலிருந்து சூழ்நிலைக்கு ஏற்பக் கலையின் கருத்து அமைதல் என்ற கொள்கை நிலைக்கு மாறினான்.

மேரெல்லி, குரோவ், கோவல்காசில் முதலியவர்கள் நுண்கலை வல்லுநர்களின் கலைப் படைப்பினை ஓம்பிக் காக்கும் இரசிகர்கள். எனவே அவர்கள் கலைப் படைப்பின் சுட்டுநிலைத் தெளிவில் (ஐடன்டிடி) கவனம் செலுத்தினர்.

கலைப் படைப்பு மனித இனத்தின் தனிநிலைப் பிரதிபலிப்பின் விளைவு. ஆகையால் பிரிட்லாடர், பென்சல் ஆகியவர்கள் தனி நிலைப் பிரதிபலிப்பு என்ற கலைக் கொள்கையை (யூனிக்குநெஸ் ஆஃப் ஆர்ட்) உருவாக்கினர்.

வரலாற்றுமுறை, முருகியல் தத்துவம் ஆகியவற்றின் பிடிப்பிலிருந்து கலைத் திறனாய்வைச் செர்மன் தேர்வாளர்கள் விடுவித்தனர். அழகின் உயர் லட்சிய நிலையை (கிளாசிகல் ஐடியல்ஸ்) ரீகல் என்பார் நிராகரித்தார். கலைப் படைப்பின் உளக்கருதலை (இன்டன்சன்) பெரும் படைப்பு களிலும் சில தோற்றங்களிலும் காண இயலும் என்பதே அவர் கொள்கை.

இருபதாம் நூற்றாண்டில் உருவான முக்கோணவாதிகள் (கியூபிஸ்ட்) நுண்பொருள் (அப்ஸ்ட்ரேக்ட்) இயக்கத்தினர் நடுக்கால ஐரோப்பியா, கிழக்கு நாடுகள் ஆகியவற்றின் கலைப் படைப்பைக் கணக்கிலெடுத் தாய்ந்தனர். பகிர்மனநிலையும் நுண்பொருள் நிலையும் (எம்பதி அண்ட் அப்ஸ்ட்ரேக்டிஸம்) என்ற நூலில் வாரிங்கர் இத்தகைய மாற்றுநிலை ஏற்பை வற்புறுத்தினார். செர்மனியைச் சார்ந்த வேர்ல்வ்லின் நுண்கலை யின் ஒப்பாய்வுக்கு வழிவகுத்தார் (ப.7). காட்சிப் படைப்புகளின் அடிப் படையில் மட்டும் காலகட்டங்களாகப் பிரித்து ஒப்பாய்வு செய்தற்கு அவர் வழிசெய்தார். இங்கிலாந்து நாட்டு ரோஜர் பிரை முற்கால, பிற்காலக் கலைஞர் படைப்புகளை உருத்தாக்கல் மதிப்பு (பிளாஸ்டிக் வேல்யூ) அடிப்படையில் ஆராய்ந்தார். நீக்ரோக்களின் கலையாக்கம், மெக்சிகோ நாட்டினரின் கலைப்படைப்பு முதலியவற்றை அவர் கணக்கி லெடுத்தார். கலையாக்கம் அனைத்தும் மனித இனத்தின் அறிவுப்புல வாழ்வின் பிரதிபலிப்பு என்று கருதும் முழுமைவாதமாகிய கெஸ்ட்டால்ட் கொள்கைக்கு எதிராகத் தூய கலை, தூய பாட்டுப் போன்று பிணைப் பற்றது என்று வாதித்தனர். அவர்கள், எது கலை? எது கலையன்று? எது பாட்டு? எது பாட்டன்று? என்று விளக்கம் கண்டனர் (ப.7).

இருபதாவது நூற்றாண்டு, உருவத்திற்கு முக்கியத்துவம் தந்தது. புறச் சூழ்நிலைக் காரணத்தாலும் அக உந்தலாலும் ஓவிய உருவம் பரிணமிப்பதாகத் திறனாய்வாளர்கள் கருதினர். பாசிலியான் நுண் கலை வரலாற்றைக் காலகட்டமாகப் பிரித்தபோது உருவ நிலையை வற்புறுத்தினான். நன்று, தீது, உயர்ந்தது, தாழ்ந்தது என்ற தீர்ப்பு நிலை வாதத்தை அவன் மேற்கொள்ளவில்லை. உருத்தாக்க மதிப்புக் கொள்கையின் விளைவாக இணைப்புவாதம் (இன்டக்ரேசன்) முன்னிடம்

பெற்றது. பிரனோவ்ஸ்கி, எமிலி மல்லோ ஆகியவர்கள் இதனைப் பரப்பினர். கலைப் படைப்பில் மூலப்பொருள், பரிணாமம், இருநிலைத் தாக்கம் முதலியவற்றில் அவர்கள் கவனம் பதிந்தது; அவை மட்டு மல்ல, ஒரு கலைப் படைப்பின் அற அடிப்படை யாதெனவும் காண முற்பட்டனர். அதைப்போன்று அதனைச் சமைத்தற்குரிய அடிப்படைக் கொள்கை யாதெனவும் ஆய்ந்தனர். உள நூலடிப்படையும் உளப் பகுப்பாய்வும் (சைகோ-அனலிடிகல்) கலைத்தேர்வில் இடம்பெற்றன. ஆந்த்ரே மாத்ராகின் செய்த நூற்களில் இவற்றின் செல்வாக்கைக் காண இயலும்.

நவீன காலகட்டத்தில் புறத் தாக்கலும் அக உந்தலும் இணைக்கப் படுகின்றன. ஒன்றை வற்புறுத்தி, மற்றொன்றைக் கைவிடாமல் இரண்டையும் சமநிலையில் ஆய்வாளர் ஆய்கின்றனர். எனவே புறநிலைத் திறனாய்வுக் கூறுகளும் கலைப் படைப்பும் கலைஞரும் சமநிலை ஆய்வில் முக்கிய இடம் பெற்றுள்ளனர்.

வெந்தூரி *நுண்கலைத் தேர்வின் வரலாறு* என்னும் நூலில் விளக்கியுள்ளது போன்று, இந்தியச் சிற்ப சாஸ்திரங்களில், வரலாற்று நிலை விளக்கமில்லையாயினும் பல செய்திக் குவியல்களைத் தருகின்றன. இந்தியாவில், கலைப் படைப்புக்களைக் கண்டெடுத்தலும் காட்சியகத்தில் பார்வைக்கு வைத்தலுமே பெரும்பாலும் நடக்கும் பணியாக இப்போது காணப்படுகிறது. ஒன்றிரண்டு விதிவிலக்குகள் இல்லாமல் இல்லை. சிற்ப சாஸ்திரச் செய்திகள், செப்புத் திருமேனிகள், கல்சிற்பங்கள் ஆகியவற்றின் ஒற்றுமையைத் திறமையாக விளக்கும் டி.ஏ. கோபிநாத ராயரின் நூல் ஒன்று அதற்கு எடுத்துக்காட்டு. மேனாட்டுக் கொள்கைகளையும் கீழ்நாட்டுத் தத்துவ முறைகளையும் ஒருங்கிணைத்துக் கலைத் தேர்வு அரங்கில் முடிசூடா மன்னனாக விளங்கும் ஆனந்தக் குமாரசாமியின் நூற்கள், மற்றொரு விதிவிலக்கு. ஜெ.என்.பானர்ஜி, சிவராமமூர்த்தி ஆகியவர்களின் நூற்கள், பல சிக்கல்களுக்குத் தெளிவு தருகின்றன. மேல் நடக்கும் ஆய்வுக்கு வழிகாட்டியாக அமைகின்றன.

முதல் பத்தியில் நான் குறிப்பிட்ட நுண்கலை இலக்கணத்திற்கு மீண்டும் செல்வோம். மொழி, கலை ஆகிய இரண்டின் இலக்கணங் களின் அடிப்படைக் கருத்துக்களிற் பல (*அக்ஸியோம்*) பொதுவானவை. கலைப் படைப்பின் பகுப்பாய்வு, புறநிலைத் தேர்வு உத்தி, பின்னணிச் சமுதாயம், கலைஞன் ஆகியவை இரண்டிற்கும் பொதுவான கூறுகள் மொழியியல் துறையில் தெளிவு பெற்றுள்ளன. கலை வரலாற்றில் சில விளக்கம் பெற்றுள்ளன. இன்னுஞ்சில இனிமேல்தான் தெளிவு பெற வேண்டும்.

நல்ல தேர்வாளன் கலைச்சுவையை வளர்க்கிறான்; பல கலைஞர்களையும் சீர்தூக்காளர்களையும் உருவாக்குகிறான். பல இராய் சவுத்ரிகள், பல ஸ்தபதிகள் தேர்வுச் சுவையின்றி உருவாக இயலாது. இந்தச் சுவை விளக்கம் மறை நிலையில் இருப்பினும் வெளிப்பாடு நிலையிலிருப்பினும் கலைப் படைப்புச் சிறக்காது என்ற உண்மை உங்களுக்குப் புதியதன்று.

### நூலோதி

இரத்தன் பரமூ தொகுத்த நுண்கலை வரலாற்றுப் பணிப்பட்டறை நிகழ்ச்சி அறிக்கை, ப.மா.கு. அறிக்கை, புதுதில்லி, 1977

# சித்த மருத்துவம்: ஒரு விளக்கம்

வடமொழி எதிர்வாதம், விடுதலை இயக்கம், கல்விப்பெருக்கு ஆகியவை நாம் நம்முடைய பெருமையை மீண்டுமுணர உதவின. மொழி, கலை முதலியவற்றை நுண் நோக்கோடு காண முற்பட்டோம். தமிழ் இலக்கியப் பதிப்புக்கள், குறிப்பாகப் புறநானூறு தோன்றியதால் ஏற்பட்ட சிந்தனை மாற்றம். திருநெல்வேலி இடையன்குடியில் பணி புரிந்த கால்டுவெல் 1856ஆம் ஆண்டு வெளியிட்ட தென்மொழிகளின் ஒப்பிலக்கணம், ஆரிய மொழி, பண்பாடு முதலியவற்றிலிருந்து அகன்ற தமிழ்-திராவிட நாகரீகம் ஒன்று சிறந்து விளங்கிய செய்தியை இந்தியா விலும் பிறநாடுகளிலும் பரவச் செய்தது. தமிழ் இலக்கியம், மதத்தில் சைவ சித்தாந்தம், மருத்துவத்தில் சித்த மருத்துவம் முதலியவை அறிஞர்கள் கவனத்தை ஈர்த்தன. நடனத்தில் பரத நாட்டியம், இசையில் தமிழ்-கர்நாடக இசை, ஓவியத்தில் சித்தன்னவாசல்-பாண்டிய நாட்டு ஓவியம், கோயிற் சிற்பங்கள் முதலியவை நுணுக்கமாக ஆராயப் பட்டன. அதன் விளைவாகச் சித்த மருத்துவத்திற்கும் பெருமை ஏற்பட்டது. தமிழ்நாட்டு மருத்துவமுறை என்ற நிலையில் அதற்குச் சிறப்பு ஏற்பட்டது முதற் காரணம்.

இரண்டாவது ஆங்கில வைத்தியம் பரவியதும் இந்திய மருத்துவ முறையைப் பற்றி ஆயும் உந்தல் ஏற்பட்டது; இது வரலாற்று மாற்றத்தால் தோன்றிய ஊக்கம்.

மூன்றாவது இந்திய மருந்து வகை உற்பத்தியாளர்கள், மாற்று இந்திய மருந்துகள் கிடைக்குமாயின் மேனாட்டு மருந்துகளை இறக்குமதி செய்வதை நிறுத்துவதற்கும், நம் நாட்டு மருந்துகளையும் ஏற்றுமதி செய்தற்கும் முன் நின்றனர். இதனால் ஆயுர்வேதம், சித்தம், யுனானி மருந்துகளை உற்பத்தி செய்யும் நவீன ஆலைகள் தோன்றின. நம் நாட்டில் மருந்துப் புரட்சி ஏற்பட்டது.

தனிப்பட்ட மருத்துவர்கள் கையில் ஒதுங்கி நின்ற மருந்து வைத்திய முறைகளை நாட்டுச் சொத்தாக மாற்றும் முயற்சிகளை அரசு மேற் கொண்டது. அதன் விளைவாகப் பாளையங்கோட்டையில் சித்த மருத்துவக் கல்லூரி தோன்றியது. இதற்கு ஏற்பட்ட எதிர்ப்புகளைச் சமாளித்து முன்னேற்றப் பாதையில் வழிநடத்திய முன்னோடிகள் பலர். அவர்களுக்கு நாம் அஞ்சலி செலுத்தக் கடமைப்பட்டிருக்கிறோம். இம்மாற்றங்களால் சித்த மருத்துவர்களுக்குப் பெரும் பொறுப்புகள் புதிதாக வந்து சேர்ந்துள்ளன. அவற்றை நான் விளக்க வேண்டும்.

*1.* முன்னர், பரம்பரையாகத் தந்தை-மகன், குரு-சிசியன் என்ற நிலையில் மருத்துவ முறை தொடர்ந்தது. ரகசிய ஏடுகள், பிறர் அறியாமற் கூறும் ரகசிய மருந்துகள், தொழில்நுட்பங்கள் இவை யனைத்தும் தமிழர் அனைவருக்கும், சித்த மருத்துவத் துறை மாணவர்கள் அனைவருக்கும் பயன்பட வேண்டும். சிறுவட்டத்தில் அடங்கி நின்ற அறிவும் அனுபவமும் பெருவட்டத்திற்குப் பரவ வேண்டிய கட்டாயம் ஏற்பட்டுள்ளது.

2. சித்த மருத்துவத்தால் பல கடும் நோய்கள் நீங்கிவிட்டதாக நாம் கூறுகிறோம். நோய் நீங்கியவர்கள் அதற்கு அங்கங்கே சான்று பகருவார்கள். ஆனால் சித்த மருத்துவத்திற்குப் போட்டியாக ஆங்கில மருத்துவம் இன்று உலகளாவிய ஒப்புதலும், பரப்பும் பெற்றுள்ளது. ஆயுர்வேதம்-கேரளம், கர்நாடகம், ஆந்திரம், வட இந்தியாவில் எல்லா மாவட்டங்களிலும் மதிப்புப் பெற்றுவிட்டது. அதற்கென வட நாட்டில் கல்லூரிகளும், பல்கலைக்கழகம் ஒன்றும் அமைந்திருப்பது நாமறிந்ததே! முஸ்லிம் நண்பர்கள் ஏற்றுக்கொண்டுள்ள யுனானி வைத்திய முறைக்கு அகன்ற தேச ஒப்புதலும் மேற்காசியப் பரப்பும் உண்டு. இவற்றைப் போன்று, பல போட்டியிடும் மருத்துவ முறை களைவிட சித்த மருத்துவம் வலுவு வாய்ந்தது என்று தெளிவு செய்ய வேண்டிய பொறுப்பு இன்று நமக்குண்டு. எதிரியாக இருந்த சித்தம் இப்போது எதிர்வாதம் செய்யும் கட்டாய நிலையை அடைந்துள்ளது.

நான்காவது நிலையாக முன்னர் சித்த மருத்துவர்கள் தயாரித்த மருந்துகள் விலையின்றி அறவுணர்வுடன் அல்லது தாமே மனமுவந்து தரும் பணத்தைப் பெற்று நோயாளிகளுக்கு வழங்கினர். ஊர்த் தொழிலாக இருந்த ஒன்று பிற ஊர்களுக்கும், மாநிலங்களுக்கும், நாடுகளுக்கும் அனுப்பப்பட வேண்டுமாயின் அதற்கேற்ப மருந்து களின் தரத்தை மாற்றிப் பெருந்தொழிலுற்பத்தியாக மாற்ற வேண்டும். இதற்குரிய தொழில் வகை மாற்றங்களையும் நாம் மேற்கொள்ள வேண்டும். ஆங்கில மருத்துவ முறையைப் பெருமையுறச் செய்தது, அவர்களுடைய கழகங்கள், சஞ்சிகைகள், இலாபம் பெறும் தொழில் அதிபர்கள் என்பதை மறக்கலாகாது. எனவே தொகுத்தல், தெளிவு செய்தல், உற்பத்தியைப் பெருக்கிச் சனசம்மதத்தைத் தேடல் என்ற மூன்று முனைகளில் நாம் முன்னேற வேண்டும். மூன்றாவது கூறிய தொழிலணுகுமுறையை அரசும், தனியாரும் பொறுப்பேற்று நடத்த வேண்டும். கல்வி நிலையங்கள், ஆய்வு நிலையங்கள் ஆகியவை முதலிரண்டிற்கு உதவ இயலும்; மூன்றாவது கூறியுள்ள செயற்பாட்டுக்கு அவை ஆலோசனைகள் வழங்க முடியும்.

சித்த மருத்துவ நூற்களிற் பெரும்பாலானவையும் பிற்கால மொழியில் எழுதப்பட்டுள்ளன. மொழிநிலையில் இவை ஏறத்தாழ

நானூறு முதல் ஐந்நூறு ஆண்டுகளுக்கு முற்பட்டவையல்ல. ஏலாதி, சிறுபஞ்சமூலம் முதலிய நூற்கள் ஏறத்தாழ ஆயிரத்து இருநூறு ஆண்டுகளுக்கு முற்பட்டன. அவற்றில் மருந்து வகை பேசப்படினும் சித்த மருத்துவம் பற்றிய குறிப்பில்லை. திருக்குறளில் மருத்துவமுறை பற்றிய பல செய்திகள் காணப்படுகின்றன. சங்க இலக்கியத்தில், வள்ளல் ஒருவன் மருந்து மரத்தின் பட்டையை உரிக்கும் நிலை போன்றவன் என்று குறிக்கப்படுகிறான். மருத்துவமுறையில் ஆயுர் வேதத்தைக் குறிக்கும் குறிப்புதான் தமிழ் இலக்கியத்தில், குறிப்பாகச் சிலப்பதிகாரத்தில் முதல் முதலாகக் காணப்படுகின்றது. எனவே சித்த மருத்துவம் பின்னர் வந்ததா? அல்லது ஆயுர்வேதம் என்று குறிக்கப் படுவது சித்த மருத்துவமா? அல்லது இரண்டும் சேர்ந்த ஒன்றா? இவை போன்ற கேள்விகள் பல எழுவது இயற்கையே. சித்த மருத்துவம் குறிக்கப்படவில்லை என்ற எதிர்மறை நிலை (நெகட்டிவ் வாதம்) தற்காலத்தில் சக்திமிக்க வாதமாயினும், மற்றொரு தெளிவு கிடைத்தால் எதிர்மறை வாதம் வலுவிழந்துவிடும்.

ஒரு மருத்துவ நிலையை, பண்பாட்டு நிலையை, மீட்டுரு அளிக்கச் சில ஆய்வு முறைகளைப் பின்பற்றுகின்றனர். இதனை உள்ளாய்வு, புற ஆய்வு என்று இரண்டாகப் பகுப்பர். உள்ளாய்வில் இலக்கியம் முதலிய எழுத்துருக்களைப் பயன்படுத்துவர். அதனோடு ஒப்புடைய கள ஆய்வு அதாவது தமிழகத்தில் ஒவ்வொரு ஊருக்குச் சென்று என்னென்ன மருந்துகளைப் பழைய வைத்தியர்கள், குடும்பங்கள், பாட்டிமார்கள் பயன்படுத்துகின்றனர் என்று விரிவாக ஆராய்ந்து குறிப்பெடுத்துக் கொள்வது. எழுத்துருச் சான்று, மக்கள் சான்று இரண்டையும் இணைத்துச் சித்த மருத்துவக் கூறுகள், மருந்து வகைகள், நோய்த்தெளிவு, நோய் நீக்கம், பத்தியம் முதலியவற்றை வகைசெய்துகொள்வர். கேரளத்தில் பெரும்பாலும் முற்பட்டோர் குடும்பங்களில் லேகியங்களையும் குளித்தற்கு எண்ணெயும் பயன்படுத்துகின்றனர். இவற்றை ஆயுர்வேத முறைப்படி தயாரிக்கின்றனர். தமிழகத்தில் சுக்கு, மிளகு, திப்பிலி முதலிய திரிகடுகங்களைப் பயன்படுத்துகின்றனர். நோய்நீக்கத்திற்கு அவை பயன்பட்டதனால், அவற்றைச் சித்த மருத்துவம் மேற் கொண்டிருந்ததால் சித்த மருத்துவ நெறி தமிழகத்தில் பரவியிருந்தது தெளிவாகும். எந்த நெறியும், அகன்ற பரப்புப் பெற்றுள்ளதாயின், பிரசாரம் பெற்றுள்ளதாயின் அது பழமையானதாகத்தான் இருக்கும். அதனையடுத்து புறச் சான்றுகளாக சித்தர்கள் வாழ்க்கை வரலாறு, பிற நாட்டார், பிற மொழியாளர்களின் குறிப்புகள், பிற மருத்துவ நெறிகளின் வரலாற்றுக் கூறுகள் முதலியவற்றை அறிந்திருந்தால் அவற்றில் நேர்ந்துள்ள மாற்றங்களை நாம் சித்த மருத்துவத் தொடர்பால் நேர்ந்துள்ளதாகக் கூற இயலும். எனவே எழுத்துரு, மக்கள் பயன்பாட்டு

முறை, வைத்தியத்தின் கூறுகள், பிற மொழியாளர்களின் சான்றுகள், ஒப்புநோக்காய்வு முதலியவை சித்த முறையின் பண்டைய நிலையை அறிய உதவும்.

சித்தர்கள் பல பேர் அறக்கருத்து பொதிந்த பாடல்களைப் பாடியுள்ளனர். அகத்தியர், கபிலர் முதலியவர்கள் இதிலடங்குவர், எனவே புலவர்களாகவும் பலர் இருந்திருக்கின்றனர். சிலர் பிற நாட்டில் பிறந்தவர்கள். ஒருவர் - போகர், சீன தேசத்தவர் என்பர். பூனைக் கண்ணன் என்ற சித்தர் எகிப்து நாட்டைச் சேர்ந்தவர். தனவந்தரி ஆயுர்வேதத்தோடு தொடர்புடையவர். எனவே பலநாட்டு நெறிமுறைகளையும் சித்தம் தன்னுள்ளே அடக்கிக்கொண்டு, தனது தனித்துவமாகிய வாத, பித்த, கப அடிப்படையில் நோய்களைத் தெளிகின்றதா என்றும் காண வேண்டும். சிறுநீரை நெய்த்தோர்வால் தெளியுமுறை சித்தத்திற்கே உரியது. மிருகங்களின் கொழுப்பையும், உறுப்புக்களையும் உபரசமாகப் பயன்படுத்துவது சித்தத்தின் சிறப்பு. உலோகங்களைப் பற்பமாக்குதல் மற்றொரு சிறப்பு. எனவே சித்தமுறைச் சிறப்புக் களை அடையாளங்காட்டி வரையறை செய்து சித்தமுறையை இந்திய அரங்கிலும், உலக அரங்கிலும் நாம் நிலைநாட்டினால் வைத்திய முறைகளுள் முக்கியமானது என்பதை உலகோர் ஒப்புக்கொள்வர். சித்த மருந்துகளை உலகோர் ஏற்று அதன் விளைவாகச் சித்த முறைக்குப் பெருமையும், நாட்டு வருமானமும், வளமும் பெருகுதற்கு வாய்ப்பு வளரும்.

உலகம் ஏற்கும் முறையில் நாம் நமது சாத்திரப் பெருமையை எடுத்துக்கூறக் கடமைப்பட்டிருக்கிறோம். இல்லையெனில் ஒதுக்கப் படுவோம்; புறக்கணிக்கப்படுவோம்.

●

# மோடி ஆவணங்கள்

மோடி ஆவணப் படிப்பு, பலவாண்டுகளாகப் புறக்கணிக்கப்பட்டுள்ளது. மேலும் புறக்கணித்தால் அறிவொளிக்கு நீங்காத மறைவுத் திரையை யிட்டு மூடுவதாக மாறும்.

ஏனைய அறிவுத் துறைகளைப் போல, வரலாறும் சமீபகாலத்தில் புதுத் திருப்பங்களையும் புது கருதுகோளையும் பெற்றுள்ளது. கல்வெட்டு, செப்புப் பட்டயம், கள ஆய்வு, இலக்கியம், எழுத்துருப் பெற்ற ஆவணங்கள் போன்றவை அறிவுலகம் ஏற்றுக்கொண்ட செம்மையான சான்றுகள். அவற்றுடன் ஒப்பிலக்கண ஆய்வு, ஊர்ப்பெயர், மானிட இயலில் காணும் உடற்கூற்றுத் தெளிவுகள் ஆகியவற்றையும் இன்று வரலாறு பயன்படுத்துகிறது. பெயர் பெற்ற வரலாற்று ஆய்வாளர் களான க. நீலகண்ட சாஸ்திரி போன்றவர்கள் வரலாறு ஏற்காத சான்றுகள் என்று புறக்கணிக்கப்பட்டவை இன்று சரித்திரத் தெளிவுகளாகப் பயன் படுத்தப்படுகின்றன; வரலாற்று விளக்கங்களுக்குப் பயனாகின்றன.

'புதிய வரலாற்று ஆசிரியர்கள்' என்ற பெயருடன் அலிகட் பல்கலைக்கழகம் மையமாக உருவான இயக்கம் மக்கள் வாழ்வு, இடப் பெயர்ச்சி, அவர்களின் நில உடைமை, இலட்சியம் முதலியவற்றில் கவனம் செலுத்துகிறது; அரசர்களின் போர் வெற்றியை மட்டும் பற்றியன்று; அவர்கள் மணஞ்செய்த மாதரசிகளைப் பற்றியன்று.

சோழர்கால விளைநிலங்களின் பராமரிப்பைப் பற்றியும் அவற்றின் அளவீடு, வரிச்சுமை, உழவுத் தொழிலாளிகள் முதலியவர்களின் நிலை முதலியவை பற்றியும் கல்வெட்டுக்கள் மூலம் ஆராயும் முயற்சி இன்று காணப்படுகின்றது. கோயிற் பண்பாடு, சமுதாயத்தின் தொடர்ச்சி, அவற்றின் பங்கு முதலியவை இன்று நுணுக்கமாக ஆராயப்படுகின்றன. அக்பர் சக்ரவர்த்தி காலத்தில் காலாட்படையின் எண்ணிக்கை, நஞ்சை நிலஅளவு ஆகியவற்றின் அடிப்படையில் அன்று வாழ்ந்த மக்கள் தொகையைக் கணித்துள்ளனர். சங்ககால மக்கள்தொகையும் பொருள் காலவரையறைக் கொள்கையான 'கிளாட்டோ குரோனாலஜி' வழி நிர்ணயம் செய்யப்பட்டுள்ளது. இவற்றையும் பயன்படுத்தி வரலாற்று மீள் வரைவுகள் இன்று மேற்கொள்ளப்படுகின்றன. தெளிவுகள் சிலவாயினும் அவற்றையும் ஊகங்களையும் அடிப்படையாகக் கொண்டு இன்று வரலாறு மீட்டுரு அளித்தலை மேற்கொள்ளத் தயங்கவில்லை. கொள்கை உருவாக்கலும் அவற்றைச் சோதித்தலும் இன்று வரலாற்றில் இயலும். ஆனால் இருபது முப்பதாண்டுகளுக்கு முன்னர் அவை இயலா.

சற்று மாறுபட்ட மராத்தி எழுத்தால் மராத்தி மொழியின் வட்டார வழக்கொன்றில் உருவான சோழ ஆவணங்கள் பழைய சமுதாயத்தை அறிய இன்று மிகவும் உதவுகின்றன. அவற்றில் தமிழ், உருது முதலிய மொழிச் சொற்கள் காணப்படுகின்றன. மராத்திய மன்னர்களின் அரண்மனை வாழ்வின் பல நுண்செய்திகள் அவற்றால் தெரிய வருகின்றன. அரண்மனையில் நடந்த பேரூட்டுகள், விழாக்கள், மதச்சடங்குகள், சமஸ்கிருதப் படிப்பிற்கு அரச குடும்பம் அளித்த நல்கை, பொதுமக்கள் தங்கள் சங்கடங்களைக் கூறிப் போக்கும் – வழி வேண்டும் விண்ணப்பங்கள் முதலியவை அன்று தஞ்சை வட்டாரத்தில் வாழ்ந்த சமுதாயத்தின் உட்பிணைப்புகளைக் காட்டுகின்றன. அன்று எழுந்த தமிழ், சமஸ்கிருதம், தெலுங்கு மொழி இலக்கியங்கள் அரச குடும்பத்தை வெகுவாகப் பாராட்டிப் புகழ்கின்றன. ஆனால் மோடி ஆவணங்கள் அகநிலையில் காணப்படும் நம்பகமான செய்திகளையும் குறித்துள்ளன. அரச குடும்பத்தினரும் அமைச்சர்களும் ஆங்கில ஆசாரங் களைப் பின்பற்றுவதும் பொதுமக்கள் தங்கள் பழைய பண்பாட்டில் உறைத்து நிற்பதும் தெளிவாகின்றன. பிற்சங்க காலம் முதல் மராத்தியர் காலம் வரை மதப்பிடிப்பு மக்களிடம் செல்வாக்குப் பெறுவதற்கு எல்லா அரச குடும்பங்களும் கருவியாக உதவுகின்றன என்பதை ஊகித்தற்கும் சான்றுகள் கிடைக்கின்றன. பல மொழி, இனம் ஆகிய வற்றின் கலவை உயர்மட்ட மக்கள் என்பதும் கீழ்மட்ட மக்கள் எவ்விதக் கலப்பிற்கும் இடம் தராதவர்கள் என்பதும் தெளிவாகின்றன. மொத்தத்தில் அன்றைய சமுதாயத்தின் இயல்பு, இடப்பெயர்ச்சி, சாதனைகள், அதன் வீழ்ச்சி முதலியவை அந்த ஆவணங்களால் ஊகிக்க இயலும்.

பதினேழு முதல் பத்தொன்பதாவது நூற்றாண்டின் முதற்பகுதி வரை எழுதப்பட்ட அந்த ஆவணங்கள் செய்திச் செறிவிலும் நுணுக்கத்திலும் பிரஞ்சு இந்தியாவில் வாழ்ந்த ஆனந்தரங்கப்பிள்ளையின் நாட்குறிப்பை ஒத்திருக்கின்றன. இரண்டும் சமுதாய மீட்டுருவிற்கு மிகவும் உதவும். ஆனால் ஆனந்தரங்கப்பிள்ளையின் நாட்குறிப்பு நூல் வடிவிலும் மொழி பெயர்ப்பு மூலம் வெளிவந்துள்ளதால் எல்லோரும் பாராட்டும் நிலை ஏற்பட்டது. மோடி ஆவணங்கள் தமிழ்ப் பல்கலைக்கழக ஆய்வால் வெளியுலகம் இனிமேல்தான் நன்கு அறிய வேண்டும். மொழியியல், சமுதாய இயல், மானிட இயல், உயிரியல் முதலியவை பின்பற்றும் ஒரு கொள்கை நிலையை இங்குக் கூறுவது பொருந்தும் என்று நினைக்கிறேன்.

பழைய திராவிடத்தின் கூறுகளை அறுதியிட, மொழியியலாளர் இன்று வழங்கும் உறவு மொழிகளில் காணும் அடிப்படைச் சொற் களைப் பயன்படுத்துகின்றனர். எழுத்துருவம் இத்தகைய ஊகங்களை

உறுதி செய்வதற்குத்தான் பயனாகின்றது. அந்தக் கொள்கையால் தற்காலத் தெளிவுகள் இறந்தகால நிகழ்வுகளை ஊகிக்க உதவுகின்றன. விவரணத்திற்குச் சமுதாய இயல் அதைப் பயன்படுத்தினாலும் பழமையை ஊகிப்பதற்குப் பயன்படுத்துவதில்லை. மானிட இயலுங்கூட அந்தக் கொள்கைகளைப் பயன்படுத்துகின்றன. மனிதத் தோற்றத்தை ஆய்ந்த டார்வினிடமிருந்து அந்தக் கொள்கை கடன் வாங்கப்பட்டது. காடு வெட்டி, சோழகர், மழவரையர், பாண்டியர், முத்தரையர் முதலிய இனத்தினர் தமிழகம் முழுவதும் காணப்படுகின்றனர். அவர்கள் நினைவில் வைத்திருக்கும் கதைகளும் நாட்டுப் பாடல்களும் அவர்களுடைய மூதாதையர்களைப் பற்றிய செய்திகளையும் அரச உறவையும் ஊகிக்க உதவும். சோழ மன்னர்கள் மறைந்துவிட்டனர். ஆனால் சோழ வம்சத்தைச் சார்ந்தவர்கள் இன்றும் வாழ்கின்றனர். அவர்களைப் பயன்படுத்திச் சோழ வரலாற்றை நாம் ஊகிக்க இயலுமா? அவ்வாறு செய்தற்குப் பல ஆண்டுகளாகலாம். ஆய்வுக் கருவிகள் மேலும் கூர்மை யாக்கப்படாமல் இருக்கலாம். ஆனால் அந்த வளமான, இப்போது தரிசாகக் கிடக்கும் நிலத்தை இதுவரை யாரும் பயன்படுத்தவில்லை. அவற்றிலிருந்து கிடைக்கும் செய்திகளை மோடி ஆவணங்கள் மூலம் உறுதி செய்ய இயலும். புதுக்கோட்டை, திருப்பதி, இராமநாதபுரம் முதலிய இடங்களில் கிடைக்கும் மோடி, தெலுங்கு ஆவணங்களும் கன்னியாகுமரி மாவட்டத்தில் காணப்படும் மலையாள ஆவணங்களும் தென்னிந்திய சமுதாய வரலாற்றை அறிதற்குரிய தங்கச் சுரங்கங்கள்.

வேதியியல் நிபுணர்கள் ஒரு விதியை அடிக்கடி கூறுவர். ஒரு பொருள் எரிந்தால் அதன் மீதங்கள் அப்பொருளின் இயல்பை மாற்றுருவில் கொண்டிருக்கும் என்பதுதான் அந்த விதி. உலகில் எந்தப் பொருளும் அறவே அழிந்துவிடாது என்பதே அவர்களுடைய சித்தாந்தம். அது உண்மையாயின் ஒரு அரச குடும்பம் அழிந்தால் அதன் வழித் தோன்றல்கள் தமது அரச குடும்பத்தின் பல கூறுகளைப் போற்றி வருவர். அவை பாரம்பரியக் கூறுகளா அல்லது பண்பாட்டுக் கூறுகளா என்று நிச்சயமாகக் கூற இயலாவிட்டாலும் அவை தொடரும் என்பது திண்ணம். மோடி ஆவணங்கள் தஞ்சை மராத்திய மன்னர்களைப் பற்றிய நுணுக்கச் செய்திகளை ஊகிக்க மிகப் பெரும் துணையாக அமையும்.

# அழிப்பாங்கதைகள்

பரம்பரையாகக் காப்பாற்றப்படும் இலக்கியச் செல்வங்களுள் அழிப்பாங் கதைகளும் ஒன்று. முதுபெரும் கிழவர்களும், பாட்டிகளும் தமது பெயரக் குழந்தைகளுக்குப் புகட்டும் வீட்டுக் கல்வி முறைகளுள் அழிப்பாங்கதை சிறந்த உத்தி. பள்ளிப் பாடத்தைவிடக் குழந்தைகள் விரும்பிக் கேட்டு மகிழும் பாடம் அழிப்பாங்கதைகள். வரலாற்றுக் காலம் முதல் அழிப்பாங்கதைகள் சமுதாய அமைப்பில் இடம் பெற்றிருந்த செய்திக்கு உரந்தரும் ஆதாரங்கள் பல காணப்படுகின்றன.

பழைய ஏற்பாடு இவ்வழிப்பாங்கதைகளுக்குச் சான்று பகர்கின்றது. அரசன் சாலமனுக்கும், அரசி ஷீபாவுக்கும் நடந்த அழிப்பாங்கதைப் போட்டியை இன்றும் மக்கள் நினைவுகூர்கின்றனர். காவியப் புலவர் ஹோமர் ஈஸியோடு இட்ட அழிப்பாங்கதைக்கு விடைகூற முடியாமல் இறந்தார் என்ற பரம்பரைக் கதையொன்று உண்டு. ஈடிபஸ் என்ற அரசன் ஸ்பிங்ஸ் பூதம் இட்ட அழிப்பாங்கதைகளுக்குத் தகுந்த விடை கூறி, தீப்ஸ் நகரை அழியாமற் காத்தானாம். இலக்கணம், இலக்கியம் முதலிய வற்றிற்கு வரம்பு வகுத்த கிரேக்க ஞானி அரிஸ்டாட்டில் அழிப்பாங் கதைகளுக்கும் இலக்கணம் எழுதியிருக்கிறார். தென் ஆப்பிரிக்காவில் வாழும் பந்து இனத்துப் பெண்கள் மழை பெய்யாது பயிர் வாடின் நிர்வாணமாக நடனமாடுவராம். அப்போது ஆண்கள் பார்க்கக் கூடாது. அதனை மறந்து யாரேனும் பார்த்துவிட்டால் அவனிடம் புணர்ச்சி சம்பந்தமான அழிப்பாங்கதைகளை இட்டுத் திக்குமுக்காடச் செய்து அவமதிப்பார் களாம். மத்திய செலிபஸ் பகுதியில் அறுவடைக்கு முன் விவசாயிகள் அழிப்பாங்கதைகளைக் கூறி விடைகாணும் பழக்கம் உண்டாம். தக்க விடை கூறின் சாகுபடி கூடுதலாக இருக்கும் என்ற நம்பிக்கை அவர்களிடையே நிலவி வருகிறது. மத்திய ஆசியாவில் வாழும் துருக்கியக் கன்னியர்கள் தங்களைத் திருமணம் செய்ய விரும்பும் இளைஞர்களிடம் அழிப்பாங்கதைகளைக் கேட்டு அவற்றிற்குத் தக்க விடை சொல்லாவிடில் அவர்களைத் தண்டித்து விரட்டுவது வழக்கம் என்று கோல்டன் பவ் என்ற தொகுப்பு நூலில், பிரேசர் குறிப்பிடுகிறார். பர்மாவிலும், ரஷ்யாவிலும் இம்முறை இன்றும் நிலவிவருகிறதாம். புராணக் கதைகளில் இதன் சாயலை நம் நாட்டிலும் காண முடியும். அழிப்பாங்கதைகளைக் கூறி வாழ்வு நடத்தும் கூட்டத்தினரைப் பற்றிய குறிப்பு நம் நாட்டு இலக்கியங்களிற் காணப்படுகிறது. அழிப்பாங்கதை பல சமுதாயங்களிடையே காணப் படும் ஒரு இலக்கிய உத்தி. மிகப்

பழங்கால முதல் நிலவிவரும் பொழுதுபோக்கு; சடங்குகளோடு தொடர்புடையது. கலைக்கூறுகளில் அதற்குத் தனியிடம் உண்டு.

தென்னகத்தில் நிலவும் அழிப்பாங்கதைகள் அனைத்தும் இன்னும் தொகுக்கப்பெறவில்லை. கிடைத்தவற்றின் அடிப்படையில் நாம் ஆராய்ந்தால் சில பொது இயல்புகள் நமக்குத் தெரியவரும்.

1. அழிப்பாங்கதை ஒரு பொருளைத் துலக்குவதாக அமைய வேண்டும்.

2. அந்தப் பொருள் மறைபொருளாக இருக்க வேண்டும். அதனைத் துலக்குவதே கதையின் நோக்கமாக இருக்க வேண்டும். அந்த நோக்கம் நிறைவேறியதும் அதன் புதிர்த்தன்மை நீங்கி, சாதாரணக் கதையாக மாறிவிடும். எனவே அதன் விடையை ரகஸ்யமாகப் பொதிந்து வைப்பது ஒரு அழிப்பாங்கதையின் இயல்புகளில் முக்கியமானது.

3. பொருளைப் பற்றி விவரிக்கும்போது ஏதேனும் ஒன்றாவது மறைபொருளின் இயல்பை நேராகச் சுட்ட வேண்டும். தேங்காயைப் பற்றிய ஒரு அழிப்பாங்கதை இதனை விளக்கும். 'கண்ணுண்டு ஆனால் பார்க்க இயலாது'. மனிதன் முதலாக உயிர்வாழும் அநேக உயிரினங்களுக்குக் கண்ணுண்டு. தேங்காயாகிய மறைபொருளுக்கும் கண் இருக்கிறது. கதையில் இந்தச் செய்தி கூறப்படுகிறது.

4. மறைபொருளைப் பற்றிய விவரணம் பிற பொருள்களுக்கும் பொருந்த வேண்டும். இல்லையென்றால் புதிர்த்தன்மை இல்லாமல் வெள்ளையாகிவிடும். கண், தேங்காய்க்கும் ஏனைய உயிரினங்களுக்கும் இருக்கிறது. இவற்றில் எதனைக் கதை குறிக்கிறது எனக் காண்பதே கதையின் உட்கருத்து.

5. அழிப்பாங்கதையில் மறைபொருளைக் குறிக்க ஒரு நேர்குறிப்பு அல்லது துப்பு காணப்பட வேண்டும். முன் குறித்த கதையில் 'பார்க்க இயலாது' என்ற சொற்றொடர் தேங்காய்க்கு மட்டும் பொருந்தும். நேர்குறிப்பு சில கதையில் எதிர்மறையாக விளக்கப்படும். சிலவற்றில் அது உடன்பாடாகக் குறிக்கப்படும். கீழ்வரும் அழிப்பாங்கதை இதனை விளக்கும்: 'தொப்பியுண்டு; சிவந்த சட்டையுண்டு; ஆனால் வயிறு நிறைய அரிசி.' இது சிவந்த மிளகாயைக் குறிக்கும். வயிறு நிறைய அரிசி என்ற சொற்றொடர் மிளகாய் என்றறிவதற்குத் துப்பாய் அமைகிறது. மிளகாயைப் பற்றிய ஒவ்வொரு விவரணமும் தனித்தனியாகவும், ஒருங்கு சேர்ந்தும் மறைபொருளைச் சுட்டுகின்றது. எந்த அழிப்பாங்கதையும் மேற்குறிப்பிட்ட ஐந்து இயல்புகளையும் தழுவாவிட்டால் குறையுடையதாய்விடும். கேட்பவர்களுக்கு மயக்கம் தந்து நாளடைவில் வழக்கு வீழ்ந்துவிடும்.

அழிப்பாங்கதை பெற்றுள்ள முக்கிய இடத்தால் சமூக ஆய்வாளர்களும், மொழியியலாளர்களும் அதனை வகைசெய்ய முயன்றுள்ளனர். ஸ்டித் தாம்ஸன் பொருளடிப்படையில் காதல் புணர்ச்சி, இயற்கைப் பொருள் பற்றியன என வகைசெய்துள்ளார். சொல்லிணைப்பு முறையில் இப்போது ராபர்ட் ஜார்ஜ், அலன் தண்டிஸ் ஆகியவர்கள் வகை செய்துள்ளனர். அந்த அடிப்படையில் தென்னாட்டு அழிப்பாங்கதைகளை ஆய்ந்தால் மூன்று வகையாக அவற்றைப் பிரித்துக்கொள்ள முடியும். காற்றைப் பற்றிய ஒரு கதையிது: 'அது பறக்கும் ஆனால் பார்க்க இயலாது' இதில் காற்றின் இயல்பு விளக்கமும், எதிர்மறை முடிவும் இருக்கின்றன. எதிர்மறைத் தொடர் இருக்குமாயின் அக்கதைகளை எதிர்மறைக் கதைகள் எனலாம். மற்றொரு கதையைப் பார்க்க: 'நான்கு காலுண்டு, முதுகுண்டு. ஆனால் நாய் நக்க இறைச்சியில்லை.' இது கட்டிலைப் பற்றியது. இதனுள்ளும் எதிர்மறைத் தொடர் இருக்கிறது. ஆனால் அதில் சிறிய வேறுபாடிருக்கிறது. இதற்கு எதிரான மற்றொரு கதை இது: 'வீட்டில் அவன் ஒரு கட்டை. காட்டில் அவன் ஒரு ராஜா.' இது சுடுகின்ற துப்பாக்கியைப் பற்றியது. வானொலிப் பெட்டியைப் பற்றிய கதை சுவையானது: 'திருச்சியில் பாடினால் மச்சில் கேட்கலாம்.' மேற்குறிப்பிட்ட இரண்டிலும் எதிர்மறைத் தொடர் இல்லை. ஆனால் மறைபொருளின் இயல்பை அவை குறிப்பிடுகின்றன. முன்னது துப்பாக்கியை மரக்கட்டையாகவும், காட்டு ராஜாவாகவும் உருவகிக்கின்றது. இவற்றை உருவகக் கதை என்று வகுக்கலாம். வானொலி பற்றிய கதை தனி விளக்கமாக மட்டும் அமைகிறது. அதனை விளக்கமுறைக் கதை என வகைசெய்யலாம். இம்மூன்று வகைக் கதைகளில் உருவகக் கதைகள் பெரும்பான்மை. எனக்குக் கிடைத்துள்ள நூற்றுக்கு மேற்பட்ட கதைகளுள் அறுபது சதமானம் உருவகக் கதைகள்தாம். எதிர்மறைக் கதைகள் பதினைந்து சதமானம் காணப்படுகின்றன. ஏனையவை விளக்கமுறைக் கதைகள்.

அழிப்பாங்கதைகளுக்கும், செய்யுள் இலக்கியங்களுக்கும் உள்ள ஒற்றுமை பல. அவற்றில் ஒருசிலவற்றையாவது பார்ப்போம். செய்யுள் இலக்கியத்திற்கும் உருவகம் இன்றியமையாத அணியாகும். அழிப்பாங் கதைகளிலும் அவை மிகவும் பயனாவதைச் சற்று முன்னர் கண்டோம். இலக்கியத்தில் காண்பதுபோல எதுகை, மோனை, இணை விளக்கம் முதலியவை அழிப்பாங்கதைகளிலும் காணப்படுகின்றன. 'கருத்த கள்ளன் காரியக்காரன்' என்ற கதை இரும்புச் சாவியைக் குறிக்கிறது. அதிலும் 'அதை எடுத்து இதில் இட்டான். இதை எடுத்து அதில் இட்டான்' என்ற தாழ்ப்பாளைப் பற்றிய கதையிலும் எதுகை, மோனையழகு காணப்படுகிறது. மாங்காயைப் பற்றிய கீழ்வரும் கதை 'இலை கத்திபோல, காய் பந்துபோல' இணை விளக்க அணிக்குத் தகுந்த எடுத்துக்காட்டு.

காவியங்களிற் காணும் மடக்கணி (ரிஃப்ரைன்) அழிப்பாங்கதையிலும் காணப்படுகிறது. 'புறம் பொந்து; அதன் உள்ளில் பொன்னின் தகடு; அதன் உள்ளில் அரபிக் கடல்' எனும் கதை, தோடு பொதிந்த தேங்கா யைப் பற்றியது. மடக்கணி வந்து நயம் பயக்கிறது. செய்யுளிலும் அழிப்பாங் கதைகளிலும் வரையறையற்ற பொருட்குறிப்புண்டு. இலக்கியத்தில் இருபொருட்சொற்கள் பல பொருட்செறிவைத் தோற்று விக்கின்றன. அதைப்போன்று, கதைகளிலும் பலபொருட்சொற்கள் பொருளை விரிவாக்கி மயக்கம் தோற்றுவிக்கின்றன. மனிதனுக்கும், பல உயிரினங்களுக்கும், கண் உண்டு. தேங்காயிற் காணும் சுவட்டிற்குக் கண் என்று பெயரிட்டதால், கதையில் மயக்கம் தோன்றுகிறது. அதனைத் தெளிந்ததும் கதையிலிருந்து ஒரு தனியின்பம் பிறக்கின்றது. இலக்கியத்திலும் இத்தகைய இன்பம், பொருள் தெளிவால் தோன்று வதை நாம் உணர்ந்திருக்கிறோம். கதைகளைப் போல் இலக்கியமும் பழைய காலத்தில் வாய்மொழியாகவே இருந்தது. நாட்டுப் பாடல் களும் அவ்வாறே இன்றும் இருக்கின்றன.

இலக்கியங்களிற் காணும் சொல்லழகும், அலங்காரச் சிறப்பும் நினைவாற்றலுக்குத் துணை செய்வது போல் அழிப்பாங்கதைகளை நினைவில் கொள்வதற்குத் துணை செய்கின்றன. பரம்பரை பரம்பரை யாகப் பொதுமக்கள் நினைவு வைத்துக்கொள்வதற்கு அவை உதவுகின்றன. சொற்சந்தமில்லாதவை நினைவில் தங்கா; வழக்கிழந்து விடும்.

இலக்கியத்திற் காணும் யாப்பு நெறியை அழிப்பாங்கதைகளுக்கும் பொருத்த இயலும். அவற்றில் பலவற்றைப் பாவினத்துள் அமைத்து விட முடியும். சிற்சில மாற்றங்களுடன் ஏனையவற்றைச் செய்யுளாக்கி விட இயலும். இலக்கியத்தைப் போன்று அழிப்பாங்கதைகளும் கேட்டோரை மகிழ்வித்துச் சமுதாயத்தில் நிரந்தரமான இடத்தைப் பெறுகின்றன.

செய்யுள் நெகிழ்ச்சியுற்றது; சொற்செறிவுடையது. ஆனால் கதைகள் நெகிழ்வுடையன. செப்பம் பெறாதவை; செய்யுளை இன்று எல்லோரும் பாராட்டவில்லையெனில் அதற்குக் காரணம் அதன் நெகிழ்ச்சியின்மை யும், சொற்செறிவும்தாம். ஆனால் கதைகள் நெகிழ்ச்சியுடையன: புதிர் சக்தியுடையன. இவற்றால் கல்லாத மக்களிடையேயும் அவை வேரூன்றிவிட்டன. கதைகளும், பழமொழியும், நாட்டுப் பாடல்களும் செய்யுளிலக்கியத்தின் முன்னோடிகள்; அதன் பக்க வேர்கள். அவற்றை யும் இலக்கியமாக வகைசெய்துகொண்டால், 'எல்லா மனிதனும் புலவன்; தத்துவஞானி' என்று கூறிய எமர்சனோடு நாமும் உடன்பட்டு, 'இலக்கியம், மனித இனம் வாழ்வது வரை மறையாது' எனக் கூற இயலும்.

## ஊர்ப் பெயர் ஆய்வு

இந்திய ஊர்ப்பெயர் ஆய்வுக் கழகத்தை மைசூரிலுள்ள குவேம்பு வித்யா வந்திதக் டிரஸ்டின் ஆதரவுடன் நிறுவி, முதலாம் ஆண்டு மகாநாட்டில் இத்துறையில் பணி செய்யும் பல அறிஞர்களையும் இங்கே கூட்டு வித்த பெருமையின் பெரும் பங்கு பேராசிரியர் ஜவரே கவுடா அவர்களையும், ஜி.எஸ். கை அவர்களையும் சாரும். அவர்களுடன் இணைந்துழைக்கும் இளைஞர்களின் உதவிப்பணியும் மகாநாடு சிறப்பாக நடைபெறுவதற்குக் காரணமாக அமைந்தது என்பதை மறக்க இயலாது. இடப்பெயர் ஆய்வுக் கழகம் நிறுவியதும், முதல் மகாநாடு இங்கே நடப்பதும் இந்திய ஆய்வுலக வரலாற்றில் முக்கியத்துவம் பெற்ற நிகழ்ச்சிகள். ஆங்கிலேயர்கள் செயல் திறம் மிக்கவர்கள். ஒரு துறை பெருமை பெற வேண்டுமாயின் 'கழகம் ஒன்றை அமைத்திடுக; சஞ்சிகை ஒன்றை வெளியிடுக' என்று அவர்கள் கூறுவர். ஊர்ப்பெயர் ஆய்வு என்ற பெயர் தாங்கிய சஞ்சிகையை இன்று வெளியிடுவதால், இரண்டாவது தேவையையும் இடப்பெயர் அறிஞர்கள் நிறைவேற்றி யுள்ளனர். இன்று இந்த சஞ்சிகை வெளியிடப்படுகின்றது. முதிர்ந்த அறிஞர் டி. பி. பட்நாயக் இதனைச் செய்ய இருக்கிறார். இடப்பெயர் கழகத்தை உருவாக்கியுள்ள பெருமக்கள் ஊர்ப்பெயர் மட்டுமல்லாமல், ஆள்ப்பெயர், செடி கொடி விலங்குப் பெயர்கள் முதலியவற்றை ஆய்கின்ற எல்லா ஆய்வாளர்களையும் இணைத்து வலிமைமிக்க, செயல்திறமைமிக்க நிறுவனமாக அமைத்திட வாழ்த்துகிறேன்.

ஒரு நிறுவனத்தை உருவாக்குவது எளிது. அதனைப் பலவாண்டுகள் பராமரிப்பதும், செயல் திறமிக்கதாக ஆக்குவதும் சங்கடமானது. அண்மைக்காலத்தில் தென்னக அரசுகள் இத்தகைய நிறுவனங்களுக்குப் போதிய பொருளுதவி செய்யும் மனநிலையைப் பெற்றிருப்பது வரவேற்கத்தக்க செய்தி.

ஊராய்விலும், ஆள்ப்பெயர் ஆய்விலும் நான் மேற்கொண்ட முயற்சி மிகவும் குறைவு. அதனை நன்கு அறிவேன். எனினும் பொதுத் தலைமைக்கு என்னைத் தேர்ந்தெடுத்தபோது, புதுப் பிறவி எடுத்த இந்த நிறுவனம் எல்லா வளமும் பெற்று வெற்றி நடைபோட வேண்டும் என்று வாழ்த்துவதற்கு வாய்ப்பு கிடைக்கும் என்பதே என் முதல் எண்ணம். இந்த நிறுவனத்தின் முதன்மைப் பணியாளர் டாக்டர் ஜவரே கவுடாவுடன் கொண்ட நட்புறவு நாள் செல்லச் செல்ல வலுப்பெற்றுக் கல்வியுலகச் சகோதரத்துவமாக மாறியுள்ளதால் அவர் அழைப்பை மறுக்க முடியாமை மற்றொரு காரணம்.

அல்பரூனி என்ற இஸ்லாமிய வரலாற்று ஆசிரியர் கூறியுள்ள கருத்தை நான் விரிவாக முதலில் கூற வேண்டும். 'இந்துக்கள் வரலாற்று முறையில் நிகழ்ச்சிகளை அமைக்கும் முயற்சியில் அதிக கவனம் செலுத்தாமை வருந்தத்தக்கது. அவர்களுடைய அரசர்களைக் கால முறைப்படி வரிசைப்படுத்துவதற்கு அவர்கள் கவனஞ் செலுத்துவ தில்லை. வற்புறுத்திக் கேட்டால் அவர்கள் திக்குமுக்காடுகின்றனர். பரம்பரைச் செய்தி என்று கூறித் தப்பிவிட முயல்கின்றனர்' என்று குறித்துள்ளார்.

மேல்நாட்டு வரலாற்றாசிரியர்களில் பெரும்பாலோரும் இந்தியாவில் வாழும் இந்துக்களுக்கு வரலாறு எதுவும் இல்லை என்றே கூறிவந்தனர். பல்லாயிரம் கல்வெட்டுக்கள், செப்புப் பட்டயங்கள், நாணயங்கள், அகழாய்வுச் சின்னங்கள் முதலியவற்றால் அந்தக் கருத்து தவறு என்று இன்று நிரூபிக்கப்பட்டுவிட்டது. வரலாற்றுச் சான்றுகள் தழுவிய இலக்கியங்கள் இருப்பதும் குறைவன்று; பாணனின் ஹர்ஷ சரித்திரம், கல்ஹணனின் இராஜதரங்கிணி, தமிழ் மொழியிற் காணும் பரணிகள், கிராமப் பத்ததிகள், கோவில் ஒழுகுகள் முதலியவை தக்க எடுத்துக் காட்டுகள். ஸ்தல புராணங்களில் காணும் வரலாற்றுக் குறிப்புக்களும் குறைவல்ல. ஆனால் இத்தகைய இலக்கியங்களின் ஆசிரியர்கள் அரசர் களின் அல்லது பெருநிலக்கிழார்களின் ஆதரவை நாடியதால் புகழ் பாடும் போக்கை மேற்கொண்டு வரலாற்றுச் செய்திகளை மிகைச் சொற்களால் மங்கச் செய்துவிட்டனர். அதன் விளைவாக இந்த இலக்கியங்களைப் படிப்பார் எண்ணம் மிகக் குறைவு. ஏடு பெயர்த் தெழுதுவோரும் இந்த இலக்கியங்களைக் கேட்பாரில்லாமையால் இவற்றைத் தொடுவதில்லை. எனவே பெரும்பாலானவை அழிந்து விட்டன.

எனினும் கல்ஹணனின் இராஜதரங்கிணி மைய ஐரோப்பாவில் காணப்படும் வரலாற்று வம்சாவளிக்கு நிகரானது. மையக் கிழக்கில் மகமதியர்கள் எழுதிவைத்துள்ள வரலாற்று ஆவணங்களை ஒத்தது. கல்ஹணன் பிறந்த காஷ்மீரில், முதன்முதலில் இடப்பெயர் ஆய்வு முழு முயற்சியுடன் நடைபெறத் துவங்கியதில் வியப்பொன்றும் இல்லை. காஷ்மீரில் உள்ள தீர்த்தங்களின் எண்ணிக்கை, அவற்றின் பெருமை முதலியவற்றை அளவிட்டு அறிய மகாராஜா இரணபீர்சிங் பண்டிதர் சாகிப் இராமை 1872ஆம் ஆண்டு கேட்டுக்கொண்டார். சமஸ்கிருத அறிஞர்களின் குழு ஒன்று பண்டிதரின் நெறிப்படுத்தல் வழி, இப்பணியை மேற்கொண்டு, காஷ்மீர் நாட்டைச் சுற்றிப் பார்த்துப் பெருமளவில் செய்தி சேகரித்தது. அவர்கள் தொகுத்த செய்திகளில் பெரும்பாலான வையும் புராணச் செய்திகள். பின்னர் 'காஷ்மீர் தீர்த்த சங்கரகம்' என்ற

தலைப்பில் நூலாகத் தொகுக்க எண்ணியிருந்தனர். ஆனால் பண்டிதர் சாகிப் இராமால் அதனை நிறைவேற்ற இயலவில்லை. ஆனால் அதன் சுருங்கிய படியின் உதவியால் எம்.ஏ.ஸ்டீன் இராஜதரங்கிணியின் பதிப்பைச் செப்பஞ் செய்ய முயன்றார். ஆனால் அந்தச் சுருக்கப் படியால் அவருக்குப் பலன் ஏதும் ஏற்படவில்லை. உலகக் கீழ்த்திசை மகாநாடு இராஜதரங்கிணி சுட்டும் காஷ்மீர் நாட்டு ஊர்கள், கோயில்கள் முதலியவற்றை அளவிடப் பஞ்சாப் பல்கலைக்கழகத்தில் எம்.ஏ. ஸ்டீன் வகிக்கும் பொறுப்பிலிருந்து அவருக்கு விடுப்பு வழங்கப் பரிந்துரை செய்தது. காஷ்மீர் அரசரும் உடனே எம்.ஏ. ஸ்டீனுக்கு இந்தத் தொகுப்பு முடித்திடுமாறு அழைப்பு அனுப்பியிருந்தார். வேனிற்காலத்தில் *1895, 1896, 1898* ஆகிய ஆண்டுகளில் காஷ்மீர் பள்ளத்தாக்கிற்குச் சென்று ஸ்டீன் அளவீடு செய்தார். நிலக் கிடக்கை, அகழாய்வுச் சின்னங்கள், மக்கள் பழக்க வழக்கங்கள், நாட்டுப் புறத்தின் உண்மை நிலை முதலியவற்றைக் கண்டு அறிவதற்கு அதனால் அவருக்கு வாய்ப்புக் கிடைத்தது.

கல்ஹணனின் இராஜதரங்கிணி கூறும் பெருவழிகள், ஊர்களின் கிடக்கை, அவற்றின் அமைப்புகள் முதலியவற்றை எவ்வளவு நுணுக்க மாகப் பார்வையிட இயலுமோ அவ்வளவு தூரம் பார்வையிடுவதற் குரிய எந்த முயற்சியையும் எம்.ஏ. ஸ்டீன் கைவிடவில்லை என்று கூறியுள்ளார். அவருடைய முயற்சியின் விளைவாக ஆங்கில மொழி பெயர்ப்புடன் இராஜதரங்கிணிக்குச் செம்மையான பதிப்பு ஒன்று உருவாகியது. இந்திய இயல் அறிஞர்கள் அனைவரும் அது வெளி வந்த உடன் வாயாரப் புகழ்ந்தனர். வரலாற்றுப் பேரிலக்கியங்களைப் பதிப்பிக்கும் ஆசிரியர்கள், ஊர்ப் பெயர் அளவீட்டில் விருப்பம் காட்டிய செய்தியையும், அகில உலகக் கீழ்த்திசை மகாநாடு ஊர்ப்பெயர் கள ஆய்விற்குத் தாய்த்துறையில் இருந்து விடுப்புக் கொடுக்குமாறு பரிந்துரை செய்வதற்கு உடன்பட்ட செய்தியும், அரசுகள் அந்தப் பரிந்துரையை ஏற்கும் மனநிலையுடையவையாக இருந்தன என்ற செய்தியும் வியப்புடன் முன்னர் குறித்துள்ளோம். எம்.ஏ. ஸ்டீன் செய்த அளவீடு போன்று ஜெனரல் ஏ. கண்ணிங்காம் காஷ்மீரில் உள்ள கோயில்கள் அந்நாட்டு வரலாற்றிற்கு முக்கியமான நிலக்கிடப்புக்கள் முதலியவற்றை அளவீடு செய்து தொகுத்த ஆவணமும் இராஜதரங்கிணி பதிப்பிற்குத் துணை செய்தது. தமிழ்நாட்டில் இந்து சமயத் தலைவர் இராமலிங்க சுவாமிகள் *(1828-1874)*, கேரள நாட்டில் சட்டம்பி சுவாமிகள் *(1853-1974)* ஆகிய இருவரும் ஊர்ப்பெயர் ஆய்வில் விருப்பம் காட்டினர். சென்னை நகரத்தைத் தலைமையிடமாகக் கொண்டு வெளியான பூகோள நிறுவனத்தின் இந்தியன் அன்றிக்குவரி சஞ்சிகையும், மித்திக் சொசைட்டியின் காலாண்டு இதழும் ஊர்ப்பெயர் ஆய்வு பற்றிச் சில

கட்டுரைகளை வெளியிட்டன. *பெர்சிய சமவெளியில் திராவிட ஊர்ப் பெயர்கள்* என்ற தலைப்பில் எல்.வி. இராமசாமி ஐயர் மித்திக் சொசைட்டி காலாண்டு இதழிலும் (தொகுதி 15, பகுதி 1, 1929-30), ஏ.எஸ். தியாகராஜு 1943இல் வெளியிட்ட கட்டுரைகளும் இந்தத் துறையில் நிகழ்ந்த சில ஆய்வுகள். ரா.பி. சேதுப்பிள்ளையின் *ஊரும் பெயரும்* என்ற நூல் படிப்பதற்குச் சுவையாக இருப்பினும் ஆய்வில் தொய்வுடையதாக அமைந்தது.

1946இல் நாகபுரியில் நடந்த அகில இந்தியக் கீழ்த்திசை மகாநாட்டில், திராவிடத் துறையின் தலைமை யுரையில் எஸ். வையாபுரிப் பிள்ளை கடுமையாக அதனை விமர்சனம் செய்துள்ளதை நான் இங்கே கூற வேண்டும். சி. அச்சுதமேனோனின் நூலும் அதைப் போன்று பழைய சுவட்டைப் பின்பற்றியது. பூகோள வல்லுநர்களில் சிலரும், அகழாய்வு விற்பன்னர்களிற் சிலரும் இடப் பெயர் ஆய்வில் கவனம் செலுத்தினர். அவர்களில் பி.சி.லால் *பழைய இந்தியாவின் வரலாற்று முறை பூகோள ஆய்வு* (1963), இராஜபுதானா பற்றி லீலா கேசினாத் இலஷ்மண் (டாக்டர் பட்ட ஆய்வறிக்கை, பூனா பல்கலைக்கழகம் 1962), 'பீகார்' பற்றி மிதிலா ஷரம் பாண்டே, 'டெக்காண்' பற்றிச் சுமதி மூலாபாய் (டாக்டர் பட்ட ஆய்வு, பூனா பல்கலைக்கழகம் 1954), 'குஜராத்' பற்றி எச்.டி. சங்கலியா (டெக்காண் கல்லூரி, பூனா, 1949), பல்லவக் கல்வெட்டுகளில் இருந்து தென்னிந்தியா பற்றி டி.கே. சேஷாத்திரி (டாக்டர் பட்ட ஆய்வு, பூனா பல்கலைக்கழகம் 1954), சுப்பராயலு சோழ நாட்டைப் பற்றி (1978), பி. சுரேஷ் சோழக் கல்வெட்டுக்களில் காணும் இடப்பெயர் பற்றி (டாக்டர் பட்ட ஆய்வு 1961), கல்வெட்டுக்களில் காணும் ஊர்ப்பெயர்கள் பற்றி (1940) வாசுதேவ் எஸ். அகர்வால், சஹாராப்பூர் மாவட்ட இடப்பெயர் சமுதாயப் பொருளாதார ஆய்வு பற்றி குரி ஷராஸ் பிரகாஷ் (டாக்டர் பட்ட ஆய்வு, ஆக்ரா பல்கலைக்கழகம் 1965) முதலியவை மொழியியல் அறிஞர் அல்லாதோரின் முயற்சிகள் என்று கி. நாச்சிமுத்து குறிப் பிட்டுள்ளார். டி.பி. மலலசேகரா இரு தொகுதிகளாகத் தொகுத்த 'பாலி ஆள்ப்பெயர்' (இலண்டன் 1837-38), வி.எஸ். அகர்வால் உருவாக்கிய 'இன்றுள்ள இடங்களுக்கு வழங்கப் பட்ட பழைய பெயர்கள்' (1948) மித்தனி நுசி, சிரிய ஆவணங்களி லிருந்து கிடைத்த இந்தோ ஆரியப் பெயர்கள் என்ற தலைப்பில் பி.சி. டும்மாண்டு (1947) வெளியிட்டதும், வங்காள முதற்பெயர் ஆய்வு ஒன்று சுதிர் குமார் முகர்ஜி 1931இல் உருவாக்கியதும், ஆண்களின் பெயர் பற்றிய விஞ்ஞான அடிப்படை யில் வாசு செய்த ஆய்வு (ஆவண ஆய்வில் டாக்டர் பட்ட அறிக்கை 1958) ஆகிய சில வெளியீடுகள், ஏ.ஆர். கேல்கார் தொகுத்த தென்கிழக்கு ஆசிய நூல் பட்டியலில் கூடுதலாகக் காணப்படுகின்றன. கர்நாடக ஊர்ப்பெயர் ஆய்வில்,

செவரிய சில்வா எழுதிய 'கானராவின் ஊர்ப் பெயர்' (பம்பாய் 1963), மித்திக் சொசைட்டி சஞ்சிகையில் (தொகுதி V.I) சி. ஹயவதன் இராவ் எழுதிய கட்டுரையும், ஆர்.சி. ஹிரமத் கர்நாடகப் பல்கலைக்கழகச் சஞ்சிகையில் (1961) வெளியிட்ட கட்டுரையும் நவீன ஆய்வுக் காலத்தின் முன்னர் வெளிச்சம் கண்ட வெளியீடுகள்.

அமெரிக்க நாட்டு ராக்பெல்லர் நிறுவனம் அளித்த பெரும் மானியத்தால், டாக்டர் எஸ்.எம்.கத்ரே, டெக்காண் கல்லூரி வழி செயற்படுத்திய மொழியியற் பள்ளித் திட்டத்தால், மொழியியல் படிப்பு புதுத் தெம்பு பெற்றது. சாதாரணமாக முப்பது நாற்பது ஆண்டுக் காலத்திற்குள் நடக்கும் மொழியியல் முன்னேற்றம் 1955 முதல் 1960 வரையும் அதன்பின் 1965 முதல் 1970 வரையும் உள்ள பத்தாண்டுக் காலத்தில் நடந்த மொழியியற் பள்ளிகளால் இந்தியாவில் ஏற்பட்டது. அதனால் மொழி படித்த மாணாக்கர்கள் – இளைஞர்களும் முதியவர் களும் – மொழியியல் படித்தற்கு வாய்ப்பு ஏற்பட்டது. அந்த வாய்ப்பு கிடைக்காவிட்டால் மொழியியல் படிப்பு வெறும் தாள்ப்பூவாக மட்டும் இருந்திருக்கும். இந்தப் புது அறிவால் மொழிப் படிப்பு பல துறைகளில் முன்னேறியது. மேல்நாட்டு மொழியியல் சஞ்சிகைகளும், நூல்களும் இந்தியாவில் பலரால் விரும்பி நுணுக்கமாகப் படிக்கப்பட்டன.

இங்கிலாந்திலிருந்தும், ஐக்கிய அமெரிக்காவிலிருந்தும் வந்த மொழியியல் ஆசிரியர்கள் இந்திய ஆய்வாளர்களுக்கு ஆலோசனை கூறுவதற்குக் கிடைத்தமையால் முன்னெப்போதும்விடக் கூடுதல் விருப்பம் மொழியியலில் ஏற்பட்டது. இடப்பெயர்த் துறையில் நடந்த திட்பமான ஆய்வு முயற்சியால் இங்கிலாந்தில் இடப்பெயர் ஆய்வுக் கழகம் (1921) வெளியிட்ட 50 தொகுதிகளும், ஐக்கிய அமெரிக்கப் பெயர்க் கழகம் (1951), பன்னாட்டுப் பெயராய்வு நிறுவனம் (1845) (இது யூனெஸ்கோவுடன் இணைக்கப்பட்டுள்ளது), பெல்ஜிய நாட்டில் பெவியான் என்ற இடத்தில் தோற்றுவிக்கப்பட்டுள்ள பன்னாட்டு இடப்பெயர் ஆய்வு மையம், அது வெளியிடும் *ஒனாமா* என்ற சஞ்சிகை (1950 முதல்), *ஆக்டா* (1938-1962), *நேம்ஸ்* (1953இலிருந்து) இந்தியாவில் இடப்பெயர் ஆய்வுக்குப் புதிய பார்வையையும், ஊக்கத்தையும் நல்கின. கேரளப் பல்கலைக்கழகத்தில் எம்.லிட். பட்டத்திற்கு திரு. ஞானமுத்து அளித்த ஆய்வு அறிக்கை (1965), டாக்டர் பட்டத்திற்கு கி. நாச்சிமுத்து உருவாக்கிய அறிக்கை (1973), ஆர். விஸ்வநாத ரெட்டி திருவேங்கடவன் பல்கலைக்கழகத்திற்கு அளித்த பிஎச்டி ஆய்வறிக்கை முதலியவை மொழியியல் படிப்பில் ஏற்பட்ட புதுமைப் போக்கின் விளைவாகும். *ஒனாமா* என்ற சஞ்சிகையில் (தொகுதி 4) விஸ்வநாத ரெட்டி வெளியிட்ட நூலோதியில் இந்திய இடப்பெயர் ஆய்வு என்ற தலைப்பில் அறுபது இனங்கள்தாம் குறிக்கப்பட்டன. கி. நாச்சிமுத்து அதே இதழில்

*(தொகுதி 17, 1972, 73)* பின்னிணைப்பாக நான்கு பக்க அளவில் கூடுதல் செய்திகள் வெளி யிட்டார். இவையனைத்தும் இடப்பெயர் ஆய்வு இந்தியாவில் துவக்க நிலையிலிருப்பதை விளக்கும்.

ஈஸ்வரதத் *(1946-48)* இடப்பெயர் ஆய்விற்கு ஒரு கழகம் அமைத்திட வேண்டுகோள் விடுத்திருந்தாலும் விஸ்வநாத ரெட்டி இரண்டாவது அகில இந்திய திராவிட மொழியியற் கழகச் சிறப்பு மலரில் (1972) வெளியிட்ட கட்டுரையின் அடிப்படையில் திருப்பதி மகாநாட்டில் ஒரு கழகம் அமைக்கும் தீர்மானம் ஒருமுகமாக நிறைவேற்றப்பட்டது. அந்த மகாநாட்டில் எதிர்பார்த்ததைவிடக் கூடுதல் எண்ணிக்கையில் இடப்பெயர் ஆய்வுக் கட்டுரைகள் விவாதத்திற்கு வந்ததால் தனிப் பிரிவு ஒன்றும் தோற்றுவிக்கப்பட்டது. ஓராண்டு கழித்து பேராசிரியர் ஜி.என்.ரெட்டி கழகம் அமைத்தற்கு அறிஞர்களிடையே ஆர்வம் தூண்டும் எண்ணத்துடன் அச்சடித்த விண்ணப்பம் ஒன்றை அனுப்பினார். ஆனால் அதற்குக் கிடைத்த ஊக்கம் மிகக் குறைவாகவே இருந்தது என்று பின்னர் தெரிவித்தார். வால்டயரில் நடந்த ஆறாவது அகில இந்திய திராவிட மொழியியல் மகாநாட்டில் கிடுகு இராமமூர்த்தி பந்தலுகாருவின் நினைவுச் சொற்பொழிவு இடப்பெயர் ஆய்வுப் பொருளில் ஜி.என். ரெட்டி, பி. இராதாகிருஷ்ணா, எம். சித்தானந்த மூர்த்தி, கே. நாச்சிமுத்து, எஸ். ஞானமுத்து, ஒய். பாலகங்காதர இராவு ஆகியவர்கள் ஆய்வு உரைகள் படைத்தனர். அவை வெளியீட்டிற்காகச் செம்மைப் படுத்தப்பட்டுள்ளன. சிம்லாவிலுள்ள அகில இந்திய படிப்பிற்கான ஆய்வு மையம் (எஐஐஎஸ்) டாக்டர் கே.எம். ஜார்ஜுக்குத் தென்னக இடப்பெயர் பற்றிய ஆய்வை மேற்கொள்ளத் தகமை யொன்றை நல்கியது (1975-76). பன்னாட்டுத் திராவிட மொழியியற் கழகம் டாக்டர் ஜவரே கவுடாவுக்கு இப்போது கர்நாடக இடப்பெயர் ஆய்வுக்குத் தகமை ஒன்றை வழங்கியுள்ளது. கர்நாடக இடப்பெயர் ஆய்வு மிகவும் அருகியே மேற்கொள்ளப்படுவதால் அதில் ஊக்கம் பிறக்கவே இந்தத் தகமையைப் பன்னாட்டுத் திராவிட மொழியியல் நிறுவனம் அளித்தது.

மேலே விளக்கிய வெளியீடுகளின் விவரணம் திராவிட இனமொழி வட்டத்தில் குறைபாடுடனும், இந்தோ ஆரிய மொழி வட்டத்தில் ஓர் இடத்தை மட்டும் ஆழமாக ஆய்வதாகவும், திபத்தோ பர்மன் மொழி, கொலேரியன் மொழி வட்டங்களை அறவே தொடாமலும் அமைந் துள்ள குறையை நான் நன்குணர்கிறேன். எனினும் நான் குறித்துள்ள வெளியீடுகளின் ஆசிரியர்கள் சாதகமற்ற சூழ்நிலையில் பாராட்டு எதுவுமின்றி முனைந்து வெளியிட்ட ஆய்விற்கு நாம் தலைவணங்கித் துதி செய்யக் கடமைப்பட்டுள்ளோம். இறுதியாக தென்னாட்டில் பலர்

கழகம் ஒன்றைத் தோற்றுவிக்க முயன்று தோற்று மனமடிந்திருக்கும் சமயத்தில் மன ஊக்கத்துடன் இன்று, இடப்பெயர் கழகத்தைக் தோற்று வித்தமையைப் பாராட்டிப் போற்ற வேண்டும். ஆய்வுத் துறைகள் பல இந்தியாவிலும் அதன் பக்கத்து நாடுகளில் காணப்படும் இடப்பெயர் ஆய்வுச் செய்திகளைப் பயன்படுத்தி வெளியிட்டு இப்போது முன்னேறி வருகின்றன. அவற்றுள் இரண்டை மட்டுமாவது நான் குறிப்பிட வேண்டும்.

இந்தியாவில் வரலாற்று ஆய்வு செய்வதற்கு உறுதியான சான்று களான கல்வெட்டு, நாணய இயல், வெளிநாட்டார் குறிப்பு, இலக்கியம் முதலியவற்றைப் பயன்படுத்தி வரையறையுடன், வெளியான ஆய்வுகள் சக்கரவர்த்தி அசோகனின் கால முதல்தான். கிரேக்கச் சான்றுகளும், அகழாய்வும் அலக்சாந்தரின் படையெடுப்புக் காலம் வரை வரலாற்றை அமைக்கத் துணை செய்தன. வேதங்களும், இதிகாசங்களும், தமிழ்ச் சங்க இலக்கியங்களும் இந்திய வரலாற்றின் முற்காலச் செய்திகளை ஊகித்தறிய உதவினும் அவற்றில் இடையீடுகள் பல தென்படுகின்றன. ஆய்வாளர்கள் கொண்ட ஊக அடிப்படை எல்லா வரலாற்றாசிரியர் களுக்கும் உடன்பாடல்ல. ஆகையால் போற்றப்படவில்லை. மொகஞ் சதாரோவில் செய்த அகழாய்வுகளின் மூலம் அந்த நாகரிகப் பரப்பு குஜராத்தில் லோத்தால் வரையும், கிழக்கே கங்கைநதி தீரத்திலும் காணப்படுவதால் இந்திய நாட்டுப் பழைய வரலாற்றை ஊகிப்பதற்குச் சான்றுகளாக அமைந்தன. எனினும், அவற்றின் அடிப்படையில் அமைந்த ஊகங்கள் எல்லோருக்கும் உடன்பாடல்ல. அவற்றில் இடைவெளிகளும் காணப்படுகின்றன. மொழியியல் சான்றுகளை வரலாற்று ஆசிரியர்கள் பயன்படுத்தத் தயக்கம் காட்டுகின்றனர். மொழியியல் படிப்பு சமீப காலத்தில் தொடங்கியதாலும், அதன் சான்றுகள் குழந்தைப் பருவத்தைத் தாண்டி முதிர்வு பெறாததாலும் இத்தகைய மனமடிப்பு ஏற்பட்டிருக்கலாம். நாட்டு நிகழ்ச்சிகளையும், அதன் தலைவர்களையும், மக்களையும் நகரங்களையும் புராணக் கண்ணாடிப் பேழை வழி பிறர் பார்க்குமாறு இடப்பெயர் ஆய்வு அமைந்துள்ளதால் இந்திய வரலாற்று ஆசிரியர்கள் அவற்றைத் துணைச் சான்றுகளாகக்கூடப் பயன்படுத்தத் தயங்குகின்றனர். எடுத்துக்காட்டாக நாட்டு மக்கள் போற்றும் நம்பிக்கை ஒன்றை நான் கூற முடியும். தமிழ்ச் சங்கங்கள் மூன்றும் அழிந்துவிட்ட செய்தியும், கடல்கோளால் பெரும் நிலப்பரப்பு ஒன்று நீரினடியில் மூழ்கிய செய்தியும், நாட்டுக் கதை மரபில் இன்றும் மறவாது தொடர்ந்து காக்கப்படுகின்றன.

கி.பி. 12ஆம் நூற்றாண்டைச் சார்ந்த இறையனார் அகப்பொருள் உரை இவற்றைக் குறித்துள்ளது. எனினும் மிகுந்த கவனமுடைய

வரலாற்றாசிரியர்கள் அவற்றை ஒதுக்கி நிறுத்தினர். ஆனால் ஆழ்கடல் ஆய்வால் கிடைத்த அடிப்படையில் லெமூரிய அல்லது கோண்ட வன நிலப்பரப்பு ஒன்று ஆஸ்திரேலியா, ஆப்பிரிக்கா, தென் அமெரிக்கா முதலிய நாடுகள் தென் இந்தியாவுடன் பிணைந்திருந்தன என்று கண்டுபிடித்துள்ளனர். அவற்றைப் போன்றே மொழியியற் சான்றுகளும் உறுதிப்படுத்தி நாட்டு வழக்கு உண்மையானது என்று நிரூபிக்கின்றது. இதனை நான் சற்றுத் தெளிவுபடுத்த வேண்டும்.

பழங்குடி மக்களின் பட்டியலை இந்திய மானிட இயல் அளவீட்டுத் துறை 1961இல் வெளியிட்டபோது 314 பெயர்கள் காணப்பட்டன. அந்தமான் நிக்கோபார் தீவுகளில் வாழும் பழங்குடி மக்கள் அனைவரையும் அளவீடு செய்து இந்தப் பட்டியலில் வரையறை செய்யப்படவில்லை. இதைப் போன்று இந்தியாவில் சில இடங்கள் இன்றுவரை அளவீடு செய்யப்படாமல் இருக்கின்றன. பழங்குடி மக்களின் எண்ணிக்கையும் 14.4 இலட்சம் முதல் (திராவிடக் குடும்பத்தைச் சேர்ந்த ஒராவோன் மொழி பேசுவோர்) 87 பேர் பேசும் சேமா (என்ற கொலேரியன் மொழிக் குடும்பத்தினர்) வரை மேல் கீழ் எல்லையாக அமைந்துள்ளது. சாதிகளின் எண்ணிக்கையும் (இவற்றின் பெருக்கத்திற்குப் பழங்குடி மக்களின் குடிபெயர்ப்பும், கலப்பும் மிகவும் துணை செய்துள்ளன என்று இப்போது தெளிவாகி வருகின்றது) பெருகியுள்ளது. தர்ஸ்டன் தொகுத்த 'சாதியும் பழங்குடி மக்களும்' என்ற தலைப்பே இதற்குச் சான்றாகும்.

இந்தச் சிக்கலைப் பற்றி ஆய்ந்த டி. பர்ரோ இந்தோ ஆரியர்கள், திராவிடர்கள், கொலேரியர்கள், திபத்தோ பர்மர்கள் என்ற நான்கு மொழிக் குடும்பங்களைத் தவிர, பல மொழிக் குடும்பத்தைச் சார்ந்த பழங்குடி மக்கள் இந்தியாவில் வாழ்ந்திருக்க வேண்டும்; பின்னர் இரு மொழிப் பயிற்சியால் ஒரு மொழி மறைந்திருக்க வேண்டும். எடுத்துக்காட்டாக *ஜுஜுபி* என்ற செடியின் பெயர்களாக நான்கு காணப்படுகின்றன. *குவாலா, கங்கந்து, பதர, கனொண்டா* இவற்றில் ஒன்றுகூட இந்தோ ஆரிய மொழியைச் சேர்ந்ததன்று. திராவிட மொழிகளாலும் கொலேரியன் குடும்பத்தாலும் இவற்றின் பிறப்பை விளக்க இயலாது. *பார், பூயா, பைகா, கின்றுர்* முதலிய பிரிவுமொழிகளை இந்தத் தனிக் குடும்பத்தில் அடக்குவர். டபிள்யூ காப்பர்ஸ், *பீலர்* என்ற மொழி பேசுபவர் ஒரு பெரிய குழுவில் உட்பட்டவர்கள்; இந்தக் குழு, திராவிட அல்லது கொலேரியன் குடும்பத்தில் பட்டதன்று என்று கூறுவதை டி. பர்ரோ நினைவுபடுத்துவார். நகல் என்ற இனத்தினரும் அவர்களைப் போன்றே தனித்து நிற்கின்றனர். கூர்ஜரர்களும் இந்தியாவின் புறம்பே இருந்து வந்தவர்களாகத்தான் இருக்க வேண்டும். ஏனெனில்

அவர்களுடைய பெயர்கள் பலவற்றுக்கு (எடுத்துக்காட்டு அன்ஹில முதலியவை) சமஸ்கிருதம் அல்லது பிராகிருதத்திலிருந்து பிறப்பு விளக்கம் தர இயலாது. கொலேரியன் அல்லது திராவிட மொழிக் குடும்பத்திலிருந்தும் விளக்கம் காண இயலாது. வேத பிற்கால இலக்கியங்கள் குறிப்பாக காவியங்கள், நிஷாதர்கள் உட்பட பல பழங்குடி மக்களின் பெயரைக் குறிப்பிடுகின்றன. குஹன் என்ற பெயர் ஆரியருக்கு முன் இந்தியாவில் குடியேறிய மக்களைக் குறிக்கும் குழுப்பெயர். வட இந்தியாவில் அரசு செய்த நாகர்கள் மற்றொரு ஆரியர் அல்லாத பழங்குடி மக்களாவர். ஆரிய மக்களால் மேற்கிலும் கொலேரியன் குழுவினரால் கிழக்கிலும் நெருக்கப்படவே திராவிட மக்கள் மலைகளில் புகலிடம் பெற்றனர். அதற்கு முன்னர் திராவிடக் குழுவினர் வட நாட்டின் பல பகுதிகளில் பரவி வாழ்ந்தனர். அதனால் தான் சமஸ்கிருதத்தில், குறிப்பாக வேதகாலத்தின் பின்னெழுந்த இலக்கியங்களில் பல கடன் சொற்கள் ஏற்றுக்கொள்ளப்பட்டன.

அண்டை மாநிலத்தில் ஒவ்வொரு பள்ளத்தாக்கிலும் பல பழங்குடி மக்கள் வெவ்வேறு மொழி பேசி வாழ்கின்றனர். அங்குள்ள மொழி களும், வழக்குகளும் எண்ணிக்கையில் நூற்று எழுபத்து ஐந்திற்குக் குறையாது. அவை பழங்குடி மக்களின் மொழிதாம். அவற்றைக் கொலேரியன் மொழிக் குடும்பத்துடனோ அல்லது திராவிட மொழிக் குடும்பத்துடனோ நிச்சயமாக இணைக்க முடியாது. வேறொரு மொழிக் குடும்பத்துடனும் அவற்றை இணைக்க இயலாது.

பூர்வ வரலாற்றையும், பழங்குடியினரின் இடப்பெயர்ச்சியை அறிந்திடவும் கிரேக்கர்கள் வெற்றிகரமாகக் கையாளும் முறை ஒன்றை அலெக்சாந்தர் கொந்தரற்றோவ் குறிப்பிடுகிறார். மீண்டும் நான் அதனை இங்கே எடுத்துரைப்பது தக்கதாகும்.

பழைய உலக வரலாற்றில் முன்னர் நன்கு ஆராயப்பட்ட பல துறைகளில் இடப்பெயர் ஆய்வும் ஒன்று. அது புதிய செய்திகளைக் கண்டு கூறுவதற்கு உதவியுள்ளது. கிரீசிலும், ஆசியன் கடல் தீவு களிலும் மிகப் பழங்காலத்தில் கிரேக்க மொழி அல்லது இந்தோ ஐரோப்பிய மொழி முதலியவற்றுடன் தொடர்பில்லாத பல இன மக்கள் (அல்லது ஓர் இனத்தைச் சேர்ந்தவர்கள்) வாழ்ந்திருக்கலாம் என்று கண்டுபிடித்துள்ளனர். அம்மொழியைத் தற்காலிகமாக ஆசியான் என்று பெயரிட்டுள்ளனர். அதன் பின்னர் ஹிட்டைட்டு மொழியினரும், அவர்களோடு உறவுடைய மொழியினரும் ஆசியான் நிலவிடத்தில் கீழ்த்திசையிலிருந்து நுழைந்தனர். அதனை அடுத்து அல்லது அதே சமயம் வடக்கிலிருந்து செலாஸ்ஜியான்கள் ஊடுருவினர். அவர்கள் மொழி இப்போது மறைந்துவிட்ட திராசியன் மொழியுடன் உறவுடையது.

அம்மொழிதான் ஸ்பார்டக்கஸ் பேசிய மொழி ஆகும். கிரேக்கர்கள் ஆசியாவில் முதல் முதல் தோன்றியது, கி.மு. இரண்டாயிரத்தில்தான், நிலப்பெயர்களை ஆராய்ந்தபோது அறிஞர்களால் வேறுபாடுடைய நான்கு தனிமனித இனம் உருவாக்கிய பண்பாட்டுத் தளங்களைக் காண முடிந்தது: ஆசியான், ஹிட்டைட்டு, பலஸக்கன், கிரேக்கம் ஆகிய நான்கும் வேறுபடுத்தப்பட்டன.

மேல்குறித்ததைப் போன்றே வரலாற்றாலும் இடப்பெயர் ஆய்வாலும் ஐரோப்பாவின் பெரும்பாலான இடங்களில் செல்டிக் மொழி பேசப்பட்ட செய்தி இப்போது தெரிய வருகிறது. *கொச்சின் காடர்கள்* என்ற நூலின் பின்னிணைப்பான சொல் தொகையை ஆராய்ந்த போது அதில் காணும் பல சொற்கள் திராவிடத்திலிருந்தோ, இந்தோ ஆரியத்திலிருந்தோ பிறந்தனவாகக் கூற முடியவில்லை. கொலேரியன் மொழிக் குடும்பமும் சொற்பிறப்பிற்குத் துணை செய்யாது. அதைப் போன்றே திருவனந்தபுரம் மாவட்டத்தில் காணப்படும் அயம் என்ற இடப்பெயர் ஒட்டு (எடுத்துக்காட்டாகக் கோட்டயம், நெட்டயம் முதலியவற்றை) திராவிடத்திலிருந்தோ, இந்தோ ஆரிய மொழியிலிருந்தோ தோற்றுவிக்க இயலாது. இடப்பெயர் ஆய்வால் அடித் தளத்தைக் காண இயலும். அதனால் பழங்குடி மக்களின் இடப் பெயர்ச்சி - இது பழைய காலத்திலும், மைய காலத்திலும் தொடர்ந்து நிகழ்ந்திருக்கின்றது என்று – தெளிவுபடுத்த இயலும். இந்தியாவின் பூர்வ வரலாற்றை ஆராயும் இந்திய வரலாற்றாசிரியர்களுக்கு இடப் பெயர் ஆய்வு தெளிவு தரும் வளமான துறையாகும். ஏனைய தெளிவுகள் இல்லாதபோது இந்தத் துறை ஆய்வு மிகவும் தேவையான ஒன்று. ஆழ்ந்து ஆய்வுசெய்யத்தக்க ஒன்றாகும்.

இடப்பெயர் ஆய்வால் தெளிவு பெறும் மற்றொரு துறை, மொழி வட்டங்களும், மொழி அகழாய்வுமாகும். எம்.பி. எமனோ 1956 முதல் பல ஆய்வுக் கட்டுரைகளால் மொழி வட்டங்களைப் பற்றி விளக்கி ஆய்வாளரின் கவனத்தைக் கவர்ந்தார். இந்தக் கருத்தை முதன் முதல் தெரிவித்தவர் ஜுலே பிளாக் ஆவார். எமனோவைத் தொடர்ந்து எவ்.பி.ஜெ. குயிப்பர், எல்.சி. சௌத் வர்த், மேலும் சிலரும் பல மொழிக் குடும்பங்கள் தமக்குள் பொதுமையாகக் கொண்டுள்ள மொழிக் கூறுகளை அடையாளங் காட்டியுள்ளனர். இந்தியக் கண்டத்தில் காணப் படுவதாகக் கூறப்படும் பல கூறுகள் இப்போது இரானியக் குழு மொழிகளிலும் காணப்படுகின்றன என்ற செய்தி அண்மையில் தெளிவாகியுள்ளது. திராவிடத்திற்கும், இந்தோ ஆரியக் குடும்பங் களுக்கும் இடையே தொடர்பு தோன்றியதற்குரிய தெளிவுகளை இடப்பெயர் போன்ற பிற சான்றுகளால் தெளிந்தால் இந்த வட்டக்

கூறுகள் மேலும் அகன்று பரவுகின்ற இடப்பரப்பில் செயல்படுவதாகச் சுட்ட இயலும். வட்டாரக் கூறுகளை அடையாளங் காட்ட மொழித் தெளிவுகள் மட்டும் இதுவரை பயன்பட்டுள்ளன. அவற்றில் வட்டாரக் கூறுகள், சுருங்கிய இடக் கூறுகள் (ரிஜினல் ஃபீசர்ஸ்) ஆகிய இரண்டையும் வேறு பிரித்தறிய இடப்பெயர் ஆய்வு தரும் தெளிவால்தான் இயலும். பல நூற்றாண்டுகளாக நடந்து வரும் பூகோள மாற்றங்கள், மக்களின் இடப்பெயர்ச்சி, அவர்களிடையே நிகழ்ந்த போர் வெறியாட்டம் முதலியவற்றால் மங்காமல், அழிவுறாமல் நிலைத்து நிற்கும் ஆற்றல் இடப்பெயருக்கு மட்டுமே உண்டு. பண்பாட்டுக் கலைகளைப் பிரதி பலிக்கும் ஆற்றலும் வழக்கிலுள்ள அல்லது இறந்தொழிந்த மொழி களைப் பற்றிய செய்திகளைக் காப்பதும் இடப் பெயரால்தான் இயலும். முன்னிருந்த ஆனால் இப்போது அழிந்துபட்ட குடியிருப்புக்கள், மலைகள், குறிப்பாக ஆறுகள் முதலியவற்றின் பெயர்கள் மாறாமல் பல நூற்றாண்டுகள் வரை நிலைபெறுவது இடப் பெயர்களில்தான். மக்கள் மாறினாலும், மொழிகள் மாறினாலும் இடப்பெயர்தான் மாறாமல் நிலைத்து நிற்கும். எனவே 'இடப்பெயர்கள் தரை மட்டத்தில் காணும் வரலாற்றுச் சிதறல்கள்' என்று சுட்டுவது ஆச்சரியப்படத்தக்கதன்று. உண்மையான கூற்று.

பழைய இந்திய, குறிப்பாகத் திராவிட மொழிகளுக்கும், சுமேரியன் உபைடு மொழிகளுக்கும் உள்ள தொடர்பைக் குறிப்பிடும்போது இன்றியமையாத பொருட்சொல் பட்டியலைப் (பேசிக் வேர்ட் லிஸ்ட்) பயன்படுத்துவதுடன் இடப்பெயர் ஆய்வுச் செய்தியை வலியுறுத்தும் தெளிவாக ஆய்வாளர்கள் கருதுகிறார்கள்.

அலெக்சாந்தர் கொந்தற்றோவ், 'தென்னிந்தியாவில் காணும் பல நூறு குடியிருப்புகளுக்கு 'ஊர்' என்று இடப்பெயர் முடிவு காணப்படு கிறது; சுமேரியாவிலும் இது 'உர்' என்றே கூறப்படுகிறது: அது 'ஊரின்' திரிபாக இருக்கும்' என்று கருதுகிறார். திராவிடத்திற்கும் மத்திய கிழக்கு நாடுகளுக்குமுள்ள உறவைப் பற்றிய தனது கொள்கையை வலியுறுத்த பாலகிருஷ்ண நாயர் இடப்பெயர்ப் பொருத்தத்தைத் தெளிவாகக் காட்டுகிறார். முன்னர் குறிப்பிட்ட எல்.வி. இராமசாமி ஐயரின் கட்டுரையும், சர் சி.பி. இராமசாமி ஐயர் பொதுப்படையாக 'ஜர்னல் ஆவ் இந்தியன் இஸ்டரி' (1962இல் எழுதிய கட்டுரையும்) இடப்பெயர் ஆய்வுத் தெளிவை அடிப்படையாகக் கொண்டுள்ளன. இன்றியமையாத பொருட் சொல் பட்டியலின் ஒத்துநோக்குடன் தொல்பழங்காலத் தொடர்பை ஊகிக்க இடப்பெயர்ச் சான்றுதான் உறுதுணையாக அமைகிறது. 'திராவிடத்திற்கும், ஆஸ்திரேலியா, ஆப்பிரிக்கா முதலிய நாடுகளுக்கும் உள்ள பழங்காலத் தொடர்பைக்

குறிப்பிடும்போது உறுதிச் சான்றுகளை இடப்பெயர் ஆய்வால் பெற வேண்டும். இதற்கு இந்திய நாட்டிலும் பிற நாடுகளிலும் இடப்பெயர் ஆய்வு உடனடியாக நடந்தேற வேண்டும்' என்பதை அலெக்சாந்தர் கொந்தரற்றோவ் வற்புறுத்துகிறார்.

பத்தாண்டுக்கொரு முறை மக்கள்தொகை அளவீட்டுத் துறை ஒவ்வொரு வீட்டிற்கும் ஒரு பட்டிகை அனுப்பிச் செய்தி திரட்டுகிறது. அளவீடு முடிந்ததும் அந்தப் பட்டிகை நகல்கள் அழிக்கப்படுகின்றன. அவற்றில் ஊர்ப்பெயர், ஆள்ப்பெயர் முதலியவை குறிக்கப்படு கின்றன. அவற்றைப் போன்றே தேர்தல் நடக்கும்போது வாக்காளர்கள் பட்டிகைகள் தயாரிக்கப்படுகின்றன. அவை ஒவ்வொன்றும் செய்திச் சுரங்கங்கள். ஆள்ப்பெயர், ஊர்ப்பெயர், தாலுக்காவின் பெயர், மாவட்டப் பெயர், இரட்டைப் பெயர், பட்டப்பெயர் முதலிய வற்றைச் சேர்த்து அச்சேற்றப்பட்டுள்ளன. வட்டார மொழிகளில் அவை அச்சாயினும் அவற்றைப் பயன்படுத்தி இந்தியா முழுமைக்கும் இடப்பெயர், ஆள்ப்பெயர் முதலியவற்றை விவரண ஆய்வு செய்து எவ்வாறு ஒவ்வொரு தேர்தலிலும் அவை மாறியுள்ளன என்று அறிய இயலும். கணிப்பொறியின் உதவியையும் இதற்குப் பெறலாம், இதனைத் தொடர்ந்து வரலாற்று முறை ஆய்வைக் களச்சான்றுகளுடன் தொடங்கலாம். இதற்குப் பல்லாயிரக்கணக்கான இடப்பெயர் ஆய்வு நெறி முறையில் தேர்ந்தவர்கள் தேவை. நாடு முழுவதும் உள்ள பள்ளியாசிரியர்கள் அல்லது முதியோர் கல்வித் திட்ட ஆசிரியர்கள் முதலியவர்களுக்குப் பயிற்சியளித்து எந்தெந்தக் கூறுகளைக் கவனிக்க வேண்டும் என்று தெளிவுபடுத்தி இந்தப் பணியில் ஈடுபடுத்தலாம். செய்தி தொகுப்பது, கள ஆய்வு செய்வது ஆகிய இரண்டுடன் இடப் பெயரின் தோற்றத்தை விளக்கும் முயற்சியையும் மேற்கொள்ள வேண்டும். அம்முயற்சியால் கிடைக்கும் தெளிவுகள் பல துறைகளில் காணும் சிக்கல்களை விளக்க, குறிப்பாக மக்களின் பன்னாட்டு இடப் பெயர்ச்சி, தொடர்பு முதலியவற்றை அறிதற்குப் பெருந்துணை புரியும்.

மொழியியலின் வரம்பைக் குறுகிய கண் கொண்டு இதுவரை பார்த்து வந்ததால் அதன் பயன்பாடு இடுங்கிய சட்டக் கூட்டுக்குள் ஒடுங்கி விட்டது. சமீப காலத்தில் புதிய ஆய்வுக் காற்று அந்தத் துறையில் வீசத் துவங்கியுள்ளது. இடமாற்று இலக்கண நெறியாளர்கள் அல்லாத சமுதாய மொழியியல் அறிஞர்கள் இப்போது தீண்டத்தகாதவர்களாக மாறியுள்ளனர். ஆனால் சமுதாய மொழியியல் துறையில் நடந்த முன்னேற்றம் பல மொழியை ஒரு சமிக்ஞை வாய்பாடாக விவரிக்கும் முயற்சியை மேற்கொள்வதுடன் அதன் இலக்கணம், அதன் செயற்பாடு, உறவுடைய துறைகளில் அதன் பயன்பாடு முதலியவற்றையும்

நுட்பமாக இப்போது ஆய்ந்து வருகின்றனர். இடப்பெயர் விரிந்த துறையாயினும் அது ஒரு பொருளுக்குப் பெயர் வைத்தலைப் பற்றியது. ஒரு பொருளும் அதன் பெயரும் எந்த முறையில் அமைந்தது என்பதை வேதாந்திகள் (பூர்வ உத்தர மீமாம்சகக்காரர்கள்), நியாய மார்க்கத்தினர் முதலியவர்கள் கவரப்பட்டனர். கிரேக்க ஞானி பிளேட்டோ பெயரிடு வதைப் பற்றிக் கூறுவதை நாம் மறந்துவிட முடியாது. மொழியியலாளர் களும் ஏனையவர்களைப் போன்று இந்தத் துறையில் ஊக்கத்துடன் ஈடுபட்டால் பெரும் பயன் விளையும்.

ஆறு இருப்புக்களில் மூன்று நாட்கள் தொடர்ந்து ஏறத்தாழ எண்பது கட்டுரைகள் இம்மகாநாட்டில் படிக்கப்படவிருக்கின்றன. இடப்பெயர் ஆய்வு நெறிமுறை பற்றிய கட்டுரைகளும் இடம் பெற்றுள்ளன. கொள்கையாக்கும் ஆய்வாளர்கள் பெரிய அளவில் வெற்றி பெற்றுள்ளனர் என்றே கருதுகிறேன். அவற்றின் ஆசிரியர்களை வாழ்த்துவது மட்டுந்தான் நான் இப்போது செய்ய இயலும். சங்ககாலப் பெண்பாற் புலவர் ஒருவரான ஔவையாரின் பாடல் வரிகளை நான் இறுதியாகக் கூறுவது பொருத்தமாக அமையும். பூகோள அமைப்பும் அதில் வாழும் மனிதனைப் பற்றியும் அந்த வரிகள் அமைந்துள்ளன. ஒரு நாடு மேடாக இருக்கலாம்; பள்ளமாக இருக்கலாம். அதில் வாழும் மக்கள் நல்லவராயின் அந்த நாடு பெருமை பெறுகிறது.

*நாடா கொன்றோ காடா கொன்றோ மிசையா கொன்றோ*
*எவ்வழி நல்லவர் ஆடவர் அவ்வழி நல்லை வாழிய நிலனே.*

**நூலோதி**


எம்.ஏ.ஸ்டீன் தொகுத்தது, *கல்ஹணன் செய்த இராஜதரங்கிணி*, மறுபதிப்பு, மோதிலால் பனார்சி தாஸ், டெல்லி, 1961, ப. 32.

எஸ். வையாபுரிப் பிள்ளை, *அகில இந்திய கீழ்த்திசை மகாநாட்டில் திராவிடப் பிரிவின் தலைமையுரை*. திராவிட மொழிகளில் ஆய்வு, சென்னை, பிரிமியர் அன்று கோ, 1946, ப. 23-25.

ஏ.ஆர். கேல்கார் (தொகுத்தது), *தென் ஆசிய மொழிகளின் நூலோதி கையச்சு*, முதல் உரு. 1960.

கி. நாச்சிமுத்து *இடப்பெயர் ஆய்வில் நெறிமுறை*, கிடுகு இராம மூர்த்தி பந்துலு சிறப்புரை, தி.மொ, க. திருவனந்தபுரம் (அச்சில்). 1979.

அலெக்சாந்தர் கொந்தரற்றோவ் *மூன்று கடல்களின் சிக்கல்கள்*, புரொகிரஸ் பப்ளிஷர்ஸ், மாஸ்கோ, 1974, முன்னுரை, ப. 1.

பி.சி. கோஹின் (தொகுத்தது) *பழங்குடி மக்களின் வரைபடம்*, மானிட இயல் அளவீட்டுத்துறை, கல்கத்தா, 1971.

டி. பர்ரோ, திராவிட மொழி ஆய்வுக் கட்டுரைகளின் தொகுப்பு, அண்ணாமலை பல்கலைக்கழகம், அண்ணாமலை நகர். *1968*, ப. *333-340*.

டி.டி. கோசாம்பி, இந்தியாவில் பண்பாடும், நாகரீகமும், விகாஸ் பப்ளிஷிங் அவுஸ் பிரைவேட் லிமிடெட், புது தில்லி, *1976*, ப. *41*.

எம். ப்ளூம்பீல்டு, த லாங்வேஜ், ஹென்றி ஹோல்ட் அண்டு கம்பெனி, நியூயார்க், *1954*, ப. *60*.

ஹெஸ்டின், டபிள்யூ.எல், சில வட்டாரக் கூறுகள், இந்திய அல்லது இந்திய இரானியன், ஐ.ஜெ.டி.எல், தொகுதி *9*, பகுதி *1*, *1979*.

எலியாசன் என்.இ., இடம், என்சைக்ளோபீடியா அமெரிக்கானா தொகுதி *22*, *1965*.